आदर्श पालकत्व

इंडियन अकॅडमी ऑफ पीडिॲट्रिक्स

अनुवाद
डॉ. शरद विष्णू प्रभुदेसाई

डायमंड पब्लिकेशन्स

आदर्श पालकत्व
लेखक - इंडियन अकॅडमी ऑफ पीडिॲट्रिक्स
अनुवाद - डॉ. शरद वि. प्रभुदेसाई

Aadarsha Palakatva
Author - Indian Academi of Pediatrics
Translator - Dr. Sharad V. Prabhudesai

प्रथम आवृत्ती : २०१३

ISBN 978-81-8483-454-3

अक्षरजुळणी
डायमंड पब्लिकेशन्स, पुणे

मुखपृष्ठ
शाम भालेकर

मुद्रक
रेप्रो नॉलेज कास्ट लिमिटेड, मुंबई

प्रकाशक
डायमंड पब्लिकेशन्स
१२५५ सदाशिव पेठ
लेले संकुल, पहिला मजला
निंबाळकर तालमीसमोर, पुणे-४११ ०३०
☎ ०२० - २४४५२३८७, २४४६६६४२
diamondpublications@vsnl.net
www.diamondbookspune.com

प्रमुख वितरक
डायमंड बुक डेपो
६६१ नारायण पेठ, अप्पा बळवंत चौक
पुणे-४११ ०३० ☎ ०२० - २४४८०६७७

अनुवादकाचे मनोगत

एक वर्षापूर्वी 'Healthy Parenting' ही 'इंडियन अकॅडमी ऑफ पीडिॲट्रिक्स'ची (भारतीय बालरोगतज्ज्ञांची संघटना) इंग्रजीतील पुस्तिका वाचनात आली. मुलांच्या पालकत्वाविषयी विविध गोष्टींचा या पुस्तिकेत परामर्श घेतला आहे. सर्व विषयांची सखोल माहिती आहे. मुलांशी संवाद, वेळ, जीवनमूल्ये, लैंगिकता इत्यादी महत्त्वाच्या विषयांची उत्तमप्रकारे मांडणी केलेली आहे, पण हे सर्व विषय इंग्रजीतून लिहिलेले असल्याने सामान्य वाचकांपर्यंत जाऊ शकणार नाहीत. इंग्रजी भाषा जरी मोठ्या प्रमाणात शिकवली जात असली तरीही या सर्व विषयांचे आकलन सर्वसामान्यांना इंग्रजीतून होणे कठीण वाटते; म्हणून या पुस्तिकेचा मराठीत अनुवाद करण्याचे ठरविले.

हा अनुवाद ओघवत्या मराठी भाषेत करणे हे आव्हानच होते. यामध्ये अनेक शास्त्रीय शब्दांना मराठीत तेवढ्याच तोलामोलाचे शब्द वापरणे महत्त्वाचे होते. तरीही हे आव्हान स्वीकारायचे मी ठरविले. अर्थात मराठीतील भाषांतर कसे झाले आहे, ते वाचकच ठरवतील. हा मराठीतील अनुवाद पालकत्वाची जबाबदारी पार पाडताना मोलाचा ठरावा असे वाटते.

'हल्लीची मुलांची पिढी बिघडली आहे' असे विधान सर्रास सर्व पालक करतात. माझे मत तर उलटे आहे. हल्लीच्या पालकांची पिढीच बिघडली आहे आणि योगायोग म्हणजे या इंग्रजी पुस्तिकेतील लेखकांचेही मत तसेच पडले. पालकत्वाबाबतीतली पूर्वीची परिस्थिती आणि हल्लीची परिस्थिती यात बराच फरक पडला आहे पण त्यानुसार पालक बदललेले दिसत नाहीत. आम्हाला ज्या कठीण परिस्थितीतून जायला लागले तशी परिस्थिती मुलांवर येऊ नये या भावनेपोटी मुलांना वारेमाप सोयीसुविधा दिल्या जातात, पण मुलांकडून त्यांच्या कर्तव्याबद्दल आग्रह धरण्यात येत नाही; हीच खरे तर पालकांची शोकांतिका आहे. आपले पालकत्व निभावण्यातील त्रुटी हे पुस्तक वाचून पालकांच्या लक्षात येतील असे वाटते.

माझी पत्नी प्रतिभा व मावशी मीरा लिमये यांनी या पुस्तकाचे वाचन करून चुका दाखविल्या. माझे गुरू डॉ. वाय. के. आमडेकर यांनी पुस्तकाचे वाचन करून समाधान व्यक्त केले व हे पुस्तक पालकांना उपयोगी पडेल असे मत मला कळविले.

अशा प्रकारे सर्वांच्या सकारात्मक प्रतिक्रिया आल्यानंतर डायमंड पब्लिकेशन्सकडे पुस्तक लिखाण पाठविले. त्यांनी काही सुधारणा करून पुस्तक प्रकाशित करण्याचे मान्य केले, त्याबद्दल मी त्यांचा आभारी आहे.

रत्नागिरीतील स्थानिक वृत्तपत्र 'रत्नागिरी टाइम्स'ने रविवारच्या पुरवणीत पुस्तकाचा अनुवाद क्रमश: प्रकाशित केला. काही वाचकांनीही सकारात्मक प्रतिक्रिया दिल्या. त्याचप्रमाणे श्री. समीर लिमये यांनी या पुस्तकाचे संगणकीय टंकलेखन करून दिले.

'इंडियन अकॅडमी ऑफ पीडिॲट्रिक्स' या इंग्रजी पुस्तिकेचा मराठीत अनुवाद प्रकाशित करण्यास परवानगी दिली व जनरल सेक्रेटरी डॉ. सैलेश गुप्ता यांनी मूळ इंग्रजी पुस्तकातील फोटो उपलब्ध करून दिले त्याबद्दल मी त्यांचा आभारी आहे. या संघटनेच्या कार्यकारी मंडळाचे सदस्य व माझे मित्र महाडचे बालरोगतज्ज्ञ डॉ. चंद्रशेखर दाभाडकर यांनी प्रस्तावना लिहून दिली. त्यांनी या अनुवादाबद्दल समाधान व्यक्त केले.

शेवटी हे पुस्तक पालकांना उपयोगी पडावे अशी इच्छा आहे. पालकांनी आपल्या पालकत्वाच्या शैलीत योग्य ते बदल करून आपली मुले भारताची सुजाण नागरिक बनवावीत, ही अपेक्षा!

डॉ. शरद वि. प्रभुदेसाई

प्रस्तावना

माझे परममित्र व रत्नागिरीचे जेष्ठ बालरोगतज्ज्ञ डॉ. शरद प्रभुदेसाई यांनी 'Healthy Parenting' या भारतीय बालरोगतज्ज्ञांच्या संघटनेने प्रकाशित केलेल्या पुस्तकाचा 'आदर्श पालकत्व' या नावाने अनुवाद केल्याबद्दल मी त्यांचे मनापासून अभिनंदन करतो. हे अभिनंदन दोन कारणाकरिता- एक, या पुस्तकाची सध्याच्या परिस्थितीतील नितांत आवश्यकता व दुसरे, त्यांनी केलेल्या अनुवादाचे अत्यंत यशस्वी स्वरूप.

गेल्या काही दशकांत भारतातील केवळ शहरीच नव्हे तर ग्रामीण भागातही बालगुन्हेगारीचे प्रमाण कैकपटीने वाढले आहे, हे अनेक आकडेवारींनी सिद्ध झाले आहे. दुर्दैवाने हे प्रमाण दिवसेंदिवस कमालीचे वाढत आहे. पॉकेटमनीकरिता मित्रांच्या मदतीने आजी-आजोबांचीच केलेली हत्या, कॉपी पकडली म्हणून शिक्षिकेवर केलेला खुनी हल्ला, खंडणीकरिता शाळकरी मुलांनी केलेले मित्राचे अपहरण व नंतर खून, कोवळ्या मुलांनी क्षुल्लक कारणाकरिता केलेल्या आत्महत्या, प्रेम-प्रकरणातून निर्माण झालेल्या समस्या व त्याकरिता अवलंबिलेले अघोरी कारस्थान या व यांसारख्या अनेक बातम्यांनी हल्लीच्या वर्तमानपत्रांचे रकानेच्या रकाने भरताहेत, ही दुर्दैवाची गोष्ट आहे. या बातम्या अपवादात्मक आहेत हे गृहीत धरले तरी अनेक कुटुंबात मुलांच्या वर्तनसमस्यांचे प्रमाण कमालीचे वाढले आहे, हे नाकारून चालणार नाही.

का वाढलेय हे बालगुन्हेगारीचे प्रमाण? का वागताहेत मुले अशी? ज्या वयात जीव म्हणजे काय? जीव येतो कसा? जीव जातो कसा? जीव घेतात म्हणजे काय? जीव देतात म्हणजे काय? या व अशा अनेक प्रश्नांची उत्तरे माहिती नसताना ही कोवळी मुले धडाधड जीव घेताहेत नी जीव देताहेत. का? पालक म्हणून आमचे काही चुकतेय का? आम्ही कुठे चुकतो आहोत का? आम्हाला आत्मचिंतन करून आमच्यात काही सुधारणा करणे आवश्यक आहे का?

या व अशा अनेक प्रश्नांना उत्तरे देण्याचा मूळ पुस्तकात अनेक लेखकांनी प्रयत्न केला आहे. डॉ. प्रभुदेसाई यांनी या महत्त्वाच्या पुस्तकाचे अत्यंत सुंदर भाषांतर करून मराठी पालकवर्गाकरिता एका वेगळ्या विषयाचे ज्ञानभांडार खुले करून दिले आहे.

'चला, मुलांना घडवू या' या कार्यक्रमाद्वारे मी जवळजवळ संपूर्ण महाराष्ट्रभर हिंडलो. शहरी भागात गेलो तसा ग्रामीण भागातही. अनेक पालकांशी चर्चा केली, संवाद साधला. पालकांचे अनेक प्रश्न व समस्या मला कळल्या. माझ्या व्याख्यानांतून मी याची दखलही घेतली. पण या पुस्तकाने पालकांना अधिक दिशादर्शन होईल, त्यांना कळत-नकळतपणे केलेल्या चुका सुधारता येतील, अधिक 'आदर्शत्वाकडे' जाता येईल असा मला विश्वास वाटतो.

'Healthy Parenting' हे पुस्तक जेव्हा भारतीय बालरोगतज्ज्ञ संघटनेने J & J या कंपनीच्या साहाय्याने प्रकाशित केले तेव्हा हे पुस्तक मी सविस्तर वाचले. पालक व पालकत्व या माझ्या जिव्हाळ्याच्या विषयावर हे लिखाण असल्यामुळे या पुस्तकाचा मी मनापासून अभ्यास केला. या मूळ पुस्तकाच्या संपादित केलेल्या लेखांवर व लेखकांवर दृष्टी टाकली तरी लेखनाकरिता मूळ लेखकांनी केलेल्या परिश्रमांची कल्पना येते. डॉ. प्रीती गलगली, डॉ. यमुना, डॉ. शांडिल्य, डॉ. चोखाणी, डॉ. सी. पी. बन्सल, डॉ. उन्नी, डॉ. अतुल अग्रवाल, डॉ. समीर दलवाई या सिद्धहस्त लेखकांनी बालक व पालक संबंध, मुलांशी संवाद, मुलांना वेळ देण्याचे महत्त्व, जीवनमूल्यांचे महत्त्व, शिस्त व शिक्षा, शारीरिक आरोग्य व तंदुरुस्ती, सुरक्षित वातावरण या व इतर विषयांचा समर्थपणे परामर्श घेतला आहे. या मूळ लेखकांच्या विचारांना किंचितही धक्का न लावता त्याचा अनुवाद करणे, प्रत्येक इंग्रजी शब्दांना व संज्ञांना मराठीतील पूरक व समर्थ पर्याय शोधणे व तो योग्य त्या ठिकाणी चपखलपणे बसविणे ही एक तारेवरची कसरत आहे, हे मान्य करावयास हवे. ही तारेवरची कसरत डॉ. प्रभुदेसाई यांनी लीलया केली आहे.

लैंगिक शिक्षणाबद्दल डॉ. प्रभुदेसाई यांनी केलेले लिखाण म्हणजे वयात येणाऱ्या बालकांना पालकांनी हा विषय कसा समजावून सांगावा याचे एक आदर्श लिखाण आहे. वयोमानापरत्वे मानसिकतेत होणारा बदल, शारीरिक बदलांबरोबर निर्माण होणारी भावनांची आंदोलने, त्यातून निर्माण होणारी आव्हाने व त्या आव्हानांना सामोरे जाण्याकरिता केली जाणारी पालकांची (व बालकांची) मानसिक तयारी, या तयारीकरिता निर्माण केले जाणारे संवाद, हे संयतपूर्ण लिखाण सर्व पालकांनी आवर्जून वाचावे असेच आहे. तो एकांगी अनुवाद न राहता बालक-पालक संवाद

झाला आहे व तो डॉ. प्रभुदेसाई यांनी कौशल्याने हाताळला आहे. या सर्वांगसुंदर लेखनाकरिता व यशस्वी अनुवादाकरिता मी डॉ. प्रभुदेसाई यांचे परत एकदा मनापासून अभिनंदन करतो. इंग्रजी साहित्यात या विषयाला वाहिलेली बरीच ग्रंथसंपदा आहे. मराठीतही या विषयावर विपुल लेखन झाले आहे. पण 'Healthy Parenting' हे मूळ इंग्रजी पुस्तक भारतीय बालरोगतज्ज्ञ संघटनेने प्रकाशित केले असल्यामुळे या पुस्तकास एक academic value आहे आणि डॉ. प्रभुदेसाई यांनी ही बाजू समर्थपणे सांभाळली आहे.

त्यांच्या या सर्वांगसुंदर अनुवादाबद्दल त्यांचे मन:पूर्वक अभिनंदन व पुढील लेखनास मनापासून शुभेच्छा!

डॉ. चंद्रशेखर दाभाडकर
('चला मुलांना घडवू या' या कार्यक्रमाचे निर्माते)
प्रभात कॉलनी, महाड, जि. रायगड
४०२ ३०१ (म. रा.)
मोबा.नं.-९४२२६९१७९१

अनुवादक परिचय

डॉ. शरद विष्णू प्रभुदेसाई (M.D.D.C.H.)
'चिंतामणी', टिळक आळी, रत्नागिरी - ४१५६१२.
फोन नं.- (०२३५२) २२२९५३
Email : sharad12552@yahoo.co.in
जन्म : १२ मे १९५२

३० वर्षे रत्नागिरी शहरात वैद्यकीय व्यवसाय. बालरोगतज्ज्ञ म्हणून प्रसिद्ध, सामाजिक प्रश्नांची जाणीव.

पेशंट्सच्या नातेवाइकांशी संवाद साधताना निरोगी पालकत्वाविषयीचे चिंतन. अनेक पालकांच्या पाल्याच्या वागणुकीतील त्रुटींशी सततचा संबंध. त्यातून 'Healthy Parenting' या पुस्तिकेच्या वाचनातून या नवीन अनुवादित पुस्तकाचे लेखन. आतापर्यंत 'पेशंटचे किस्से' व 'वैद्यकीय विश्वातील समज-गैरसमज' ही पुस्तके प्रसिद्ध.

अनुक्रम

प्रकरण १

बालपण व तारुण्य या काळातील नातेसंबंध

बालपण व तारुण्य या कालखंडात बरेच नातेसंबंध निर्माण होत असतात. आपल्या मुलाच्या जीवनात योग्य असे नातेसंबंध निर्माण होण्यात पालकांचा महत्त्वाचा वाटा असतो. बालपणी निर्माण झालेल्या नातेसंबंधांचा बाळाच्या भविष्यावर परिणाम होतो. नातेसंबंधांच्या गुणवत्तेवर परिणाम करणाऱ्या अनेक गोष्टी असतात. पालक व बाळ यांच्यातील सुसंवाद हा बाळाचा स्वभाव आणि पालकांच्या अपेक्षा यांवर अवलंबून असतो. तसेच बाळाचे संगोपन कशा प्रकारे केले आहे, त्यावरही बाळ व पालक यांचे संबंध तयार होतात. संगोपनाच्या पद्धतीनुसारच बाळाचा व्यक्तिमत्त्व विकास होत असतो. आपल्या आई-वडिलांनी आपले संगोपन कशा प्रकारे केले, त्यानुसारच आपण आपल्या बाळाचे संगोपन करतो.

बालपणातच विविध व्यक्तींशी नातेसंबंध दृढ होत असतात.

बाळाचे आई-वडिलांशी नाते गर्भधारणेच्या आधीच निर्माण होते. आपल्याला मूल हवे, असा निर्णय झाल्यावर हे मूल आई-वडिलांच्या जीवनाचा अविभाज्य घटक होते. मूल होणार हे निश्चित झाल्यानंतर लगेचच आई-बाबांचे मुलाबरोबर जीवन सुरू होते. या पार्श्वभूमीवरच मुलांसंबंधीच्या विविध गोष्टींची चर्चा आधीच झालेली असते. जसजशी गर्भाची वाढ होते, तसतसे बाळाशी संबंध दृढ होत जातात आणि घरातील सर्वजण बाळाच्या स्वागतासाठी आतुर झालेले असतात.

मुलाच्या जन्मामुळे कुटुंब आनंदी होते; पण या जगात या मुलाचा कसा काय निभाव लागणार, याबद्दल सर्वांना काळजी वाटते. बाळ जगात आनंदाने राहणार की उपरा म्हणून राहणार, हे बाळ व पालक यांच्या नातेसंबंधावर अवलंबून असते. पालक व बाळ यांचे नाते हे मुलाचा स्वभाव, बाळाशी लहानपणी पालकांची झालेली जवळीक, तसेच बालपणापासून तारुण्यावस्थेपर्यंत पालकत्वाचा झालेला विकास या तीन गोष्टींवर अवलंबून असते.

प्रत्येक बाळाचा जन्मतःच एक विशिष्ट स्वभाव असतो. आपल्या बाळाच्या स्वभावाची आपल्याला उत्तम जाण असली पाहिजे. स्वभाववैशिष्ट्ये नऊ प्रकारची असतात.

१) हालचालीची पद्धत : जन्मतःच काही मुले चंचल असतात. आपल्या हातापायांची सतत हालचाल करत असतात; तर काही जन्मापासूनच आळशी आणि सुस्त असतात.

२) लयबद्धता : काही बाळांची भूक, तहान आणि झोप यांचे ठरावीक वेळापत्रक असते; तर काहींच्या वेळापत्रकाचे ताळतंत्रच नसते.

३) स्वीकारणे व नाकारणे : काही बाळे दिलेली नवीन गोष्ट लगेच घेतात; तर काही नवीन गोष्टींकडे ढुंकूनही पाहत नाहीत.

४) अनुकूलन : काही बाळे नवीन वातावरणात लगेच सामावून जातात; तर काही नवीन वातावरणाशी जराही तडजोड करू शकत नाहीत.

५) प्रतिक्रियेची तीव्रता : काही बाळे सुई टोचल्यावर बराच वेळ रडत राहतात; तर काही लगेचच शांत होतात.

६) प्रतिसादाची पद्धत : प्रकाश, आवाज, वारा, उष्णता इत्यादींचा बाळांवर परिणाम होतो. काही बाळांना मोठा आवाज आवडतो, तर काही मोठ्या आवाजामुळे घाबरतात.

७) मनःस्थिती विशेष : काही बाळे आनंदी, समाधानी व खिदळत असतात; तर काही खट्याळ किंवा दुर्मुखलेली असतात.

८) मनाची चंचलता : काही बाळांचे चित्त थोड्याशा गोष्टीने विचलित होते. उदा. पंख्याचा आवाज.

९) अवधानाचा काळ व सातत्य : काही मुले गोष्ट मन लावून तासन्तास ऐकतात; तर काही मुले कोणत्याही गोष्टीकडे दीर्घकाळ लक्ष देऊ शकत नाहीत.

बाळाचा स्वभाव आपल्याशी मिळताजुळता असेल, तर त्याच्याशी जवळीक निर्माण होते. स्वभाव चांगल्या प्रकारे जुळल्यास संगोपनही कौतुकाने होते. बाळाच्या स्वभावाप्रमाणेच आपण बाळाशी वागतो. उदा. ठरावीक वेळापत्रकाने वागणाऱ्या मुलाची काळजी घेणे सोपे जाते. बाळाचे हवे-नको हे सहज ओळखता येण्याजोगे असल्यामुळे आपले वागणेही आनंदी व उत्साहजनक असते. त्याउलट जर बाळाच्या वागण्यात काहीच ताळतंत्र नसेल, तर आपल्याला त्रास होतो आणि आपणही कंटाळून जातो. आनंदी बाळामुळे पालकही आनंदी होतात.

बाळ व पालकांचे संबंध अवलंबून असलेला दुसरा महत्त्वाचा मुद्दा म्हणजे

लहानपणात त्यांची बाळाशी झालेली जवळीक. बाळाच्या वयाच्या दोन वर्षांपूर्वीच पालकांची त्याच्याशी वागण्याची पद्धत ठरलेली असते. ही वागणुकीची पद्धत पालकांच्या संगोपन पद्धतीवर अवलंबून असते.

ज्या बाळाला पालकांकडून मायेची ऊब, प्रेम, प्रेरणा, कौतुक, सहानुभूती मिळते, त्या बाळाला जास्त सुरक्षितता वाटते. या सुरक्षिततेच्या भांडवलावर बाळ जगात वावरते, तसेच काही काळातच हसत-हसत पालकांकडे परतते. कधी एकदा हा अनुभव पालकांना सांगेन, असे त्याला होते.

संकटकाळी जे आई-वडील मुलांना मदत करत नाहीत, त्यांच्याशी मुले जवळीक ठेवत नाहीत. त्यांना मुले टाळण्याचा प्रयत्न करतात व त्यांच्यापासून शक्यतो लांब राहण्याचा प्रयत्न करतात. पालकांचा सहवास टाळणारी ही मुले असुरक्षित होतात.

बाळाला ज्या वेळी धीर देण्याची गरज असते, त्याच वेळी काही पालक त्याचेकडे दुर्लक्ष करतात. पालकांकडून अपेक्षित मदतीचा हात न मिळाल्यामुळे पालकांच्या बाबतीत मुलाला खात्री वाटत नाही. बाळाला इतकी असुरक्षितता वाटते की, पालक दूर जाण्याआधीच मूल कब्जा घेते. आपले आई-बाबा सतत आपल्या आसपास आहेत का, यावर बाळाचे बारीक लक्ष असते. आई-वडील दूर असतात त्या वेळी बाळ काळजीवाहकाजवळ राहण्यास विरोध करते. त्या वेळी ते जबरदस्त आरडाओरडा करून आपली नापसंती व्यक्त करते. अशा प्रकारे नापसंती व्यक्त करणारे व रागावलेले मूल पालकांजवळ यायला तयार नसते. 'तुझे माझे जमेना, पण तुझ्यावाचून करमेना' अशा प्रकारचे असुरक्षित नाते तयार होते.

काही पालक मुलांना अपमानास्पद वागणूक देतात. त्यामुळे मुलांच्या मनात भीती व राग निर्माण होतो. अगदी लहानपणापासून पालकांपासून दूर राहिलेली मुले परत त्यांच्याजवळ येतात; पण ती पालकांबद्दल साशंक असतात. हे पालकांनाही समजते आणि पालकांकडूनही नापसंती व्यक्त होते. यालाच विस्कळीत झालेले नातेसंबंध म्हणतात.

मूल जन्मत: सर्व बाबतीत आईवर पूर्णपणे अवलंबून असते. बाळ नाजूक व असहाय असते. त्याला काळजीपूर्वक नाजूकपणानेच हाताळले पाहिजे. बाळ वाढत असता पालकांकडून सतत संदेश / सूचना घेत असते व त्याप्रमाणे वागत असते. बाळावर निरपेक्ष प्रेम केले, तर ते प्रेमानेच वागते. मुलांना पालकांकडून लाचार व नकारात्मक, अशी वाईट तऱ्हेची वागणूक मिळत असेल, तर बाळ काढता पाय घेऊन राग व खेद व्यक्त करते. बाळ व पालक यांच्यातील अन्योन्य संबंधाचा दर्जाच त्यांच्यामध्ये किती जवळीक आहे ते ठरवते. बाळासाठी केव्हाही उपलब्ध असावे.

त्याच्याशी प्रेमाने वागावे. तसेच मुलाचा स्वभाव कितीही नकारात्मक असला, तरीही त्याच्या विकासासाठी पालकांनी कायम सतर्क असावे. अशामुळेच पालकांची मुलांशी सुरक्षित जवळीक निर्माण होऊ शकते.

बाळपणात इतर माणसे व मित्र यांच्याशी होणारी जवळीक, त्या बाळाची आई-वडिलांशी किती जवळीक आहे त्यावरच अवलंबून असते. जन्मापासून बाळाशी आई-वडील संवाद करत असतील, तरच नातेसंबंध अधिक दृढ होतात. संवादातील ओलावा व हळुवारपणा यामुळे बाळ सकारात्मक प्रतिसाद देते. त्यामुळे बाळाशी आई-वडिलांचा जास्त काळ संवाद होऊ शकतो. खेळकर व आनंदी मूल सर्वांचे मन वेधून घेते; तर खट्याळ मुलाशी संवाद साधणे आनंददायी होत नाही. सकारात्मक संवाद नसणे हेच त्याचे कारण! योग्यप्रकारे संवाद साधून खट्याळ व द्वाड मुलाला आनंदी बनवण्यात पालकांच्या बुद्धीचा कस लागतो. पालकांची प्रतिक्रिया बाळाला हवी असेल तेव्हा व हवी असेल तशी मिळाली, तर त्यामुळे नातेसंबंध दृढ होण्याला चालना मिळते. अशाप्रकारे असुरक्षित नातेसंबंध सुरक्षित होतात.

मूल वाढत असता मुलाबरोबर होणाऱ्या आई-वडिलांच्या संवादावरच त्यांचे एकमेकांशी नातेसंबध तयार होतात. पालक जर आक्रमक असतील, तर मूल बंडखोर होते किंवा शरणागती पत्करणारे व भयगंडात राहणारे असे तयार होते. सहनशील पालकामुळे कुटुंबीयांना ताब्यात ठेवणारे मूल तयार होते; तर आत्मविश्वास असलेले पालक आपल्या व मुलाच्या नात्यात दोघांची एकमेकांप्रती येणारी जबाबदारी व हक्क मुलाला समजावून देऊ शकतात.

पालक बाळाबरोबर कशाप्रकारे वेळ घालवतात, पालकांच्या महत्त्वाच्या गोष्टी कोणत्या आहेत आणि मुलाबद्दल असलेली ओढ किती आहे, तसेच बाळाला त्यांनी निसंकोचपणे स्वीकारले आहे का, या सर्वांचा पालक व मुलांच्या नातेसंबंधावर प्रभाव पडतो. ताणतणाव व आव्हाने झेलण्याच्या काळात बाळाच्या व पालकांच्या संवादाच्या दर्जामुळे त्यांचे संबंध आणखी दृढ होतात. बाळ दहा वर्षाचे होऊन पौगंडावस्थेत प्रवेश करते, तेव्हा पालकत्वाची शैली सुस्पष्ट झालेली असते. पौगंडावस्थेतील मुलाचा आनंद, सर्व गोष्टींकडे त्याची पाहण्याची पद्धत आणि व्यक्तिमत्त्व पालकत्वाच्या शैलीप्रमाणे ठरत असतात.

पालकत्वाचे चार प्रकार :

१) हुकूमशाही पद्धतीचे पालकत्व : याप्रकारचे पालक मुलाचे आरोग्य, दिनक्रम व प्रगती याबद्दल आग्रही असतात; तसेच मुलाकडून मोठी अपेक्षा ठेवून

असतात. हे पालक फार भावनाप्रधान नसतात. त्यांच्या संभाषणात ओलावा नसतो. पालकांच्या अपेक्षांच्या ओझ्यामुळे मुलाला दुर्बळ व दुय्यम संबोधले जाते. या सर्वांचे पर्यवसान मुलाचा स्वाभिमान खच्ची होण्यात व न्यूनगंडाची भावना जोपासण्यात होते आणि बाळ नाराज होते.

२) **प्रेमपूर्वक अधिकारवाणीयुक्त पालक :** याप्रकारच्या पालकांच्या मुलाकडून बऱ्याच अपेक्षा असतात. ते बरेच भावनाप्रधान असतात आणि त्यांच्या संभाषणात ओलावा असतो. मुलाबद्दल त्यांना प्रेम व कणव असते. मुलाकडून अपेक्षापूर्ती होत नसेल, तर मुलाची योग्यप्रकारे समजूत काढून कारणमीमांसेबद्दल चर्चा करून वागणुकीत फरक पडण्यासाठी उत्तेजन देतात. त्यामुळे मुलाचे समाधान होते व मुले आनंदी, समर्थ व दृढविश्वासू असतात.

३) **शिथिल प्रवृत्तीचे पालक :** या प्रकारच्या पालकांची मुलाकडून फारच कमी अपेक्षा असते. ते भावनाप्रधान असतात. त्यांचे मुलाशी वागणे फारच प्रेमपूर्वक असते. मुलावर कोणत्याही प्रकारची बंधने किंवा जबाबदारी न ठेवता विनाअट अलोट प्रेम करीत असतात. आयुष्यात अधिक आनंदी होण्यास मदत करण्यासाठी आपल्यामागे कोणी व्यक्ती नसल्याने मूल नाराजच असते. योग्यप्रकारे मार्गदर्शन न मिळाल्याने मुलांना योग्य दिशा मिळत नाही. परिणामकारक पालकत्वाच्या अभावामुळे मुले वाहत जातात.

४) **निष्काळजी पालक :** याप्रकारच्या पालकांनाही मुलांकडून अपेक्षा नसतेच. ते भावनाप्रधान नसतात. मुलांबरोबर यांच्या वागणुकीत ओलावा नसतो. मुलांच्या जीवनात मार्गदर्शक आणि पालनकर्ता असा कोणीच नसतो, त्यामुळे मुलांना एकाकी वाटते. मुले नाखूश, असमर्थ, आत्मविश्वास नसलेली आणि दिङ्मूढ/हताश असतात.

पालक म्हणून 'प्रेमपूर्वक अधिकारवाणीनेयुक्त पद्धत स्वीकारणे योग्य होय' ही पद्धत योग्य प्रकारे ताळमेळ ठेवून वापरावी. त्यामुळे मूल समाधानी, आत्मविश्वासू आणि स्वावलंबी होण्यास मदत होते. ही पद्धत वापरण्यावर आई व बाबा या दोघांचे एकमत होणे गरजेचे असते.

आजी-आजोबांशी निदान नातेसंबंध ठरविण्यासाठी पालकांचा सहभाग :

संगोपन आणि निरपेक्ष प्रेम या दोनच गोष्टींचा अंतर्भाव असल्याने आजी-आजोबा व बाळामधील नातेसंबंध वेगळेच असतात. आजी-आजोबासुद्धा पालकच असतात. शिस्तीने किंवा लाडाने का होईना आजी-आजोबा बाळाची जरा जास्तच काळजी घेतात व प्रेम करतात. सकारात्मक वागणूक होण्याच्या दृष्टीने उत्तेजन

देण्याची पद्धत अवलंबल्यास बाळाचा विकास योग्य दिशेने होतो. सर्व गोष्टी बिनदिक्कतपणे ऐकून घेतल्यामुळे बाळाची आजी-आजोबांशी वागणूक जास्त मोकळी असते. त्यामुळे मुलाच्या विकासाला व वाढीला योग्य वाव मिळतो. आजी-आजोबा व पालक यामध्ये जर भांडण व वाद असेल तर पालकत्वाच्या पद्धतीत तफावत निर्माण होते. आजी-आजोबांची पालकत्वाची पद्धत वेगळी असते. उदा. काही आजोबा-आजी मूल आनंदी व खूश होण्यासाठी महागडी खेळणी विकत घेतात. बाळ नाखूश झालेले त्यांच्याने पाहवत नाही. त्यांची पालकत्वाची पद्धत वेगळी असल्याने मुलांमध्ये संभ्रम निर्माण होतो. आजी-आजोबांनी आपले जास्त जास्त लाड करावेत यासाठी ते तसे वागते. पालकांनी प्रेमपूर्वक अधिकारवाणीयुक्त पालकत्व पद्धतीचे आजी-आजोबांना महत्त्व पटवून द्यावे, जेणेकरून त्यांच्यामध्ये सातत्य व एकमत होईल. पालकांनी आजी-आजोबांना मान देण्याचा आदर्श मुलांसमोर ठेवावा. कारण त्याचे अनुकरण पुढील पिढी करीत असते. सर्वांत महत्त्वाचे म्हणजे बाळाची काळजी घेतल्याबद्दल पालकांनी आजी-आजोबांचे आभार मानले पाहिजेत.

भावंडांशी नातेसंबंध दृढ होण्यात पालकांचा सहभाग :

अलीकडे बऱ्याच पालकांना दोन मुले असतात. भावंडांच्या वयात फरक असल्याने संकटप्रसंगी आधार असावा. तसेच यश व आनंद वाटून घेणे शक्य नसते. लहान भावंडांच्या दुबळेपणा आणि असहायतेपोटी पालक त्यांची मोठ्यापेक्षा जास्त काळजी घेतात. म्हणजेच दोन भावंडांची पालकत्वाची पद्धत वेगवेगळी असते. मोठा जर अभ्यास करीत असेल, त्यावेळी छोटा त्याच्या पेन्सिलपेटीतील रबर पळवतो. मग मोठा रबर मिळविण्यासाठी आपले कसब वापरतो. लहान नाराज होतो आणि ही नाराजी त्याच्या चेहऱ्यावर दिसते. लहानग्याची नाराजी सहन न करू शकल्याने, पालक छोट्याचे फरंगुटणे कमी करण्यास मोठ्याला रबर द्यायला सांगतात; पण यामधून मोठा समजायचे ते समजतो. पालकांनी पक्षपात केला असा मोठ्याचा ग्रह होतो. पालकांना आपल्यापेक्षा छोटा अधिक जवळचा वाटतो असे मोठ्याचे मत होते.

पालक म्हणून भावंडांमधील भांडणे सोडवण्याचा आपण कधीच प्रयत्न करू नये. आपल्या छोट्या भावंडांना इजा व्हावी, असे मोठ्याला कधीच वाटत नसते. खरे तर मोठे भावंड छोट्याची बरीच काळजी घेत असते; पण काहीवेळा जबरदस्त भांडण होते. हे भांडण खरे तर पालक दोघांशी वेगवेगळे वागले, म्हणून झालेले असते. तसेच पालकांनी योग्य मार्गदर्शनही केलेले नसते. जर या भावंडांच्या भांडणात

पालक पडले नाहीत, तर या भांडणाचे पर्यवसान शत्रुत्वात होणार नाही. मुलांशी वागणूक सारखीच ठेवावी, तसेच त्यांची तुलना करू नये. स्पर्धा निरोगी कशी होईल, याकडे लक्ष असावे. प्रेमपूर्वक अधिकारवाणीने केलेले पालकत्व अमलात आणल्यामुळे भावंडांमधील द्वेषभावना लोप पावू शकते.

मित्राशी असलेल्या संबंधात पालकांचा सहभाग :

इतर मुलांशी खेळावयास मूल साधारणपणे वयाच्या तिसऱ्या वर्षी सुरू करते. त्याचवेळी मुलांशी मैत्री होत असते, आजूबाजूला जास्त मुले असतील, तर बालपणातच त्या मुलांशी घनिष्ठ मैत्री होते. शालेय जीवनात वर्गातील घनिष्ठ संबंधातून मैत्री तयार होते. पहिल्या दहा वर्षातील मैत्री कोणाशी करायची हे पालक ठरवतात. पौगंडावस्थेतील मुलांना आपल्या मित्र–मैत्रिणींच्या संबंधात आई–वडिलांची लूडबुड सहन होत नाही. सामान्यपणे मुलगे कार्यशैलीनुसार मैत्री करत असतात. मुली ज्यांच्याबरोबर पटते त्यांच्याशी मैत्री करतात. मुली मित्र–मैत्रिणींशी भावनात्मक गप्पा गोष्टी करीत असतात. मित्रांच्या काही गोष्टींविषयी पालकांना आस्था वाटते. त्या गोष्टी मुलांच्या कानावर घालायला हरकत नाही; पण त्या मित्रांशी संबंध ठेवण्यापासून मुलांना वंचित करू नये. मैत्री चालू ठेवायची किंवा नाही हे मुलांवर सोपवणे बरे. मुलांना मित्रांची गरज असतेच आणि पालक ते थांबवू शकत नाहीत. ज्यावेळी इतर मुलांशी मैत्री करण्याची संधी मिळत नाही, तेव्हा मुले भ्रमणध्वनीमार्फत मैत्री करण्याचा प्रयत्न करतात. तसेच नेटवर्कचाही वापर करतात. यामुळे व्यक्तीच्या विकासाच्या प्रक्रियेत अडथळा निर्माण होतो. समोरासमोर संवाद होत नाहीत. या सर्व गोष्टींमुळे शारीरिक हालचाल कमी होऊन स्थूलपणा येतो.

दहा वर्षांपर्यंत मैत्री होण्यामध्ये मुलगा किंवा मुलगी हा भेद आड येत नाही. मुले वयात आल्यानंतर मात्र आपण मुलगा किंवा मुलगी असल्याची जाणीव त्यांच्यात निर्माण होते व ते एकमेकांचा द्वेष करू लागतात. पण काही काळानंतर विरुद्धलिंगी मुलांबरोबर मैत्री करण्यात जास्त रस निर्माण होतो. साधारणपणे १४ ते १७ वयादरम्यान उत्तमप्रकारे मैत्री जमते. अशा मित्रांचा एक गट तयार होतो. मग प्रत्येक कार्यक्रमादरम्यान कसे वागावे, कार्यक्रमाला जायला कोणते वाहन वापरावे, कोणता पोशाख घालायचा, इत्यादी बाबतीत सहमती होत असते. १७ वर्षानंतर समलिंगी किंवा विरुद्धलिंगी मुलांमध्ये दृढ मैत्रीपूर्ण संबंध तयार होतात व बहुधा ते आयुष्यभर राहतात. विरुद्धलिंगी मैत्रीबद्दल 'लैंगिकता' या प्रकरणात जास्त चर्चा केलेली आहे. पालक व मूल यांच्यामध्ये मैत्रीपूर्ण संबंध होण्यासाठी पालकांनी मुलाची इतर मुलांबरोबर असलेली मैत्री खुल्या

दिलाने मान्य केली पाहिजे. विनाअट मान्य केलेल्या मैत्रीमुळेच पालक व मूल यांचीही घट्ट मैत्री होते. त्यांच्या मित्रांबद्दल पूर्वग्रह ठेवलेले मुलांना आवडत नसल्याने, पालकांनी मित्रांचे स्वागत करावे, अशी अपेक्षा मुलांची असते. मुलाच्या मित्राबद्दल पालकांनी प्रेम व आस्था दाखवली तर पालकांचे मुलांशी मैत्रीपूर्ण संबंध होण्यास मदत होते.

इतर वडीलधाऱ्या माणसांशी मुलाचे संबंध प्रस्थापित होण्यामध्ये पालकांचा सहभाग :

आपल्या मुलांच्या सहवासात शेजारी व नातलग असतात. अशा माणसांबद्दल मुलांचे स्वत:चे मत असते. त्यामध्ये पालकांनी लुडबुड करू नये. खरोखरीचे आणि वरवरचे प्रेम मुले ओळखू शकतात. अशा मैत्रीची पारख करणे मुलांना शिकवावे. त्याचवेळी लैंगिक स्वार्थासाठी अशी मैत्री वापरली जात नाही ना याकडे लक्ष असावे. दिलेल्या नकारात्मक प्रतिक्रियेबद्दल मुलाच्या बाबतीत कोणी टोमणे हाणल्यास पालकांनी मुलाची बाजू घ्यावी. त्याचवेळी मुलाने मिळविलेले यश आणि त्यांच्या चांगल्या गोष्टीही इतरांना सांगण्यात पालकांनी पुढाकार घ्यावा. अशावेळी केलेल्या कौतुकामुळे मुलाच्या आनंदात भर पडते.

मुलांच्या कायम सहवासात येणारे आणखी एक व्यक्तिमत्त्व म्हणजे शिक्षक. काही शिक्षक प्रेरणादायी व उत्साहवर्धक असतात. त्यांचा मुलांच्या विकासावर चांगला परिणाम होतो ; पण काही शिक्षक तितकेसे चांगले नसतात. अशा शिक्षकांबद्दल मुले टीका करतात. पालकांनी याबाबत आपली कोणतीही प्रतिक्रिया देऊन प्रभाव पाडण्याचा प्रयत्न करू नये. मुले शिक्षकांबद्दल मतप्रदर्शन करीत असताना पालकांनी ऐकण्याचे काम करावे. मुलांच्या परवानगीशिवाय आपण त्यात लुडबुड करू नये.

आपल्या हाताखालच्या नोकरांशी (उदा. चालक, मोलकरीण) आपण सन्मानपूर्वक वागणूक ठेवल्याने मुलांनाही त्यांच्या कष्टाची किंमत कळते. त्याचवेळी मुलांना वाहकाबरोबर गाडीतून एकटे पाठवू नये, म्हणजेच कामगारावर अंधविश्वासही ठेवू नये.

आपण राहत असलेल्या विश्वातील सर्वांशी मुलांची सकारात्मक मैत्री होण्यासाठी पालकांनी सभोवतालच्या सर्वांशी सन्मानपूर्वक वागावे व मुलांसमोर आदर्श निर्माण करावा.

"मी जेव्हा माझ्या नुकत्याच जन्मलेल्या मुलाला उचलून घेतो, तेव्हा माझ्या मनात हेच विचार येतात की, मी या मुलाशी जे बोललो व त्याच्यासाठी मी जे केले, त्याचा त्याच्यावरच नाही, तर तो ज्यांना वर्षानुवर्षे भेटणार आहे, त्याच्यावर काय प्रभाव पडणार आहे?" – रॉस केनेडी.

प्रकरण
२

मुलांशी संवाद

संवाद ही कला आहे. त्यातच मुलांबरोबर संवाद करणे हे मोठे कसब आहे. मैत्रीपूर्ण संबंध होण्यासाठी संवाद करण्याचे उत्तम कसब पालकांनी अंगीकारणे आवश्यक असते. बोलण्यासोबत देहबोलीतूनही आपण मुलांशी संवाद साधत असतो. अशा तऱ्हेने गर्भधारणा झाल्यापासून बाळाशी विविध प्रकारे संवाद होत असतो. या मुलामधून आनंदी, आत्मविश्वासपूर्ण, स्वावलंबी आणि स्वतंत्र विचाराचा माणूस घडविणे हाच संभाषणाचा हेतू असतो. अशा माणसाजवळ आपल्या सभोवतालच्या माणसाची मदत घेऊन किंवा त्यांच्या मदतीशिवाय निर्णय घेण्याची क्षमता असते.

गर्भधारणा पूर्वनियोजित आहे किंवा नाही यावर बाळाशी साधल्या जाणाऱ्या संवादाची पद्धत ठरत असते. गरोदरपणामुळे जोडप्याला प्रतिष्ठा प्राप्त होते. गरोदरपणामुळे कुटुंबातील वातावरणही आनंदी होते. गर्भाची वाढ योग्यप्रकारे होत आहे हे कळल्यावर आई आनंदी होते. तसेच गर्भाची वाढ योग्य प्रकारे होण्यासाठी व गर्भाचे संगोपन नीट होण्यासाठी आईची मनःस्थितीही उत्साही व आनंदी हवी.

बाळ गर्भाशयात असताना, ते आईच्या हृदयाचे ठोके व श्वासोच्छ्वास इत्यादी गोष्टीशी समरस झालेले असते. बाळ आईचा आवाज ऐकू शकते. इतकेच काय तर बाबा जवळून बोलले, तर त्यांचाही आवाज ऐकते. आई-वडिलांच्या सौम्य आवाजामुळे गर्भाशयातील बाळावरही सकारात्मक परिणाम होतो. तसेच गर्भाशयातील बाळाचे आता कुटुंबातील सर्व माणसांशी नातेसंबंध दृढ होतात.

'कृपया, जास्त त्रास न देता बाहेर या.' अशी विनंती बाळाला प्रसूतीच्या आधी आई-वडील करीत असतात. जन्माच्या वेळी बाळाच्या कानावर अनेक माणसांचे आवाज पडतात. बाळ जन्मल्यानंतर दवापाणी करण्यासाठी नेत असता,

आई बाळावर प्रेमभरे मायेचा कटाक्ष टाकते. बाळाचे औषधोपचार व अंघोळ झाल्यानंतर त्याला आईजवळ देण्यात येते. या पहिल्या सहवासात बऱ्याच भावनांची देवाणघेवाण होते. यानंतर बाळाबरोबरचा सहप्रवास आनंददायीच असतो.

बाळांशी कसा, केव्हा व कधी संवाद करावयाचा, हाच या लेखाचा हेतू आहे. (बाळाचा जन्म झाल्यापासून आपण जगात हयात असेपर्यंत आपल्याला त्याच्याशी प्रेमभरे निरपेक्षपणे संबंध ठेवायचे असतात.) बाळाशी आपण बोलून, देहबोलीतून, शांत राहून संवाद करीत असतो. त्याला बिनाअट आधार, प्रेरणा मिळतेच पण त्याबरोबर त्याचे कौतुकही होते. अशाप्रकारे एक विश्वासपूर्ण व्यक्तिमत्त्व उदयास येते.

नवजात बाळाची काळजी घेत असता त्याच्याशी संवाद साधावा. पालकांना बाळाशी नजरानजर केल्याने संवाद साधता येतो. बाळ जागे असताना त्याला पालकांचा झालेला सहवास आनंददायी होतो. बाळाशी संवाद साधण्यासाठी देहबोलीचा बऱ्याच प्रमाणात उपयोग होत असला तरी पालकांच्या आवाजामुळेही बऱ्याच सकारात्मक भावनांची देवाणघेवाण होत असते. बाळाचे पापे घेऊन किंवा मिठी मारून त्याच्यावरील प्रेम व्यक्त करता येते. पालक बाळाजवळ एकत्र असतील किंवा एकएकटे असतील तेव्हा त्यांनी संवाद करावा. बाळाच्या प्रतिक्रियेनुसार पालकांना संवाद करावयास प्रेरणा मिळते. खेळकर मुले पालकांना पाहून आनंदी होतात, तर खट्याळ मुले चिडचिड करतात. संवादाचे तारतम्य बाळाच्या स्वभावावर अवलंबून असते, हे निश्चित!

बाळ हसायला शिकत असताना चेहऱ्यावरील हावभावाने ते संवाद साधू शकते. हसरे मूल पाहून कोणालाही आनंदच होतो. बाळाला जास्तीत जास्त हसायला लावून अधिक आनंदी करण्याचा पालकांचा प्रयत्न असतो. अशा प्रकारे आनंदी ठेवल्याने बाळाला पालकांचा सहवास अधिक हवाहवासा वाटतो. भूक लागणे, कपडे ओले होणे, अस्वस्थ होणे किंवा खेळणे अशा विविध कारणांसाठी बाळ रडते. बाळाकडून मिळणाऱ्या अशा विविध सूचनांची पालकांना सवय होते; त्यानुसार पालकांचे वर्तन होत असते. बाळाची मागणी काहीही असली तरी पालकांनी अतिशय सौम्य व आनंददायीच असावे.

वानगीदाखल एक उदाहरण घेऊ - बाळाला आपल्या जेवणाच्या आधी भरवले जाते; मग प्रतिक्षिप्त क्रियेमुळे मुलाला शौचाला होते. त्याचवेळी पालक जेवत असतात. अशावेळी न चिडता बाळाला स्वच्छ करावे. चेहऱ्यावर तिरस्कार दिसता कामा नये; कारण अशा तिरस्काराची मुलाला सवय होऊन त्याचे प्रत्यंतर मलावरोधासारखे विकार होण्यात होते.

बालवयात मुलाच्या नजरेला नजर देऊन बाळाशी बोलणे उत्तम. त्यामुळे त्याला संवेदना मिळत असतात. बाळ हावभाव व शब्द लक्षात ठेवते. विविध व्यक्तींच्या हावभावावरून कोण कसे संबंध ठेवते, हेही बाळाला समजते. वयाच्या एक वर्षादरम्यान बाळ पालकांप्रमाणे काही प्रमाणात हावभाव करण्यास व मुलांशी थोडे शब्द बोलावयास शिकते. मुले रांगू लागतात, चालायला शिकतात. त्यामुळे अपघाताची शक्यता असल्यामुळे, 'हे करू नको', 'त्याला हात लावू नको' अशासारख्या नकारात्मक सूचना आपण देत असतो. बाळाच्या सुरक्षिततेची काळजी असल्याने आपण सतत अशा सूचना देत राहतो; पण बाळाला तर काहीच कळत नाही. अपायकारक आणि फुटणाऱ्या गोष्टी बाळाच्या हाती लागणार नाहीत, अशातऱ्हेने घरात उंच ठिकाणी ठेवाव्यात. नकारात्मक सूचनांऐवजी सकारात्मक सूचना द्याव्यात. उदा. एखाद्या मुलाने काचेची बाटली घेतली, तर त्याच्यावर ओरडू नये, आपण धीर धरावा व शांतपणे ती काचेची बाटली त्याला आपल्याकडे सुपूर्द करावयास सांगावी. एखादे मूल जर खिडकीतून वाकून पाहत असेल, तर गडबडून जाऊ नये व दुरून ओरडूही नये. अशावेळी बाळाजवळ जाऊन त्याला अलगद पकडावे व बाहेरील गोष्टी त्याला दिसतील अशाप्रकारे धरावे. त्याला सांगावे, 'बाळ, पुढच्यावेळी खिडकीतून पाहायचे झाल्यास, मला मदतीसाठी हाक मार. मी तुला बाहेरील आणखी चांगल्या गोष्टी दाखवीन. मी पकडल्यामुळे तू योग्य प्रकारे पाहू शकशील.' या अशा संभाषणामुळे नकारात्मक आज्ञा कमी होऊ शकतात. बाळाच्या प्रत्येक मागणीचे पालक स्वागत करतात; तसेच त्यांच्या सुरक्षिततेचीही काळजी घेतात. अशी बाळाची धारणा झाल्याने पालकांबद्दल विश्वास वाटतो व त्याच्या मनात सुरक्षिततेची भावना तयार होते.

बाळ मोठे झाले, तरीही त्याच्याशी संबंध प्रस्थापित करण्याचे तत्त्व तेच राहते; पण त्याकडे पाहण्याचा दृष्टिकोन परिस्थितीनुरूप व व्यक्तिनुरूप बदलतो. बाळाशी संबंध प्रस्थापित करण्याचा 'प्रेम' हाच गाभा राहायला हवा. तसेच प्रेम संपादन करणे हेच तत्त्व अमलात आणणे योग्य!

मुले जिज्ञासू असतात आणि शंका विचारत असतात. बऱ्याच शंकांचे आपण समाधान करू शकतो; पण काही प्रश्नांची उत्तरे आपल्याला माहीत नसतात. ''मला त्या प्रश्नाचे उत्तर माहीत नाही. आपण याचे उत्तर दोघे मिळून शोधू या,'' हे सांगण्याचे धाडस आपल्यामध्ये हवे; पण त्याच्या शंकेचे निरसन करण्यासाठी पालकांचे प्रामाणिक प्रयत्न झाले पाहिजेत. यामुळे मुलांचा पालकांवरील विश्वास अधिक दृढ होतो.

पाच वर्षांखालील मुले खेळण्यांची मागणी करतात. अशी खेळणी विकत घेणे परवडणारे आहे का, याबाबत पालकांमध्ये एकमत असावे. ते आपण केव्हा घेऊ शकतो, ते ठरवावे. आपण जर 'हे खेळणे पुढील आठवड्यात घेऊ', असे बाळाला आश्वासन दिले, तर ते पाळावे. दिलेले आश्वासन पाळल्यामुळे पालकांवरील विश्वास दृढ होतो. खेळणे विकत घेणे शक्य नसेल, तर तसे बाळाजवळ प्रामाणिकपणे पालकांनी कबूल करावे. खेळणे विकत घ्यावयाचे पुढे ढकलणे योग्य नाही. त्यामुळे पालकांवरील विश्वास कमी होतो. घरामधील सर्व वयोवृद्ध माणसे आणि पालक यांचे आश्वासन पाळण्यासंबंधी एकमत असावे. बाळाला तसे समजावून सांगावे.

वय मोठे होत जाते तसतशी मुलाला भाषा जास्त चांगल्या प्रकारे समजू लागते. आपल्या भावना ते बोलून व्यक्त करते. आपणही त्याची भाषा समजून घ्यायला शिकावे. आक्रमक, विश्वासपूर्ण, शिथिल, हळुवार पण आक्रमक असे संवाद साधण्याचे चार मार्ग आहेत.

आक्रमकतेने संवाद साधणारी व्यक्ती समोरच्या व्यक्तीच्या भावना समजून घेत नाही. या शैलीने वागणारी माणसे आपला फायदा करून घेतात. त्यांना दुसऱ्याबद्दल कणव व प्रेम अभावानेच दिसते. हुकूमशाही प्रवृत्तीचे पालक अशाप्रकारे वागतात. अशा प्रकारच्या पालकांना आपल्या अपेक्षांपुढे मुलाच्या गरजा व सुख यांचा विचार करावासा वाटत नाही.

गरीब, नम्र व निर्णयक्षमता नसलेली माणसे शिथिल प्रकारची संवादशैली वापरतात. त्यामुळे त्यांच्यावर कोणीही स्वामित्व गाजवतो. त्यांना दुसऱ्याबद्दल कणव व प्रेम असते. भांडण झाल्यास योग्य मार्गदर्शन करून चांगले/वाईट ते सांगू शकत नाहीत.

आत्मविश्वासपूर्ण शैली उत्तम मानली जाते. यामध्ये आपली मते स्पष्टपणे मांडता येतात. त्याचवेळी दुसऱ्याचीही मते उमदेपणाने ऐकली जातात. या पद्धतीत स्पष्ट विचार मांडण्याचे तत्त्व अंगीकारल्यामुळे हीच पद्धत पालकांनी वापरलेली बरी. कुटुंबातील व कुटुंबाबाहेरील व्यक्तींशी याच पद्धतीने संवाद साधावा. यामुळे परस्परांचा मान राखला जातो. तसेच प्रश्न योग्यप्रकारे सोडवले जातात. त्यामुळे आपल्या पालकांचे पाहून मुलेही ही पद्धत वापरतात.

हळुवार पण आक्रमक ही संवाद करण्याची चांगली पद्धत नाही. या प्रकारच्या माणसांना सहजपणे हाताळणे किंवा त्यांना दोष देणे शक्य नसते. ही माणसे मौन पाळून, विनोद करून, माघार घेऊन किंवा जास्त काळ घुटमळत राहून, असहकार

किंवा असहमती व्यक्त करतात. माणसाचे विचार न कळल्यामुळे ही पद्धत चांगली म्हणता येत नाही. प्रत्येक गोष्ट हसण्यावारी नेणे, असंबद्ध विनोद करणे, वारेमाप स्तुती करणे किंवा लाळघोटेपणा करणे, मूळ विषयाला बगल देणे, अशा प्रकारच्या क्लृप्त्या हळुवार पण आक्रमक संवाद करणारी माणसे वापरतात.

आपण संवादाची कोणती पद्धत वापरतो, हे पालकांनी चिंतन करून ओळखावे. आपण कोणाशी, केव्हा व कोणत्या प्रकारची संवादाची पद्धत वापरतो, हे समजून घ्यावे. ती शैली वापरून आपला फायदा किती, तोटा किती व कसा झाला, हे समजून घ्यावे. आपल्या मुलांचे आपल्यावर लक्ष असते आणि ती त्या त्या परिस्थितीत तशीच शैली वापरतात. पालकाची संवादाची शैली लक्षात ठेवून त्याचेच अनुकरण देहबोलीतून किंवा बोलून मुले १-२ वर्षांत करतात. कधी कधी एखादा अनोळखी शब्द मुले वापरतात. मग आपण आश्चर्यचकित होतो. या कारणामुळेच बहुधा मुलांना 'माणसाचे बाप' असे म्हणतात. कारण आपल्या संवादातील चुका मुले आपल्याला दाखवतात.

मुलांचे संगोपन करण्याबरोबरच संवादाद्वारे चार महत्त्वाच्या गोष्टी साध्य करायच्या असतात. पहिले व महत्त्वाचे म्हणजे संवादाद्वारे बाळावरचे निरपेक्ष प्रेम बाळाला जाणवले पाहिजे. भाषेचा विकास, जीवनमूल्ये रुजवणे आणि सकारात्मक पालकत्व या संवादाद्वारे साध्य होणाऱ्या इतर तीन गोष्टी होत. बाळाला आहे तसे स्वीकारण्याची जाणीव निरपेक्ष प्रेमामुळे होत असते. त्याच्याकडून कोणत्याही गोष्टीची अपेक्षा नसते. पापे घेऊन किंवा मिठीत घेऊन बाळावर प्रेम करावे. त्याबरोबरच खेळून, गुदगुल्या करून, पाठीवर थोपटून तसेच बाळासाठी वेळ देऊन प्रेम व्यक्त करता येते. आपल्याबरोबर फिरावयास नेऊन त्याचेबरोबर राहणे आपल्याला आवडते हेही त्याला समजते. फिरावयास जाताना भ्रमणध्वनीवर बोलत बसल्याने आपले महत्त्व कमी झाल्याचे बाळाला जाणवते. एकमेकाला आनंद मिळेल अशाच गोष्टी बाळाबरोबर राहून कराव्यात.

बाळाने भाषा शिकावी म्हणून संवादाची गरज असते. आपल्या बाळाची भाषा कोणती असावी, यासंबंधी कुटुंबातील सर्वांशी बोलून एकमत करावे. मातृभाषा आणि बोलण्याची भाषा एकच असेल, तर शब्दसंग्रह वाढतो. कुटुंबातील बोलण्याची भाषा आणि मातृभाषा जर वेगळी असेल, तर आपली संभाषणाची मुख्य भाषा कोणती यावर एकमत होणे गरजेचे असते. कारण मुलांना एकाच वेळी झटपट दोन किंवा जास्त भाषा शिकणे कठीण जाते; पण जर तीन तीन भाषा शिकायला व ऐकायला मिळत असतील तर ते तीन वर्षांत तीन भाषा बोलायला शिकते.

भाषा शिकताना मुले त्या भाषेतील चांगल्या व वाईट गोष्टी शिकत असतात. म्हणून आपण पालकांनी योग्य शब्दांचाच वापर करावा. गाडी चालवत असताना रस्त्यात मध्येच कोणी आल्यास, आपण त्याला अपशब्द बोलतो. ते बाळासाठी योग्य नसतात. असे शब्द बाळ ऐकते. अर्थात ते शब्द ते लगेच वापरत नाही; पण त्याला शाळेत किंवा इतर ठिकाणी कोणी चिडवले तर तेच शब्द ते बाळ त्यावेळी वापरते. थोडक्यात आपण बाळाला ते शब्द वापरायलाच शिकवत नाही, तर चुकीची जीवनमूल्येही त्याच्यात रुजवितो आणि हे सर्व नकळत होत असते.

संभाषणातून बाळाचे कौतुक करून व प्रोत्साहन देऊन पालकत्व अधिक प्रभावी होते. दोन वर्षांचे बाळ जर स्वतःचे दात घासण्यास आईला मदत करत असेल, तर काही वेळाने ते स्वतःच टूथपेस्ट उघडते. अशावेळी वडिलांनी बाळाचे कौतुक करावे व घरातील सर्वांना टाळ्या वाजवून त्याचे कौतुक करावयास सांगावे. मग घरातील सर्वांनी, "बघा, बाळाने दात घासण्यासाठी स्वतःच ब्रश काढून घेतला," असे म्हणावे. अशा प्रकारच्या प्रोत्साहनामुळे बाळ काही गोष्टी सहज शिकते.

शाळेत जाणारी मुले शब्द व हावभाव याद्वारे भावना दुसऱ्यापर्यंत पोचवत असतात. त्यांना पालकांची बोललेली व न बोललेली भाषा समजते. देहबोलीवरून मुले काही वेळा समज करून घेतात व त्याबद्दल पालकांशी नीट बोलत नाहीत. एखादे मूल शाळेतून येऊन पटकन् आईच्या मांडीवर बसते. त्यावेळी आईने बाहेर जाण्यासाठी चांगली साडी नेसलेली असते. त्यामुळे ती मुलावर हावभाव करून नाराजी व्यक्त करते. त्यामुळे आईने आपल्याला नाकारले, असे मुलाचे कायमचे मत होते. बाळाला दिवसभरात केव्हाही पालकांना मिठी मारण्याचे, पापे घेण्याचे, त्यांच्या अंगावर वा मांडीवर उड्या मारण्याचे स्वातंत्र्य असले पाहिजे. शाळेत जायला लागल्याने मुलाला आई-वडिलांपासून बराच काळ दूर राहावे लागते. छोट्याशा तिरस्करणीय हावभावामुळे पालकांनी नाकारल्याची भावना मुलामध्ये जोपासते.

शाळा सुटल्यानंतर बाळाला दिवसभरातील घटना पालकांना सांगाव्याशा वाटतात. अशावेळी पालकांनी बाळाचे म्हणणे शांतपणे ऐकावे. बाळाची इच्छा असेल, तरच त्यासंबंधी बोलावे. पालकांनी मध्ये मध्ये प्रश्न विचारल्यास त्यामुळे मूल सावध होते व सत्य सांगत नाही. "पुढे काय झाले? त्यानंतर तुम्ही सर्व मुलांनी शिक्षकांचे अनुकरण केले असावे; मग नंतर काय झाले?" अशासारख्या थेट प्रश्नांमुळे पालक आपले बोलणे ऐकत आहेत व आपल्याला पालक समजून घेत आहेत, असेही वाटते. 'मी समजू शकतो', अशा प्रतिक्रियेमुळे बाळ सुखावते.

बरीच मुले पालकांच्या आधी घरी येतात व दरवाजा उघडतात. अशा मुलांना

'दार उघडणारी मुले' (Lates key kids) असे संबोधतात. शाळेत आठ तास काढून अतिशय भावनाशील मनाने मुले रिकाम्या घरात प्रवेश करतात. काही मुले आई-वडिलांपैकी एकाला दूरध्वनी करतात. काही दिवसांनी हे फोन न करता मूल दूरदर्शन पाहू लागते किंवा संगणकीय खेळ खेळते. पूर्वीच्या सर्व भावना आई-बाबा येईपर्यंत बदलून जातात. शाळेतून आल्यावर मनात असलेल्या भावना पालकांनी ऐकून घ्याव्या, असे त्याला वाटते. आई-बाबा जेव्हा ऐकायला तयार असतात, तेव्हा सर्व आठवून सांगणे मुलांना आवडत नाही. आई-वडील कामावरून आल्यावर घरातील कामे निपटण्यामध्ये व्यग्र असतात. त्यामुळे मूल सांगत असलेल्या शाळेतील गोष्टी ऐकण्यास त्यांना वेळही मिळत नाही. जेवण, अभ्यास व दुसऱ्या दिवशीची तयारी या नैमित्तिक गोष्टींपुरतेच संभाषण मर्यादित राहते.

मुलांबरोबर दूरदर्शन पाहिला म्हणजे त्याला वेळ दिला, असा पालकांचा समज होतो. दूरदर्शन पाहताना आपण मुलाशी संवाद करीत नसल्याने तो वेळ मुलाला दिला हा पालकांचा समज चुकीचा असतो. कार्यक्रम पाहताना कुटुंबातील सर्वांनी चर्चा केली तरच मुलाशी संभाषणासाठी वेळ दिल्यासारखे होते. प्रसारमाध्यमांनी सादर केलेल्या कार्यक्रमाचे काळजीपूर्वक विश्लेषण केले, तर माध्यमांबद्दल योग्य समज निर्माण होतो. त्यातूनच मुलांना प्रसारमाध्यमांबाबत साक्षर केल्यास ते मुलांना अतिशय उपयोगी असते.

काही घरांत मुलांसाठी व पालकांसाठी वेगवेगळे दूरदर्शन संच असतात. त्यामुळे विश्रांती घेतानाही मुलांशी संभाषण होऊ शकत नाही. खोल्या वातानुकूलित असतील, तर संभाषणात आणखी अडथळा येतो. कारण खोल्यांचे दरवाजे बंद असल्याने आवाजही ऐकू येत नाहीत. घरातील प्रत्येकजण आपआपल्या संचाजवळ असतो. त्यामुळे ९०० चौ.फुटांच्या जागेत सर्वजण एकत्र राहत असले, तरी एकमेकांपासून बरेच दूर असतात.

मुले जेव्हा तारुण्यात पदार्पण करतात, तेव्हा पालकांच्या पंखाखालून दूर होण्याची प्रक्रिया सुरू होते. स्वतःच्या निर्णयक्षमतेचा विकास करावयाचा असल्याने, ते पालकांचे ऐकण्याच्या मनःस्थितीत नसतात. ही मुलांची मानसिक अवस्था पालकांनी समजून घेतल्यास त्यादृष्टीने आपली मानसिकता तयार होऊ शकते. मुलांवर प्रेम करणे तसेच चालू ठेवावे; पण त्यासाठी वेगळी पद्धत अवलंबवावी. तरुणांना आता ते मोठे झाल्याने त्यानुरूप मान द्यावा असे वाटते. त्यांना सूचना देण्यापेक्षा विविध पर्याय त्यांच्यासमोर ठेवावेत.

पालकांनी आपल्या मुलांवरच्या प्रेमाचे प्रदर्शन लोकांसमोर, विशेषतः त्यांचे

मित्र बरोबर असतील, तेव्हा मुळीच करू नये. तथापि, पालकांनी घरी असताना आपल्यावर प्रेम करावे अशी त्यांची अपेक्षा असते. त्यांना मांडीवर बसणे, तसेच मिठी मारून प्रेम व्यक्त करणे हे आवडते. पालकांनी 'मी तुझ्यावर प्रेम करतो' असे म्हटलेले आवडते; अर्थात ते वरवरचे नसावे. कोणत्या शब्दांत प्रेम प्रदर्शित केले, याबद्दल ते आग्रही नसतात. योग्यवेळी पाठीवर थोपटून प्रशंसा, मग ती मित्रांसमोरही केलेली त्यांना चालते. शाळेत जाताना कपाळाचा पापा घेतलेला बऱ्याच तरुण मुलांना आवडतो. प्रेमाची आस आणि स्वातंत्र्य या द्वंद्वात त्यांच्या अंतर्मनात युद्ध चालू असते. आपण बदलत असलो तरी आपले पालक तसेच आहेत, याची जाणीव मुलांना होते. आपण लहरीनुसार बदलत असलो, तरी आपल्या पालकांची वागणूक दृढ असावी, अशी त्यांची इच्छा असते.

मुलांशी मैत्रीपूर्ण संभाषण केल्यास अधिक आनंददायी होते. जगातील कोणत्याही गोष्टीबद्दल पालकांनी मुलांशी बिनधास्त व आनंदाने संवाद करावा. शाळेतील स्पर्धा, वाचत असलेली पुस्तके, शाळेतील सांस्कृतिक कार्यक्रम, शाळेतील प्रणयकथा, शिक्षकांची केलेली थट्टा, नवीन चित्रपटासंबंधी सर्वांचे मत, इत्यादी विषयांसंबंधी गप्पा मारलेल्या मुलांना आवडतात. तरुणांशी गप्पांचे विषय हे अभ्यास व नैमित्तिक विषयासंबंधी नसावेत. त्यामुळे तरुण व त्यांचे पालक यांच्यात उत्तम, नवनवीन विषयांबाबत संभाषण सुरू होते. अशा तऱ्हेने संबंध प्रस्थापित झाल्यामुळे तरुणांचे पालकत्व करणे सहजसुलभ होते. तसेच तरुण समजुतदार होऊन आपण सुचविलेल्या गोष्टींचा सहजपणे विचार करतात. आत्मविश्वासाने संभाषण करत असताना, अधिकारवाणीने व प्रेमाने केलेले पालकत्वच प्रभावी होते.

त्यांनी केलेला पोशाख व त्यांचे बोलणे सहज स्वीकारावे. योग्य वेळ साधून सहजपणे त्यांच्याशी या गोष्टींबद्दल गप्पा माराव्यात. त्यांनाच निर्णय घ्यायला सांगावे. आपण कधीच निवाडा करू नये. असे केल्यामुळे तरुणांना आपले पालक आपल्याला समजून घेतात, याबद्दल खात्री होते. बँक व्यवहार, गाडी घेणे, त्यांच्या भवितव्यासंबंधी विचार, औषधासंबंधी त्यांची मते, तसेच लैंगिकता इत्यादी महत्त्वाच्या विषयांवर तरुणांना गप्पा मारायला आवडतात. अशा चर्चेमुळे त्यांना मान दिला जातो, अशी खात्री होते. या विषयावर ते आपली मते सहजपणे मांडतात. कुटुंबातील अर्थकारणासंबंधी तरुणांशी उघडपणे चर्चा केलेली त्यांना आवडते. अशावेळी अर्थव्यवहारासंबंधात सकारात्मक सूचनाही ते करतात. थोडक्यात, तरुणांना प्रौढ माणसांप्रमाणेच वागलेले आवडते. त्यामुळे आपणही बऱ्याच गोष्टी त्यांच्याकडून शिकतो; तसेच त्यांच्याशी संबंधही दृढ होतात व दरी निर्माण होत नाही.

संभाषणाचे घटक :

जवळजवळ ९३ टक्के संभाषण देहबोलीतून होते, असे डॉ. अल्बर्ट मेहराबीअन यांचे निरीक्षण आहे. जेव्हा एखादा माणूस बोलतो, तेव्हा श्रोता ७ टक्के शब्दांवर व शब्दांच्या फेकीवर, आवाजावर ३८ टक्के आणि ५५ टक्के चेहऱ्यावरील हावभावांवर लक्ष केंद्रित करतो. म्हणून पालकांनी संभाषणाच्या शाब्दिक व देहबोली, या दोन्ही घटकांवर लक्ष केंद्रित करावे. त्यामुळे संवाद परिणामकारक होण्यास मदत होते.

शाब्दिक कौशल्य :

बोलणे व लिहिणे या दोन गोष्टींचा शाब्दिक कौशल्यात अंतर्भाव असतो. 'मुलांना जशी वागणूक हवी आहे तसे त्यांच्याशी वागावे' असा नियम नातेसंबंध दृढ करण्यासाठी उत्तम! मुलांशी सन्मानपूर्वक व सौजन्यपूर्वक भाषेत संभाषण करावे. प्रत्येकवेळी प्रेमाचा वर्षाव करावा. मुलांशी केलेले संभाषण स्पष्ट, समजायला सोपे व छोट्या वाक्यात असावे. त्यामुळे योग्य समज निर्माण होतो.

मुलांना, विशेषत: तरुणांना मोठी व्याख्याने, नीतिपाठ ऐकावयास आवडत नाहीत. रेडिओ ऐकताना, दूरदर्शन पाहताना आणि वर्तमानपत्र वाचताना, आपल्याला मिळणाऱ्या माहितीपैकी खास 'शिकण्यासारख्या गोष्टीं'कडे लक्ष वेधून द्यावे. अशा गोष्टींचा दैनंदिन जीवनात कसा उपयोग होतो, तेही सांगावे. या गोष्टींचा उपयोग मादक द्रव्यांच्या व्यसनापासून दूर राहण्यास व बेजबाबदार लैंगिक वागणूक टाळण्यास होतो.

आपल्या भावना व अपेक्षा मुलांपर्यंत पोचविण्यासाठी 'मी' असलेल्या वाक्यरचना वापराव्यात. उदा. ''तुझी वागणूक योग्य नाही'', असे म्हणण्यापेक्षा, ''या तुझ्या वागणुकीची मला काळजी वाटते.'' असे म्हणणे योग्य. वाक्यात 'तू' वापरल्याने मुलावर आरोप केल्यासारखे होते व नकारात्मक भावना निर्माण होते.

जे तरुण संभाषण करण्यास उत्सुक नसतात, त्यांना थेट प्रश्न विचारायची सवय पालकांनी स्वत:ला करून घ्यावी. विनोदबुद्धीने संवाद साधण्याचा प्रयत्न केल्यास, अधिक चांगले. पत्र लिहूनही पालक मुलाशी संभाषण करू शकतात. प्रशस्तिपत्रक, कामांची यादी, आठवणीसाठी चिठ्ठी, एखाद्या दिवसात करावयाचा कार्यक्रम, तसेच भावना व विचार यांची पत्राद्वारे देवाणघेवाण केल्यास परिणामकारकपणे व कार्यक्षमतेने संदेश मुलांपर्यंत पोचू शकतात.

देहबोलीतून संभाषण :

देहबोलीतून संभाषण करण्याचे कसब आपण आत्मसात करून घेतले पाहिजे. आपल्या मुलांची सुख-दु:खे त्याच्या देहबोलीतून आपणास समजली पाहिजेत. तसेच ती समजल्यावर त्यानुरूप प्रतिक्रियाही दिल्या पाहिजेत. दृष्टिक्षेप, चेहऱ्यावरील हावभाव, हातापायांची स्थिती, शरीराची हालचाल व शारीरिक जवळीक वगैरे गोष्टींचा देहबोलीत अंतर्भाव असतो.

लक्षपूर्वक ऐकणे :

ऐकून घेणे हे संभाषणाचे महत्त्वाचे अंग आहे. लक्षपूर्वक ऐकण्याचे कौशल्य आत्मसात केल्यास मुलाचे विचार समजतात. त्याद्वारे त्यांची अडचण समजून घेऊन त्याच्या अडचणीवर उपाय शोधणे शक्य होते.

लक्षपूर्वक ऐकण्याचे चार महत्त्वाचे घटक –

१) मुलाशी बोलताना त्याच्याकडे पाहावे. त्यामुळे आपण त्याचे बोलणे नीटपणे ऐकत आहोत, याची मुलाला खात्री होते.

२) मूल बोलत असताना मधूनमधून दिलेल्या प्रतिसादामुळे त्याला बोलण्यास हुरूप येतो व आपले म्हणणे मूल समर्थपणे मांडू शकते. ठीक, बरोबर, हां, मान डोलावणे इत्यादी गोष्टी प्रतिसाद देण्यासाठी वापराव्यात.

३) मुलाच्या बोलण्यावर मधूनमधून प्रतिक्रिया दिल्यास आपल्या भावना मुलासमोर योग्यप्रकारे प्रदर्शित होतात. संभाषणाचा अर्थबोधही होतो.

४) मुलाला बऱ्याच गोष्टींचा त्रास होत असेल, तर त्यातील काही गोष्टी सारांश स्वरूपात मांडाव्यात. त्यामुळे पालकांवरील मुलाचा विश्वास दुणावतो.

पालकांकडून अशा संभाषणाचा वापर नकारात्मक होतो का, आपल्यापेक्षा लहान असणाऱ्यांशी व आपल्याकडे काम करणाऱ्यांशी आपण कसे बोलतो, याकडे मुलांचे लक्ष असते. या व्यक्तींबरोबर संभाषण करताना आपण आक्रस्ताळेपणाने वागत असू, तर मुलेही त्यांच्याशी तसेच वागतात. तिसऱ्या माणसासंबंधी बोलताना नको त्या प्रतिक्रिया आपण देत असतो. आपल्याला एखाद्या माणसाबद्दल राग व द्वेष वाटत असेल, तर आपण चुकीच्या पद्धतीने व्यक्त करतो. अशाप्रकारचे वाद मुलांनी न ऐकलेले बरे; कारण असे संवाद ऐकून कुटुंबातील व शेजारील व्यक्तींबद्दल मुले पूर्वग्रहदूषित होतात. आई-वडील आपापसात भांडताना त्यांचा तोल सुटतो. खरे तर नवरा-बायकोमध्ये मतभेद होणे स्वाभाविक असते; पण ते प्रकट करताना

संभाषणामध्ये सभ्यपणा असला पाहिजे. कारण मुले या गोष्टीही मनात ठेवतात. भावी आयुष्यातील स्पर्धात्मक जीवनात मुलांसमोर त्यांच्या पालकांचे वैवाहिक जीवन हे आदर्श म्हणून मानले जाते. कुटुंबातील काही व्यक्ती एकमेकांशी कित्येक दिवस भाषण करीत नाहीत. अशाप्रकारे पाळलेले मौन, हाही मुलांच्या दृष्टीने संभाषणाचा प्रकार म्हणूनच समजला जातो. त्याचे अनुकरण होते. काही कुटुंबांमध्ये आपल्याला हवे ते मिळाले म्हणून भावनिक दबावतंत्राचा अवलंब केला जातो. उदा. "हे जर तू विकत घेतले नाहीस, तर मी घर सोडून जाईन", "तू हे करावयाचे थांबवले नाहीस, तर मी आत्महत्या करीन." 'घर सोडेन' व 'आत्महत्या करेन' या धमक्याच असतात; पण मुलांना ते समजत नाही. या धमक्या त्यांना खऱ्याच वाटतात आणि त्या माणसाच्या विरहाची व मरणाची त्यांना भीती वाटते. खरेतर यातील कोणत्याच गोष्टी मुलांसाठी नसतात; पण मूल अशाच प्रकारचे संभाषण आपल्या जीवनात आचरणात आणते. आपली कामे करून घेण्यासाठीही मुले याच तत्त्वाचा अवलंब करतात.

वयानुरूप मुलांशी परिणामकारक संभाषण केल्याने एक आत्मविश्वास असलेले व्यक्तिमत्त्व उदयास येते. आक्रमक शैलीत वाढलेली मुले एकतर आक्रमक होतात किंवा घाबरट होऊन सर्वांना खूश करण्याच्या प्रयत्नात असतात. शिथिल शैलीत वाढलेली मुले निष्क्रिय होतात किंवा त्यांच्यासमोर कोणताही आदर्श नसल्याने त्यांना कोणती शैली आत्मसात करावयाची ते कळत नाही. निष्क्रिय पण आक्रमक पद्धत आत्मसात करण्यास कधीच प्रोत्साहन देऊ नये. या पद्धतीचा सर्वांनाच त्रास होतो. त्यांचे कोणाशीच संबंध चांगले राहत नाहीत. तसेच एखाद्या गोष्टीबाबत मतभेद झाले तरीही मुलावरील आपले प्रेम कमी होऊ नये. एकमेकांबद्दल आदराची भावना जोपासली पाहिजे. तसेच संभाषण आत्मविश्वासपूर्ण असावे. त्याचवेळी संभाषणात अधिकारवाणीचा वापर असावा. प्रेम व वात्सल्यासोबत आपल्याकडे सर्वांनी लक्ष द्यावे व आपल्या कृत्याला मान्यता द्यावी, असेही मुलांना वाटत असते.

प्रकरण

३ | ## मुलांसाठी वेळ

'मुलांना देण्यालायक वेळेसारखी दुसरी कोणतीही गोष्ट नाही.'

आपल्या देशाचा विकास झपाट्याने होत आहे. त्यामुळे मुलांसाठी वेळ देणे हे पालकांसमोरील मोठे आव्हान आहे. घराबाहेरील जबाबदाऱ्यांमुळे कुटुंबासाठी, तसेच आपल्याला आवडणाऱ्या व्यक्तीसाठी वेळ देणे आपल्याला शक्य होत नाही. या सर्वांमधून सोईस्कर तोडगा सापडावा, यासाठी आपली खटपट चालू असते. गेल्या वीस वर्षांत यासाठी मुलांना 'दर्जेदार वेळ' ही नवीन संकल्पना प्रचलित झाली आहे. पालकांनी 'फक्त दर्जेदार/विशेष वेळ' दिला म्हणून त्यांचे समाधान होते असे नाही. पालकांनी आपल्यासाठी भरपूर वेळ द्यावा, अशी मुलांची अपेक्षा असते. दिवसातील ठरावीक वेळच पालकांबरोबर घालवावा. ही संकल्पना मुलांना मान्य नसते. 'आपली योग्यप्रकारे काळजी व संगोपन हे दोन्ही केले गेले आहे', याची मुलांना खात्री होण्यासाठी पालकांनी त्यांच्याबरोबर भरपूर वेळ घालवावा, हे इष्ट!

मुलांना वेळ न दिल्याचे दुष्परिणाम

पालकांनी आपल्याला किती वेळ द्यावा, हे मुले विविध प्रकारे सूचित करत असतात. या सूचनांकडे जर योग्य प्रकारे लक्ष दिले नाही तर या सूचनेचे 'मागणीत' पर्यवसान होते. या मागण्यांकडे लक्ष दिले नाही, तर त्यांचे पर्यवसान राग व दुरावा निर्माण होण्यात होते. एवढे होऊनही मुलाला आपण वेळ देऊ शकलो नाही, तर मूल भावनाप्रधान होते. त्याच्यात वर्तणूक समस्या निर्माण होतात व स्वतःबद्दल द्वेषभावना तयार होते. या जगात आपल्याला काहीच किंमत नाही, अशी भावना होते. मूल क्षणिक आनंद देणाऱ्या गोष्टींच्या मागे लागते व कधी कधी आत्महत्येचा विचारही त्याच्या मनात डोकावतो. अशा परिस्थितीत तरुण जवळच्या व्यक्तींकडून प्रेमाची व

वेळेची अपेक्षा करतात. हा जवळचा माणूस घरातील, मित्रांपैकी कोणी किंवा विरुद्धलिंगी असू शकतो. एकांतवास त्यांना इतका भंडावून सोडतो की, सान्निध्यात आलेल्या माणसाला त्यांच्याबरोबर राहावयाचे नसले, तरी ते त्याला सोडत नाहीत. या सर्व गोष्टींचा परिणाम त्याच्या सान्निध्यातील व्यक्तीबरोबरच्या संबंधावर होतो.

पालकांचा आपल्याला सहवास हवा, हे मुले पालकांच्या कशाप्रकारे ध्यानात आणून देतात?

पालकांचे आपल्याकडे लक्ष केंद्रित करावे म्हणून नवजात अर्भक घाबरेघुबरे होते व किरकिर करू लागते. ते आईच्या छातीशी चिकटून राहते आणि आईचा सहवास, ऊब अनुभवण्यासाठी बराच वेळ तसेच राहते. अशावेळी मूल दूध ओढत नाही. स्तन नुसतेच तोंडात धरून हातानेही पकडून ठेवते. आईच्या मांडीवर असताना मूल झोपी जाते व मांडीवरून खाली ठेवले की आईचे लक्ष वेधून घेण्यासाठी रडू लागते.

एक वर्षापर्यंत मूल आईचे लक्ष वेधून घेण्यासाठी जोरात हसते किंवा अवखळपणा करते. काही मुले आपल्या आवाजाने व चेहऱ्यावरील हावभावाने पालकांचे लक्ष वेधून घेतात.

पालक अंघोळ घालणे, भरवणे इ. अत्यंत गरजेच्या गोष्टींकरिताच मुलांसाठी वेळ देतात. मग मूल जेवणासाठी बराच वेळ लावते. स्नानगृहात अंघोळ करताना उगाच अळमटळम करते. जेणेकरून हा वेळ वाढेल व पालक त्यांच्याबरोबर जास्त काळ राहतील. जर पालक गोष्टी सांगून व त्याच्याबरोबर खेळ खेळून बराच वेळ राहत असतील, तर बाळही नैमित्तिक कामे पटपट उरकून खेळण्यासाठी परत हजर होते.

दूरध्वनीवर बोलताना किंवा संगणकावर काम करताना पालक शारीरिकदृष्ट्याच मुलाबरोबर असतात; पण भावनिकदृष्ट्या त्याच्याजवळ नसतात. मग अशावेळी मुले पालकांजवळ येतात आणि पालकांच्या तोंडावर किंवा डोळ्यांवर हात ठेवून किंवा रडून त्यांचे लक्ष आपल्याकडे वेधून घेतात.

जर पालकांनी मुलासाठी योग्यप्रकारे वेळ दिला नाही, तर मूल भीतीपोटी पालकांना चिकटून राहते किंवा पालकाबद्दल त्यांच्या मनात दुरावा निर्माण होतो आणि ते दुसऱ्या व्यक्तीबरोबर राहणे पसंत करते.

एक वर्षानंतर 'माझ्याबरोबर खेळायला ये', असे पालकांना सांगते किंवा पालकांचा हात धरून खेळायला नेते. अशावेळी जर पालकांनी 'मला वेळ नाही, मला जायला हवे', असे सांगितले, तर बाळ 'मला भूक लागली' असे सांगते. कारण जाण्याआधी पालक अन्न भरवून जाणार, याची बाळाला खात्री असते. पालक

कामावर जाताना मुले त्यांना जाऊ देत नाहीत, चिकटून बसतात किंवा घरी आल्यावर किरकिर करतात.

'तू आज घरी राहशील का? म्हणजे मी घरी येईन, तेव्हा घरी कोणीतरी असेल.' किंवा 'मला न्यायला येशील का? इतर पालक त्यांच्या मुलांना न्यायला येतात.' असे संवाद शाळेत जाणारी मुले पालकांशी करतात. काही वेळा आदल्या दिवशी व्यवस्थितपणे समजावून दिलेला विषय परत समजावून सांगायला सांगतात.

मुले काम करताना पालकांना बोलावतात किंवा साध्यासाध्या कारणावरून रडत राहतात. यानिमित्ताने पालकांच्या काळजाला भिडून पापा घ्यायला, गोड बोलायला व मिठी मारायला लावतात.

पालकांसमोर पूर्ण शरणागती पत्करावी किंवा आपल्याला असलेली जवळकीची आस कोणाशी तरी मैत्री करून भागवावी अशा द्वंद्वात तरुण मुले असतात. 'मला आज शाळेत सायकलने जायला कंटाळा आलाय, तुम्ही मला शाळेत सोडाल का?' अशा प्रकारच्या संभाषणातून पालकांच्या सान्निध्यात राहण्याचा प्रयत्न करतात. काही वेळा "उद्या शाळेत वार्षिक दिन आहे. मी माझ्या मित्रांसमवेत असेन. तू कार्यक्रम पाहायला ये. तुझी जागा मी राखून ठेवीन" किंवा "मी माझ्या मित्रांना घरी आणण्याचा बेत करतोय. तुम्हापैकी एकजण घरी असाल ना?" "तू माझ्यासाठी जेवण करू नको. गुलाबजाम मला आवडतात, ते तू कर." "उद्या मला अभ्यासासाठी सुट्टी आहे; पण रिकाम्या घरात एकटाच राहून फोन घेणे व घंटा वाजली, की दार उघडणे, अशासारखी कामे मला करायची नाहीयेत. तेव्हा तू घरी राहा." अशा प्रकारचे संवाद तरुण मुले करतात, जेणेकरून पालकांचे सान्निध्य त्याला जास्त काळ मिळते.

त्रस्त तरुण मूल आपल्या जीवनातील वैतागवाडीला पालकांनाच जबाबदार धरतात. मग ते पालकांशी पुढीलप्रमाणे संवाद करतात. "मी घरी येतो, तेव्हा घरी कोणीच नसते. माझी तुम्हाला जराही काळजी वाटत नाही. मी घरी सुरक्षित आहे काय, याबद्दल तुम्हाला चिंता नसते. तुम्ही तुमच्या कामात, संगणकात किंवा भ्रमणध्वनीमध्ये व्यस्त असता. तुमचे माझ्या मार्कांवर प्रेम आहे, माझ्यावर नाही." मी तुमच्याशी बोलायला आलो, की तुम्ही म्हणता, "मला खूप काम आहे, मला समजून घे. मी तुम्हाला का समजून घ्यावे? तुम्ही तर मला मुळीच समजून घेत नाही."

वरील सर्व संवाद पालकांचे लक्ष वेधण्यासाठी आणि पालकांनी आपल्यासाठी वेळ द्यावा, हेच सूचित करतात.

पालक मुलांसाठी कशाप्रकारे वेळ काढू शकतात?

मुलासाठी विविध प्रकारे वेळ देणे पालकांना शक्य असते. नवजात अर्भक जागे असेल, तेव्हा त्याला मांडीवर घेऊन त्याच्याशी संवाद साधू शकतात. आईची तब्येत नाजूक असेल तर ती मुलाला आपल्या कुशीत घेऊन झोपू शकते. त्यामुळे बाळाला ऊब मिळते व सुरक्षित वाटते. वडीलसुद्धा बाळाला काही वेळ आपल्याजवळ घेऊ शकतात.

मूल हसायला शिकल्यावर त्यातून आनंद मिळतो, म्हणून बाळाला या हसण्याची सवय करायला आवडते. या सुखाचा आनंद पालक व बाळ वारंवार अनुभवू शकतात.

वर्षभरात बाळ सभोवारच्या वातावरणाशी समरस होते. यावेळी हावभाव करून किंवा बोलून वातावरणात अधिक समरस होण्यात पालक पुढाकार घेऊ शकतात. यामुळे पालकांचे बाळाबरोबरचे संबंध दृढ होण्यास मदत होते. इतकेच नव्हे, तर बाळाची ग्रहणशक्तीही वाढते.

एक ते दीड वर्षापर्यंत बाळ इकडे-तिकडे फिरू लागते. पालकांनी या बाळाच्या हालचालींना प्रोत्साहन दिल्यामुळे त्याच्या जिज्ञासूपणाला अधिक वाव मिळतो. जिज्ञासेपोटी शारीरिक क्षमतेहून अधिक गोष्टी बाळ करते. पण वात्सल्यपूर्ण पालक त्याच्या बरोबर असल्याने त्याला सुरक्षित वाटते. याच वयात चित्रे, आजूबाजूचे प्राणी आणि त्याच्याबरोबर खेळलेले विविध खेळ इत्यादी गोष्टींमध्ये निर्भेळ आनंद लुटते.

बाळाला झोपवताना गोष्टी वाचून त्याच्याबरोबर आपण वेळ घालवू शकतो.

दुसऱ्या वर्षात वाढत्या जिज्ञासेमुळे आजूबाजूच्या नवनवीन गोष्टींमध्ये व पुस्तकांमध्येही बाळ खूश होते. आपल्याबरोबर बाहेर नेऊन जगातील नवीन गोष्टी बाळाला पाहायला शिकवाव्यात. दूरध्वनीतून बोलत राहण्यापेक्षा बाळाशी गप्पा माराव्यात.

आपले पालक आपल्याकडे लक्ष देतात, या अनुभवाने बाळ फारच खूश होते. अंघोळीसारख्या नैमित्तिक कामातून बाळाला वेळ देऊन मजा लुटता येते. आपल्या सुख-दु:खाच्या काळात आपले पालक बरोबर असलेले बाळाला आवडते.

मुलांच्या शालेय जीवनाच्या काळात त्यांच्याकडे पालकांना लक्ष देणे, हे त्यांच्याबरोबर असताना किंवा त्यांच्यापासून दूर असतानासुद्धा शक्य असते. प्रकल्प करण्यासाठी मदत करणे, काही गोष्टी पुस्तकांतून शोधण्यास मदत करणे, त्याच्या मित्रासाठी वेळ देणे किंवा चांगलेचुंगले पदार्थ खायला बनवणे, इत्यादी गोष्टी केल्यास बरे वाटते. शाळेतून घरी आल्यावर मुले शाळेतील अनुभव पालकांना उत्स्फूर्तपणे

सांगण्यास इच्छुक असतात. त्यामुळे पालकांनी मूल शाळेतून घरी येण्याच्यावेळी घरी हजर राहणे उत्तम.

तरुण वयात भावनिकदृष्ट्या मुलांशी जवळीक करणे उत्तम. त्यांनी दिलेले सूचक संदेश आपण योग्यप्रकारे समजून घेतलेले बरे.

शिकविणे, चित्रफीत पाहणे, बाजारात खरेदीसाठी जाणे, इत्यादी गोष्टीत मुलांच्या बरोबर राहून, त्यांना वेळ देता येतो. पण हे सर्व करीत असताना त्यांच्याशी संभाषण करणे आवश्यक असते. हॉटेलात जेवण घेताना मुलांशी योग्य प्रकारे संवाद केल्यास त्याच्याबरोबर वेळ काढल्यासारखे होऊ शकते. सुट्टीमध्ये जर सहलीला गेले, तर तेथे इतर माणसाशी गप्पा मारीत न राहता मुलाबरोबर गप्पा मारल्यास अधिक चांगले.

बाळाबरोबर वेळ घालवताना पालकांनाही आनंद मिळाल्यास त्यावेळेचे चीज होते. बाळाशी दंगामस्ती करणे, नाचणे, गाणे, खेळ खेळणे इत्यादी गोष्टीत हसून-खिदळून बाळाबरोबर वेळ घालविता येतो. कडक शिस्तीचा बागुलबुवा न दाखविता टापटीप नीटनेटकेपणा शिकविणे, स्वयंपाक करीत असता मुलाची मदत घेणे, एकत्र कपडे धुणे, तसेच गाडी धुण्यास त्याची मदत घेणे, या गोष्टींमध्येही आनंद लुटता येतो. तसेच अशा गोष्टीतून त्याला कामेही शिकवता येतात. एकाच ठिकाणी डांबून न ठेवता, मुक्त फिरण्यास परवानगी दिल्यास मुलांना पालक आपल्याला प्रोत्साहन देतात, असे वाटते. मुलाला शाळेत पोचविताना किंवा शिकवणीहून गाडीने परत आणताना त्याच्याबरोबर निर्भेळ वेळ मिळतो. अशा वेळीच ते शाळेतील गमतीजमती आणि कटकटी पालकांना सांगतात. इतकेच नव्हे, तर मित्रांविषयी व इतर गोष्टींसंबंधीही गप्पा मारतात. या सर्व गोष्टी शांतपणे ऐकून घ्याव्यात, इतकीच मुलाची अपेक्षा असते. त्यामुळे पालक हवा तेवढा वेळ त्याला देतात, असाही त्यांचा समज होतो.

या जगातील आनंद उपभोगण्यासाठी मुलांना आपण जन्म दिलेला असतो. त्यांच्याबरोबर घालविलेला प्रत्येक क्षण पुनर्जन्मासारखाच असतो. बाळपणाची अवस्था अठरा वर्षेच असल्यामुळे त्यांचेबरोबर आपण जास्तीत जास्त वेळ घालवावा. बाळपणातील सुरुवातीच्या काळात मूल शिकत असल्याने तो काळ फारच आल्हाददायक असतो. काहीवेळा मुलाबरोबर वेळ काढणे त्रासदायक होऊ शकते; पण त्यांना योग्यप्रकारे वेळ दिल्यास मूल स्वावलंबी आणि भावी आयुष्यातील सर्व आव्हाने समर्थपणे, सक्षमतेने व सहजपणे पेलणारी आनंदी व्यक्ती होते. तणावविरहित पालक प्रेम करणारे व योग्य काळजी घेणारे असतात. आपला प्रत्येक क्षण आपल्या मुलाबरोबर आनंदाने घालवू या; कारण लवकरच बाळ प्रौढ होणार आहे!

प्रकरण ४

जीवनमूल्ये रुजविणे

जीवनात बरोबर काय आणि चूक काय, हे ठरविण्यासाठी ज्या गोष्टी आपण आधारभूत मानतो, त्यांना जीवनमूल्ये म्हणतात. कुटुंब व शाळेमध्ये अगदी बालपणापासूनच आपण जीवनमूल्ये आत्मसात करीत असतो. आपल्याभोवती विविध गोष्टी घडत असतात तसेच अनेक व्यक्तींबरोबर आपला संबंध येत असतो. म्हणजेच आपणास विविध अनुभव येत असतात. जीवनमूल्ये जनुकावर ठसविलेली नसतात त्यामुळे ती आई-वडिलांकडून वारसाहक्काने येत नाहीत. कुटुंबातील आदर्श व्यक्तींचे पुढील पिढी अनुकरण करीत असते. उदा. गरिबांना मदत करावी ही गोष्ट काही कुटुंबात पिढ्यान्‌पिढ्या पाळली जाते. पण ही मदत कुटुंबातील दडपणामुळे न होता मनापासून केली तरच ती जीवनमूल्ये त्याच्या मनात रुजण्याची जाणीव होते.

ज्या गोष्टीवर आपण दृढ विश्वास ठेवतो, त्या मनात बिंबवल्या जातात त्यांनाच जीवनमूल्ये म्हणतात. यामुळेच आपला सभोवतालच्या गोष्टींकडे पाहण्याचा दृष्टिकोन तयार होतो. आपली वागणूक सुधारण्यास मदत होते. पालकत्व ही एक कला आहे, तसेच ते शास्त्रही आहे. पालकत्व म्हणजे आपली मुलांबरोबर वागण्याची पद्धत असेही म्हटले जाते. आपल्या मनात ठसलेल्या व ज्यामुळे आपण प्रभावित झालो आहोत, अशा गोष्टींमुळे मुलांकडे पाहण्याचा दृष्टिकोन तयार होतो व त्यावरच पालकत्व अवलंबून असते.

सर्वांना मान्य असलेली जीवनमूल्ये कोणती? सहकार्य, कणव, औदार्य, परोपकार, क्षमाशीलता, सभ्यता, वक्तशीरपणा, काटकसर, सचोटी, आज्ञाधारकपणा, सोशीकपणा, जबाबदारी, विश्वसनीयता, प्रामाणिकपणा, वाजवीपणा, दयाळूपणा, सहिष्णुता, हळुवारपणा, स्वयंशिस्त, खिलाडूवृत्ती, निष्ठा, कृतज्ञता, विश्वासार्हता, विनयशीलता... ही काही जीवनमूल्ये आपणास ज्ञात आहेतच.

भारतात मुले आदराने व प्रेमळ वातावरणात वाढतात. नवीन बाळाची सर्वजण उत्सुकतेने वाट पाहत असतात. कुटुंबातील सर्वजण हा क्षण मनात साठवून ठेवतात. मुलांना देवाचा अवतारच मानण्याची पद्धत आपल्याकडे आहे. काही भागात मुलांना देवाला नमस्कार करू देत नाहीत. हिंदू संस्कृतीमध्ये कृष्णदेवाची अतिशय खोडकर बाळ अशी प्रतिमा आहे. मुलांचा खोडकरपणा स्वीकारावा, म्हणून या गोष्टी सांगण्यात येत असाव्यात. आपल्या देशात मुलांचे वडीलधाऱ्या माणसांकडून संगोपन होत असते. एका मुलाला बरेच काका, मामा, आत्या व मावशा असतात. अर्थात हे सर्व एकत्र राहतात, असे नाही. पण मुलांच्या प्रगतीची काळजी सर्वच वडीलधाऱ्या मंडळींना असते.

विविध सण आनंदाने साजरे होत असतात. त्यांचा उपयोग एकमेकाला भेटून संवाद साधण्यासाठी केला जातो. घरगुती कार्यक्रमांना हजेरी लावली जाते. अशा आनंदाच्या क्षणांना फार महत्त्व असते. कुटुंबातील सर्वांची एकवाक्यता व सहकार्य दाखविण्यासाठी ते महत्त्वाचे असतात. या समारंभात जवळच्या व दूरच्या नातलगांमध्ये पाळल्या जाणाऱ्या जीवनमूल्यांचे जवळून दर्शन होत असते.

कुटुंबातील एखाद्या माणसाची तब्येत बिघडल्यास, कोणाची तरी दृष्ट लागल्यामुळे असे झाले असे समजण्यात येते. त्या माणसाच्या आजाराचा एकजुटीने सामना केला जातो. रुग्णालयात कुटुंबातील एखादा सदस्य दाखल केला तर रुग्णाची अधिक काळजी घेण्यासाठी इतर सदस्य त्याला भेटतात; तसेच त्याला लवकर बरे वाटावे म्हणून देवाजवळ प्रार्थनाही करतात.

कुटुंबातील एखाद्या प्रतिनिधीचे निधन हाही असाच एक प्रसंग. अशावेळी सर्व नातलग शोक व्यक्त करण्यासाठी एकत्र येतात. त्यामुळे मृत पावलेल्या व्यक्तीच्या जवळच्या नातलगांना शोक व्यक्त करायला वाव मिळतो. या सर्व गोष्टींमुळे मृत व्यक्तीचे मरण स्वीकारणे जवळच्या नातलगांना सहज शक्य होते. काहीवेळा कुटुंबातील इतर लोक मृत व्यक्तीच्या जवळच्या नातलगांना सुरुवातीला काही दिवस शारीरिक व आर्थिक मदत करतात. त्यामुळे हळूहळू त्यांना आपल्या पायावर उभे राहायला मदत होते. मृत व्यक्तीच्या निकटच्या नातलगांना भावनिक आधारही दिला जातो. अशा प्रसंगाच्या दरम्यान आपल्या नातलगांना वेळ, दयाभाव व आर्थिक मदत करून त्यांना आधार द्यावा, हे मूल्य मुलांच्या मनात ठसविण्यास मदत होते.

आजी-आजोबांच्या मनात मुलांबद्दल सहृदयता व कणव असते. आपल्या देशात तेच मुलांचे संगोपन करतात. वरिष्ठांना मान देणे, हेही जीवनमूल्य कुटुंबात मुरलेले असते. सत्यकथन व प्रामाणिकपणा या दोन्हींचा वारसा बाळपणापासूनच

आपल्याकडे चालत आलेला आहे. दीनदुबळ्यांप्रति मार्दवतेचे शिक्षणही कुटुंबात दिले जाते. पीडितांना मदत करण्यासाठी प्रोत्साहन दिले जाते. कामक्रोधासारख्या भावनांचा अतिरेक चुकीचा मानला जातो. शिक्षणामुळे माणूस जास्त प्रगल्भ होतो, असे समजले जाते. पीडितांना शिकवणे व आजाऱ्यांवर उपचार करणे, हे पवित्र काम समजले जाते. शिक्षक व डॉक्टर देवदूतच समजले जातात. गुरुकुलातील गुरुशिष्य परंपरा अतिशय महान समजली जाते. एकाने दुसऱ्याला शिकवण्याची पद्धत या गुरुकुलात अमलात आणतात व ती शालेय शिक्षणपद्धतीपेक्षा महान समजली जाते.

वयस्कर माणसे लहान मुलांबरोबर अतिशय मृदू व स्पष्ट शब्दांत बोलत असत. त्यामुळे लहान मुलांना वरिष्ठांचे बोलणे समजत असे. तसेच लहान मुलांशी सहृदयतेने जवळीक केली जात असे. कुटुंबातील माणसे त्यांचे आपुलकीने संगोपन करीत. मुलांसाठी केलेल्या प्रत्येक कृतीकडे मानाने व कौतुकाने पाहिले जाई. त्यांच्या सामर्थ्याकडे आदराने पाहिले जाई. त्याच्या कमजोरीबद्दल कोणी स्पष्ट शब्दात बोलत नसे; कारण तसे करणे म्हणजे आगाऊपणा समजला जाई. मुलांचे जाहीरपणे जरी कौतुक केले, तरीही व्यक्तिगत स्तरावर त्यांना सल्ला देण्यात येतो. मुलाबद्दल असलेल्या प्रेम व आदरापोटीच देहबोलीतून त्याचे कौतुक केले जाते. त्याच्याबद्दल कणव दाखविण्यात येते. बाळाचा योग्य मान ठेवून, धीरानेच विविध कौशल्ये त्याच्या अंगी बिंबवली जातात. आज्ञाधारकपणाबद्दल आग्रह धरला जातो. एखाद्या गोष्टीत प्रावीण्य संपादन करण्यासाठी वारंवार सूचना देण्यामुळे यश मिळते, अशी धारणा झालेली असते. मुलामध्ये भीती असणारच, हे जरी मान्य केले, तरीही कुटुंबातील सर्व माणसे मुलातील हळवेपणा कमी करून हळूहळू भीतीवर मात करण्यास शिकवतात. मुलाचा विकास होण्यासाठी व खेळण्यासाठी वाव दिला जातो आणि त्याच्या विकासाला चालना दिली जाते. सर्व आव्हाने पेलायला शिकल्यानंतरच एखाद्या व्यक्तीचे आदर्श प्रौढात रूपांतर होते.

आपल्या जीवनशैलीत बदल होत आहे :

भारतीय समाज हा रूढिप्रिय आहे. आपल्याकडे पूर्वजांचे अनुकरण करण्यात येते; अर्थात तो एक कर्मकांडाचा भागच असतो. पूर्वजांच्या व्यवसायाचे व जीवनमूल्यांचे अनुकरण केले जाते. अलीकडच्या काळात आपल्याला भविष्याची जास्त काळजी असते. पूर्वजांनी केलेल्या कामाचा आपल्याला अभिमान राहिला नाही. शिक्षणामुळे क्रांती झाली आहे. जास्त शिक्षण घेतल्यामुळे शारीरिक कष्ट असलेली नोकरी करावी लागत नाही. लठ्ठ पगाराच्या नोकरीसाठी शहराकडे धाव

घेतली जाते. सामाजिक व आर्थिक बदल होत असल्याने झपाट्याने शहरीकरण होत आहे. त्यामुळे अनेक बदल होत आहेत. देशातील सर्व वयोगटांतील माणसाच्या परंपरा, कर्मकांड व जीवनमूल्ये यांच्यावर परिणाम झाला आहे.

भारत सध्या संक्रमण अवस्थेत आहे. भूतकाळात वयोवृद्ध माणसांना मान दिला जाई; पण आता तरुणाईची भलावण करण्यात येते. सर्वांचा विकास ही संकल्पना बदलून, व्यक्तिगत विकास या संकल्पनेवर आपले लक्ष केंद्रित झाले आहे. म्हणूनच एकत्र कुटुंबपद्धतीपेक्षा विभक्त कुटुंबपद्धतीला मान्यता मिळत आहे. विनयशीलता व नम्रता यांना पूर्वी फार महत्त्व असायचे; पण आता आपले विचार दुसऱ्याने ऐकून घ्यावे, अशी अपेक्षा असते. भूतकाळात एकमेकांबद्दल विश्वास असणे, हा सद्गुण मानला जायचा; त्याविरुद्ध आता आपल्या साथीदारांकडून आपणास योग्य सल्ला मिळेल का, याबद्दल आपण संशयी असतो. या सर्व पार्श्वभूमीवर विश्वास, परंपरा व जीवनमूल्ये यामध्ये आमूलाग्र बदल होत आहेत.

या जीवनमूल्यांमधील झालेल्या बदलांमुळेच मुलाचे संगोपन करण्याची पद्धतही बदलली आहे. मुलांना आता देवाचे अवतार म्हणून मानत नाहीत. त्याच्यातील दोष लवकर दुरुस्त होण्यासाठी त्यांच्याकडे बारकाईने लक्ष दिले जाते. जास्तीत जास्त ऐहिक सुख मिळविण्यासाठी द्वेष, स्पर्धा व हाव वाढत आहे. त्यामुळे भविष्यासंबंधी काळजी असते. आपण मुलांचे संगोपन योग्य प्रकारे करतोय का, याबद्दल साशंकताही असते. आपल्या मुलाच्या क्षमतेबद्दल सर्वांना काळजी वाटत असते. मुलांना शैक्षणिक आणि शिक्षणाव्यतिरिक्त अशा अनेक कार्यक्रमात ढकलले जातेय. जेणेकरून ठरविल्याप्रमाणे मूल सर्व कौशल्ये आत्मसात करून सर्वांमध्ये श्रेष्ठ होईल.

नवीन पिढीमध्ये जीवनमूल्यांचा ऱ्हास होत आहे, असे वडीलमाणसे बोललेले ऐकू येते. याबाबत आपण शांतपणे विचार करायला हवा. नवीन पिढी म्हणजे कोण? नवीन पिढी म्हणजे कोणाची, पालकांची की मुलांची?

नूतन भारतीय समाजाने विभक्त कुटुंबाची कास धरलेली आहे. त्यामुळे आपल्या कुटुंबातील इतर बांधवांशी आपले व्यक्तिगत आणि भावनिक संबंध हळूहळू संपत चाललेत. "हे तुझे खेळणे, की त्याचे?" अशासारखे प्रश्न बालपणीच मुलांना विचारून आपण मुलांना आत्मकेंद्रित बनवत आहोत.

"तुझ्या काकांना रविवारी त्रास दिलेला आवडत नाही, तेव्हा चुलतभावाला रविवारी बोलवू नकोस, ते आपल्यासारखे नाहीत. ते आपल्याबरोबर जमवून घ्यावयाचे नाहीत. तेव्हा त्यांचेपासून दूर रहा" अशाप्रकारचे विचार मुलांच्या मनात भरविले जातात.

"मी रात्रीचे उरलेले अन्न सावित्रीसाठी ठेवले आहे. ते तिला द्यायला विसरू नकोस." अशाप्रकारे मुलांच्या मनात सापत्नभावाची वागणूक बिंबवली जाते. आपले आरोग्य चांगले राहावे, म्हणून पालक आपल्याला चांगले अन्न देतात; पण जेवण करताना मदत करणाऱ्या सावित्रीला मात्र शिळे अन्न दिले जाते, याबद्दल मुलांना आश्चर्य वाटते.

"तू पटापट जेवत का नाहीस! तोंडात घास ठेवून का देतोस? बाहेरचे नंतर पाहा. मी गेल्यानंतर तुला इतर गोष्टी पाहायला भरपूर वेळ आहे. आता माझ्यावर उपकार कर. तुझ्याबरोबर बसून भरवायला मला आता वेळ नाही" असं म्हणून पालक उतावीळ होतात. दोन वर्षांचे मूल कावळ्याला हाक मारण्यासाठी 'काका' म्हणण्यासाठी तोंड उघडते, तर पालकांना वेळ नसल्याने ते त्याला एक फटका देतात. त्यामुळे ते पटापट जेवेल असे त्यांना वाटते.

शाळेत जाणाऱ्या मुलाने शाळेत काही कारणाने आठ दिवस गैरहजर असलेल्या मुलाला आपली वही दिली, तर त्याला पालक सांगतात, "आपली वही इतरांना देऊ नकोस. जर ती हरवली तर..." असे सांगून सहकार्याची भावना खच्ची केली जाते, हे पालकांच्या लक्षात येत नाही.

पालकांनी काही स्थावर मालमत्ता खरेदी करण्यासाठी व्यवहार केला, तर पालक, "हे आजीला सांगू नको. जर तिने विचारले, तर 'मला काही माहीत नाही' असे सांग" मुलांना अशाप्रकारे नको त्या सूचना दिल्या जातात.

मुलाला शिकवणीला पोचविण्यास पालकांना वेळ नसल्याने पंधरा वर्षांच्या मुलाला गिअर नसलेली दुचाकी दिली जाते. रहदारीवरच्या पोलिसाला कसा गुंगारा द्यावयाचा, तेही त्याला शिकवले जाते.

घरात मित्रासमवेत दारू पिण्याचा व जेवणाचा बेत शनिवार, रविवारचा ठरलेला असतो. तेवढ्यात आजी-आजोबा येतात. मग पालकांची पंचाईत होते. ते आजी-आजोबांना न राहण्याबाबत समजावण्याचा प्रयत्न करतात; पण हतबल झाल्यामुळे दारूच्या बाटल्या परत मित्राच्या घरी नेतात.

वरील उदाहरणावरून पालक मुलांना चुकीचा संदेश देतात, हे स्पष्ट दिसते. तसेच जीवनमूल्यांबाबत आपल्या जीवनात कसा गोंधळ आहे, तेच दाखवतात. पण आपल्या मुलाने मात्र सहकार्य, दिलदारपणा, सत्यकथन, प्रामाणिकपणा, स्पष्टवक्तेपणा, दयाभाव यांसारखी जीवनमूल्ये चांगली व्यक्ती होण्यासाठी अंगीकारायला हवी असतात. आपण पालक मुलांसमोर चांगला आदर्श समोर ठेवतो का?

आपण आता खडबडून जागे झाले पाहिजे आणि आत्मचिंतन करून आपली

चूक शोधली पाहिजे. खुल्या दिलाने या चुका स्वीकारून तद्नुरूप बदल स्वत:मध्ये घडवून आणावा. त्यामुळे मुलांच्या अंगी जीवनमूल्ये बिंबवण्यास मदत होईल.

या सगळ्यांचा विचार केल्यानंतर मुलांच्या अंगी जीवनमूल्ये रुजविण्याचा आनंद आपणास मिळेल. मुलांचे आपल्याकडे बारकाईने लक्ष असते व त्याप्रमाणे आपली देहबोलीही ती आत्मसात करीत असतात. आपल्या सभोवतालच्या लोकांशी आपली वागणूक नम्र, पारदर्शक व सहृदयतेची असेल, तर मुले तशीच वागणूक इतरांशी ठेवतात. सर्व बाळे आपल्या एकंदर वागणुकीचा अंदाज घेत असतात आणि त्यावरूनच कोणती गोष्ट केव्हा मागायची, याचा ठोकताळा बांधत असतात. मुलांना सांगितलेल्या गोष्टींमधून जेव्हा चांगल्याने वाईट प्रवृत्तीवर विजय मिळाल्याचा संदेश मुलांपर्यंत जातो, तेव्हा योग्य व अयोग्य गोष्टींवर प्रकाश पडतो. दूरदर्शन पाहताना चुकीच्या वर्तनामुळे जास्त त्रास होतो, यावरच चर्चेत भर दिला जावा. मित्र व चुलत-भावंडांबरोबर पारदर्शक राहून, त्यांना मदत करण्याच्या आपल्या मुलांच्या इच्छेला आपण प्रोत्साहन द्यायला हवे. दूरदर्शनमधील तसेच जीवनातील चांगल्या वागणुकीला मान्यता देऊन त्याचे कौतुक करावे व त्याची सकारात्मक बाजू आपल्या जीवनात वास्तवात आणण्याचा प्रयत्न करायला प्रोत्साहन द्यावे. आपल्या कामाबद्दल आपण ठेवलेल्या महत्त्वाकांक्षा, जबाबदाऱ्या आणि निष्ठा यांच्याबद्दल मुलाशी संवाद केला पाहिजे. आपल्या कुटुंबाशी एकनिष्ठ राहून, मुलांकडून विविध श्रद्धांबाबत आपल्या अपेक्षाही मुलांना सांगाव्यात. अशा तऱ्हेचे खेळ मुलांशी खेळावेत की, ज्यामध्ये इतर गोष्टींपेक्षा जीवनमूल्यांना जास्त महत्त्व आहे. धार्मिक प्रवचने ऐकण्यासाठी त्यांना धार्मिक ठिकाणी न्यावे. अशा प्रवचनांतून पुराणातील विविध जीवनमूल्ये ऐकायला मिळतात. मुलांसाठी आजी-आजोबांचे महत्त्व शब्दात सांगता येणार नाही. आजी-आजोबांशी संभाषण केल्यामुळे त्यांच्या जुन्या काळातील अनुभवकथनातून मुलांना चांगली शिकवणूक मिळते तसेच आजी-आजोबाही या सर्व गोष्टी आवडीने सांगतात आणि त्या आठवणीने त्यांचे मन भारावून जाते. आपल्या चुकीच्या वागणुकीमुळे आपल्याला कसा त्रास झाला व त्याचे झालेले परिणाम मुलांसमोर मान्य करणे केव्हाही चांगलेच.

आपल्या सभोवतालच्या सर्वांशी सलोखा राखण्यासाठी, त्यांच्याकडून मान मिळवण्यासाठी, या बदलत्या वातावरणात जीवनमूल्ये अंगी बिंबवणे हे महत्त्वाचे आहे. आपण ज्याप्रकारे या जीवनमूल्यांचे प्रदर्शन करतो, त्याचेच मुले अनुकरण करीत असतात. पुस्तकांचे वाचन, त्याच्या सान्निध्यातील मित्र परिवार, तसेच प्रसारमाध्यमे यामधून मुले जीवनमूल्ये शिकत असतात. आपल्याला जीवनात आलेल्या अनुभवांतून योग्य तो बदल करून हे जीवनमूल्यांचे शिक्षण आयुष्यभर चालू ठेवावे.

प्रकरण
८

शिस्त

पालकांना आवडणाऱ्या गोष्टी मुलाला आत्मसात करायला लावणे, म्हणजेच शिस्त. एखादे मूल काही काम करण्यासाठी टंगळमंगळ न करता स्वतःच उठून तयार होते, त्या मुलाला शिस्त आहे, असे आपण म्हणतो. एखादे मूल समाजसुलभ व प्रगतिशील मार्गाने जात नसेल, तर आपण त्याला बेशिस्त असे संबोधतो. उदा. एखाद्या मुलाला त्याच्या दिनक्रमात व्यायामाचा समावेश करण्यास आपण सांगितले आणि त्याने काही कारणे सांगून त्याकडे दुर्लक्ष केले, तर त्याला शिस्त नाही, असे आपण म्हणतो.

'शिस्त' या शब्दाला इंग्रजीत 'Discipline' हा शब्द आहे. 'Diciplina' या लॅटीन शब्दापासून तयार झाला आणि त्याचा अर्थ 'शिकवणे' असा आहे. जीवनात प्रगतिपथावर जाण्यासाठी पालकांनी मुलांना सकारात्मक वागणूक शिकविली पाहिजे. शिस्त लावणे म्हणजे शिक्षा देणे, असा आपल्यापैकी बऱ्याचजणांचा समज आहे; पण शिस्त म्हणजे शिक्षा करणे नव्हेच. शिस्त ही सकारात्मक गोष्ट आहे आणि ती मुलांना वाढवत असतानाच त्यांच्या गळी उतरविली पाहिजे.

मुलाने आपल्या चालीरितीप्रमाणे वागायला शिकले पाहिजे. सर्वांना भावेल, अशा प्रकारची वागणूक अंगीकारावी. स्वातंत्र्याच्या मर्यादा समजून घ्याव्यात, दुसऱ्यांना मान द्यायला शिकावे. आपण जगावे व दुसऱ्याला जगू द्यावे. मुलाला शिस्त लावणे म्हणजे त्याला ठरावीक प्रकारे वागायला शिकवणे. या सर्वांमुळे त्याला योग्य प्रकारे वागणे म्हणजे काय, हे समजून मूल योग्य निर्णय घेऊ शकते. अंतिमतः आयुष्यभर शिस्तीत राहण्याचा प्रयत्न मूल करते.

शिस्त लावणे, हे आपणापैकी काहींना फारच जाचक वाटते. मुलाचा योग्य प्रकारे विकास घडविणे, हा शिस्त लावण्यामागचा मूळ हेतू असल्याने 'सकारात्मक

वागणूक आत्मसात करावयास शिकवणे' अशी शब्दरचना 'शिस्त लावणे' यासाठी वापरणे बरे. वयोमानाप्रमाणे सकारात्मक वागणूक आत्मसात करायला शिकविण्याचे विविध मार्ग आहेत. कोणतीही गोष्ट आत्मसात करण्याआधी मुलाला आपण काय बोलतोय व करतोय हे समजले पाहिजे. आपल्याला अपेक्षित गोष्टी करण्यासाठी कारणमीमांसेसह आधी त्या पटवून दिल्या पाहिजेत. मुलांच्या अंगी सकारात्मक वागूणक बाणविण्यासाठी अधिकारयुक्त, पण प्रेमाने केलेले पालकत्व अतिशय उपयुक्त होते.

लहान बाळ पालकांशी रडून संवाद साधते. भुकेसाठी किंवा काही दुखत असल्यास मूल रडले, तर समजू शकते; पण जर हे रडणे पालकांचे लक्ष वेधून घेण्यासाठी असेल, तर पालकांनी त्यासंबंधी वेळीच काळजी घेतलेली बरी. मुलाच्या नैमित्तिक गरजा भागविण्यासाठी आपण लक्ष देत असतोच; पण त्याहीपेक्षा आणखी काही काळ आपण मुलाकडे लक्ष देतो का? लक्ष वेधून घेण्यासाठी जी मुले रडतात, त्यांना असे वाटते की तक्रार केली, तरच लोक आपल्याकडे लक्ष देतात. सुहास्यवदनामुळे आपण दुसऱ्यांची मने जिंकू शकतो हे आपणास माहीत आहेच. म्हणून सुरुवातीपासूनच संवाद साधताना आपण सकारात्मक असले पाहिजे. सहा महिन्यांच्या बालकाच्या वागण्यात बदल घडवून आणण्यासाठी आपण शिस्तीचा कसा काय वापर करू शकतो?

सहा महिन्यांचे बाळ खुशीत असताना खिदळत असते. याच गोष्टीचा आपण उपयोग करून घ्यावा. मूल आनंदी व खुशीत असेल, त्यावेळी त्याला जवळ घेऊन, मिठी मारून, खांद्यावर घेऊन, त्याच्याकडे लक्ष दिलेले बरे. मग बाळालाही आपले लक्ष वेधून घेण्यासाठी अशा प्रकारचे हावभाव करण्याची सवय लागते. आपण रडल्यावरच जर बाळाला उचलून घेत असलो, तर ते लक्ष वेधून घेण्यासाठी रडते. हा सगळा सवयीचा परिणाम आहे; पण त्यामुळे सकारात्मक वागणूक बिंबवली जाते, हे लक्षात ठेवावे.

नऊ महिन्यांचे बाळ घरात रांगत असते. त्याला चॉकलेटचा कागद कचऱ्याच्या डब्याजवळ मिळतो. असा कागद कचराकुंडीत पालकांनी टाकलेला त्याने पाहिलेला असतो. त्यामुळे बाळ तो कागद त्या कचऱ्याच्या डब्यात टाकते. 'गुणी बाळ माझं, त्याला कागद कचऱ्याच्या डब्यात टाकायचा समजला.' असे म्हणून अशावेळी बाळाचे कौतुक करून त्याला प्रोत्साहन द्यावे. त्यावेळी त्याचे पापे घेऊन, त्याला उचलून मिठीत घेतल्यास त्याचा बाळावर अधिक परिणाम होतो.

१८ महिन्यांचे मूल वडिलांच्या प्रत्येक गोष्टीचे अनुकरण करते. घरी आल्यावर

वडील जर आपल्या चपला कपाटात ठेवत असतील, तर मूलही त्याच्या चपला कपाटात ठेवायची घाई करते. या त्याच्या कृत्याचे कौतुक करण्यासाठी त्याला मिठीत घ्यावे. आपण केलेल्या गोष्टीचा वडील मान ठेवतात, असा मुलाचा समज होऊन त्यामुळे बाळही दररोज तसेच वागते. त्याऐवजी स्वच्छतेबद्दल चोखंदळ असलेले पालक म्हणतील, 'चपलांना हात लावू नको, त्या घाणेरड्या असतात.' तर त्याला कोणत्या प्रकारचा संदेश मिळेल, याचा आपण विचार केलेला बरा! खरेतर आपण बोललो, ते बाळाच्या भल्याकरिताच असते; पण त्या बोलण्याचा मुलावर इतका परिणाम होतो की, मूल आयुष्यात कधीही चपलांना हात लावायला धजावणार नाही. चपलांना हात लावल्यावर हात धुऊन आपण स्वच्छ करू शकतो, हे आपण विसरून जातो. थोडक्यात, सहज चांगल्या सवयी लावण्याची संधी आपण घालवतो.

आता दुसरे उदाहरण घेऊ– एक १८ महिन्यांचे मूल दिवाणखान्यातील काचेची वस्तू हातात घेते. यावेळी आपली प्रतिक्रिया काय असेल? ती काचेची वस्तू मूल फोडून टाकेल, या काळजीने आपण पटकन् त्याच्या हातातून ती वस्तू काढून घ्यायला धावतो आणि म्हणतो, 'त्याला हात लावू नको.' विचार करा, मुलाने ती वस्तू नीट पाहिलेली नाही. त्यामुळे त्याचे समाधान झालेले नाही. ती वस्तू तो परत घ्यायचा प्रयत्न करणार. मग आपण म्हणतो, 'बघ, मी कितीवेळा सांगितलंय की, त्या वस्तूला हात लावू नको; पण तू परत परत हात लावतोस. आता परत हात लावलास तर मी मार देईन.' खरेतर अशी काचेची वस्तू मुलाच्या हातात मिळेल अशी ठेवू नये. ती वस्तू बाळाला मिळणार नाही, अशा उंचीवर ठेवावी. त्यामुळे बाळाने त्या वस्तूला हात लावण्याचा प्रश्नच येत नाही.

बाळाला कोणत्या वस्तूला हात लावावा किंवा कोणत्या वस्तूला हात लावू नये, हे समजत नाही. आपले घर 'बालसुलभ' असले पाहिजे. अशा घरात बाळ इकडून तिकडे सहज फिरू शकते. जर जमिनीवर दिवा ठेवलेला असेल, तर रांगणारे मुले त्याला हात लावणारच. त्या मुलाने दिव्याला हात लावू नये, असे सांगून त्याला शिस्त लावणे, या वयात अशक्य असते. बाळाला शिस्तीचा बडगा दाखविण्याआधी त्याची सुरक्षितता व त्याची भूक इ. गोष्टींची आपण काळजी घेतली पाहिजे.

श्वास रोखणे, डोके आपटणे व रागाने सैरावैरा होणे इ. वर्तनसमस्या लहान वयात दिसून येतात. घरातील परिस्थितीत बाळ नाखूश असते, तेव्हा या वर्तनसमस्या उफाळून येतात. मुलाच्या अशा वागणुकीकडे लक्ष न देता त्याचे मन दुसऱ्या गोष्टीकडे वळवावे. या वर्तनसमस्या कशा प्रकारे हाताळावयाच्या त्याचा विचार करू.

मुलाच्या या वर्तनाला कारणीभूत होणारी कोणती परिस्थिती उद्भवली व

मुलाचे हे वर्तन अचानक कोणत्या गोष्टीमुळे झाले, याचा आपण जर माग घेतला, तर तसा प्रसंग परत होणे आपण टाळू शकतो. अशा प्रकारचे वर्तन किती वेळ राहिले व त्यावेळी इतर माणसांनी काय केले, याचाही तपास करावा. या प्रकारच्या वर्तनसमस्येवर मात करण्यासाठी घरातील सर्वांबरोबर विचारविनिमय करून उपाययोजना करावी. समजा, मूल डोके आपटू लागले, तर त्याला कोणीही 'असे करू नको' असे सांगू नये. त्याच्याकडे लक्ष न देता सर्वांनी आपले काम चालू ठेवावे. त्याचवेळी त्याला दुखापत होणार नाही, याकडे लक्ष असावे. काही वेळाने मूल पालकांचे लक्ष वेधून घेण्यासाठी हसत-हसत त्यांच्याकडे येईल. यावेळी त्याच्या डोके आपटण्याच्या कृत्याबद्दल काही प्रतिक्रिया दाखवू नये. काही दिवसातच या गोष्टीकडे कोणीच लक्ष देत नाही, हे समजल्यावर ही वर्तनसमस्या संपते. जर घरातील कोणी किंवा काळजीवाहक 'असे करू नको' असे म्हणाला की, आपल्याकडे कोणाचे तरी लक्ष आहे, असे समजून बाळ खूश होते आणि परत परत डोके आपटू लागते. ज्या वागणुकीचे आपण कौतुक करतो, ती वागणूक बाळ परत करते. आपल्या वागणुकीचा परिणाम पाहूनच तशी वागणूक परत परत करायची का, ते ठरवते.

अशी वागणूक केव्हा होते, याचेही निरीक्षण करणे महत्त्वाचे. बाळ जेव्हा थकलेले, भुकेले किंवा आजारी असते, तेव्हा नकारात्मक वागणूक दिसून येते. बाळाला हवी असलेली गोष्ट दिली की, वागणूक सुधारते. एखाद्या गोष्टीच्या परिणामांना घाबरून मूल अयोग्य वर्तन करते. शाळेत शिक्षक गणवेशाच्या टापटीपपणाबद्दल बारकाईने लक्ष देतात. म्हणून मूल सकाळी गणवेश घालायला कुरबुर करते.

दोन वर्षांनंतरच्या वयातील मुलांसमोर आपल्या वागणुकीचा आदर्श ठेवून सकारात्मक वागणूक बिंबविण्यात यावी. बाळाला दिवसातून दोन वेळा दात घासण्याची सवय कशी लावायची, ते पाहू. पालकांनी दोनदा दात घासण्याची सवय आधी स्वतःला लावून आदर्श निर्माण करावा. मग झोपेच्या वेळी आई, वडील व बाळ यांचा एकदम दात घासण्याचा कार्यक्रम रोज करावा. मूलही आपले दात घासते व आपले स्वच्छ दात सर्वजण एकमेकांना दाखवतात.

शाळेत जाणाऱ्या मुलांशी कारणमीमांसेची चर्चा करून सकारात्मक वागणूक अंगी बिंबविण्याचा प्रयत्न करावा. मूल चांगले बोलत असल्याने त्याच्याशी आपण संभाषण करून सकारात्मक वागणुकीचे धडे देऊ शकतो. अशा वागणुकीच्या फायद्याकडे लक्ष वेधल्यामुळे मुलांना तसे वागण्याची प्रबळ इच्छा होते. उद्याचे

शाळेत न्यायचे दफ्तर, आज लावण्याच्या सवयीचा आपण विचार करू. 'उद्याचे दफ्तर आज लावून ठेवल्यामुळे सकाळी तुला भरपूर वेळ मिळेल', असे शांतपणे सांगावे. मग पुढे 'असे केल्यामुळे काही गृहपाठ करायचा राहिला का, तेही समजू शकते. राहिलेला गृहपाठ तू आता पूर्ण करू शकतोस. एकदा दफ्तर भरलेस की उद्यापर्यंत शाळेचा विचार करण्याची गरज नाही,' असे सांगितल्यामुळे मुलांना चांगला पर्याय उपलब्ध झाल्याने ती त्याप्रमाणे वागायला लागतात.

जर पहिल्या दहा वर्षांत चांगल्या वागणुकीची मुलांना सवय नसेल, तर तारुण्यात सकारात्मक वागणूक अंगी बाणवणे फार कठीण जाते आणि ते पालकांना आव्हानच असते. तारुण्यात मुलांना स्वातंत्र्य हवे असते आणि अचानक चांगल्या वागणुकीचे दिलेले धडे त्यांच्या पचनी पडत नाहीत. बऱ्याच कुटुंबात पहिल्या दहा वर्षांपर्यंत शिथिल प्रवृत्तीचे पालकत्व ही पद्धत वापरली जाते आणि मूल तारुण्यावस्थेत पदार्पण करते, तेव्हा अचानक पालक हुकूमशाह बनतात. त्यामुळे तरुण मुलांना धक्का बसतो. मूल बंडखोर बनते आणि मतभेद सुरू होतात. पालकांच्या छत्रातून मुले दूर जात असतात. अशावेळी पालकांच्या प्रेमाबद्दल मुलांना विश्वास वाटला पाहिजे. सकारात्मक वागणूक अंगी बाणविण्यासाठी प्रेमाने व शांतपणे प्रयत्न करायला हवेत. आता खेळून आल्यावर अंघोळ करायला लावण्यासाठी प्रयत्नांचा विचार करूया. तारुण्यात पदार्पण करताना भरपूर घाम येतो आणि अंगाला दुर्गंधी येते. 'आराम करायच्या आधी अंघोळ कर', असे सांगायला हरकत नाही. घरातील सर्वच जणांना जर दुसऱ्यांदा अंघोळ घ्यायची सवय असेल, तर मुलाला ही गोष्ट पटते आणि ते मूल टाळाटाळ करत नाही. 'तू अतिशय घाणेरडा झाला आहेस, बसायच्या आधी अंघोळ कर', अशी सूचना तरुणांना ऐकण्याची सवय नसते. खरे तर असे सांगण्याआधी दुर्गंधीयुक्त मूल मिठी मारण्यासाठी आल्यास, टाळाटाळ करू नये आणि हसत हसत त्याला म्हणावे, 'खेळ खेळून तू फार दमला असशील. तू कोमट पाण्याने अंघोळ का करत नाहीस? तुला अभ्यास करायला छान वाटेल. शाळेत तुला सुवासिक फवारा मारायला परवानगी नसते. तो अंघोळीनंतर अंगावर मार.' घाणेरडा असतानाही आपण त्याच्यावर प्रेम करतो, हे मुलांना समजते. त्याच्या भावनांना महत्त्व दिले जाते आणि त्याद्वारे सकारात्मक वागणूक अंगी बिंबवली जाते.

मुलाबरोबर चांगले नातेसंबंध असल्यामुळेच त्याला योग्य ती शिस्त लागू शकते. त्यामुळे पालकांना हवी तशी वागणूक मूल करू लागते. प्रेमळ नातेसंबंध तयार होण्यासाठी मुलाला वेळ दिला पाहिजे. योग्य प्रकारे संवाद केला पाहिजे, मूल आनंदी व खूश होईल असे वातावरण तयार केले पाहिजे. दृढ नातेसंबंध निर्माण झाल्यावर

शिस्त लावणे सोपे असते. शिस्त लावणे, म्हणजे शांतपणे नियम अंगी बाणवणे. या सर्व गोष्टी करीत असताना, पालकही आनंदी असणे गरजेचे असते. बाळाला समजेल अशा प्रकारे आनंद कसा मिळवायचा, याची जाणीव पालकांनी मुलांना करून द्यावी. काही दिवसांनी स्वतःला चांगले वाटते म्हणून मूल बऱ्याच गोष्टी करू लागते. उदाहरण द्यायचे तर सुरुवातीला मूल पालकांसाठी आपले टेबल स्वच्छ ठेवते; पण नंतर स्वतःलाच टेबल टापटीप पाहिजे म्हणून ते स्वच्छ करते. सुरुवातीला दुसऱ्याच्या प्रेरणेने शिस्त अंगी बाणविली जाते, तर नंतर स्वप्रेरणेनेच शिस्त लागते.

चांगली वागणूक अंगीकारण्यासाठी कौतुक, तसेच अनपेक्षित बक्षीस किंवा मिठी मारणे, पापे घेणे, यांसारख्या गोष्टी परिणामकारक होऊ शकतात. घरातील सर्व माणसांसमोर किंवा घरगुती मित्रांसमोर शाबासकी दिल्यामुळे चांगली वागणूक चालू राहते. गैरवागणूक करीत नाही हे आपल्या निदर्शनास आल्यास पाठीवर शाबासकीची थाप मारल्याने मुलांना प्रोत्साहन मिळते. उदा. सुट्टीमध्ये मूल जर चित्र रंगविण्यासारखे काम करीत असेल तर ते कौतुकास पात्र आहे. अशावेळी 'इतर मुले सुट्टी दूरदर्शन पाहण्यात घालवतात. तू सुट्टीत चांगले काम करून वेळ घालवतोयस. खरंच मला तुझे कौतुक वाटते व गर्वही वाटतो.' असे प्रशस्तिपत्र मुलास द्यावे.

पालकांना आणि इतरांना मान्य नसलेले मुलाचे वागणे कसे सुधारायचे, हे आता पाहू.

जर तीन वर्षांखालील बाळ बेशिस्त वर्तन करत असेल, तर त्याचे लक्ष त्यातून विचलित करावे. एखादी गोष्ट ध्यानात ठेवण्याची त्यांची क्षमता कमी असल्याने, दुर्वर्तन आपोआप थांबते. एखादे सहा महिन्यांचे मूल बाबांच्या खिशातील पेन मागत असेल, तर पेन काऊने नेले, म्हणून बाबांनी त्या बाळाला सांगायचे. पण अशा गोष्टी उडून जात नाहीत, हे नऊ महिन्यांच्या मुलाला समजते. त्यांना फसविणे शक्य नसते. अशावेळी त्याचे लक्ष त्या गोष्टीपासून विचलित करून कावळा पाण्यात पंख फडफडवताना दाखवावा. १८ महिन्यांच्या मुलाचे लक्ष वरील पद्धतीप्रमाणे विचलित होऊ शकते; पण त्याबरोबर गप्पा मारून किंवा पुस्तकातील चित्रे दाखवून त्याला फसविणे शक्य असते. यापेक्षा मोठ्या मुलाबाबतीत आपण वातावरण बदलून टाकण्याचा प्रयत्न करणे बरे. मोठ्या भावंडाची पेन्सिलीची पेटी मागण्याचा हट्ट करणाऱ्या मुलाचे लक्ष विचलित कसे करायचे, ते पाहू. प्रथम त्याला गुदगुदल्या करावयाच्या. त्यामुळे बाळ खूश होते त्यावेळी त्याचे लक्ष पेन्सिलच्या पेटीपासून दूर होते.

काही वेळा बाळाला खोलीच्या कोपऱ्यात थोडा वेळ उभे करून शांत होण्यास मदत करावी. एकदम रागावणाऱ्या चार-पाच वर्षांच्या मुलाचा रागावर ताबा राहत

नाही. अशावेळी शांत ठिकाणी नेल्यास सावरायला वेळ मिळतो. अशा ठिकाणी त्याचे मन सर्व प्रलोभनांपासून दूर राहते. अशा प्रकारे मूल स्वतःवर ताबा मिळवायला शिकते. मुलांना काही वेळ दूर ठेवल्यामुळे पालकांनाही आपल्या रागावर ताबा मिळविण्यास मदत होते व मुलाच्या गैरवर्तणुकीतून कसा मार्ग काढायचा, याचा विचार करायला वेळ मिळतो. शिक्षा केल्याने त्याचा वाईट परिणाम होतो. बाजूला राहून वेळ काढणे मुलाने नापसंत केले, तर त्याला दिलेल्या काही सवलती काढून घ्याव्यात. त्यामुळे मूल दूर राहून वेळ काढायला तयार होते. छोट्या-छोट्या गोष्टींवरून थोडा वेळ मूल रागावणे, या वयात स्वाभाविक असते. दुसरीकडे लक्ष वेधून असा राग पालक घालवू शकतात. पालकांना मुलाबद्दल प्रेम व जवळीक वाटत नसेल, तर थोडा वेळ दूर उभे करण्यामुळे मुलाचा गैरसमज होऊ शकतो. या सर्व गोष्टींचा गरज असेल, तेव्हाच वापर करावा. शक्यतोवर वेगळ्या मार्गाने तोडगा निघत असेल, तर उत्तमच!

शिस्त लावण्यासंबंधी सर्वसाधारण नियम :

एकमेकांबद्दल प्रेम असले, तरच शिस्त लावणे शक्य होते. कुटुंबातील आपले हक्क जर उपभोगायचे असतील, तर कुटुंबातील प्रत्येकाने काही नियम पाळायचे असतात. तसेच काही जबाबदाऱ्याही पार पाडायच्या असतात. नियम थोडेच असावेत. ते का पाळायचे, याची तर्कनिष्ठ कारणेही असली पाहिजेत. मुलाला जर समज आली असेल, तर ही कारणमीमांसा त्याला उलगडून सांगावी. म्हणजे नियम पाळणे त्याला जड जात नाही.

नियम पाळण्यात एकवाक्यता असणे गरजेचे असते. एका ठिकाणी एक नियम व दुसऱ्या ठिकाणी दुसरा नियम असे असेल, तर मुलाच्या मनात गोंधळ निर्माण होतो. काही वेळा पालकांनी करायला सांगितलेली गोष्ट आजोबा करू नको म्हणतात. उदा. आई फोनवर बोलताना मुलाला संगणक वापरायला परवानगी असते; पण इतरवेळी त्याला संगणक वापरणे निषिद्ध असते. काही वेळा वडील मुलाला भ्रमणदूरध्वनी वापरायला परवानगी देतात; पण आईचा तसे करण्यास तीव्र विरोध असतो. योग्य काय व अयोग्य काय, याबाबतही मुलाच्या मनात गोंधळ उडवून दिला जातो. मग आपल्या गरजेप्रमाणे तो आई किंवा वडील जे शिथिल प्रवृत्तीचे असतील त्यांचा आसरा घेतो.

आपण मुलाला वारंवार धमक्या दिल्या व त्या आपण अमलात आणल्या नाहीत, तर मुलाचा असा समज होतो की, पालक जे बोलतात तसे वागत नाहीत.

एखादी शिक्षा अमलात आणल्यानंतर पालकांना वाईट वाटते. मग ते मुलाशी लाडाने वागतात, याचाही मुलाच्या मनावर वाईट परिणाम होतो. वडील काम करत असताना मूल जर त्यांना सतावत असेल, तर वडील त्याला माळ्यावर ठेवीन म्हणून धमकी देतात. पण प्रत्यक्षात वडील तसे काही करीत नाहीत. त्यामुळे कोणतीच धमकी मूल गंभीरतेने घेत नाही. एखाद्या मुलाने जर शाई टेबलावर सांडली, तर वडील भावनेच्या भरात मुलाला मारतात व नंतर त्यांना कळते की, मुलाची शाई सांडण्यात काहीच चूक नव्हती. मग ते मारण्याबद्दल मुलाची माफी मागतात. अशा वागण्यानेही मुलाचा गैरसमज होतो म्हणून मुलाशी वागताना विचारपूर्वकच वागले पाहिजे.

त्याचबरोबर चांगले वागावे म्हणून मुलाला आमिष दाखवणेही चुकीचे असते. मग मूल नीट वागल्याबद्दल पैशाचीही अपेक्षा करते. 'हा पेपर जर आजोबांना नेऊन दिलास, तर मी तुला एक चॉकलेट देईन.' अशा प्रकारे आमिष दाखवणे योग्य नाही.

आपण चुकीचे का वागलो, याबद्दल बाजू मांडण्याची मुलाला संधी दिली गेली पाहिजे. मुले जेव्हा आपापसात मारामारी करीत असतात तेव्हा कायम मोठ्या मुलाला दोष देतो; पण तसे करणे योग्य नसते. दूरदर्शनचा 'रिमोट' दिला नाही म्हणून छोटा मोठ्याच्या अंगावर थुंकला, ही छोट्याची चूक आहे, असे मोठ्याला वाटते. अशा वेळी मुलांची बाजू ऐकून घेतल्याशिवाय त्यांची खरडपट्टी काढू नये किंवा शिस्त लावण्याचा प्रयत्न करू नये.

मुलाच्या बेशिस्त वागणुकीवर कारवाई करण्याआधी ते तसे का वागले, हे समजून घेणे योग्य. बेशिस्त वागणूक लक्ष वेधून घेण्यासाठी केली असण्याची शक्यता नाकारता येणार नाही. (त्याच्याकडे आपले योग्य लक्ष नाहीये का?) अशा वेळी लगेच लक्ष दिल्यामुळे बेशिस्त वागणुकीला फूस मिळते. खरे तर आपण मूल शांत होईपर्यंत वाट पाहावी. त्यानंतर त्याच्याशी नम्रपणे वागून त्याला खूश करावे. मुलाला कोणीतरी दम दिलेला असतो, म्हणून ते दुसऱ्याला दम देते. मुलाच्या शक्तीला योग्य वाव न मिळाल्यामुळे ते वस्तूंची तोडफोड करते. बऱ्याचदा मूल दमलेले, भुकेलेले किंवा पेंगुळलेले असते, म्हणून बेशिस्त वागते. नैमित्तिक गोष्टी करीत असता ताठर भूमिका न स्वीकारता, सौम्य भूमिका पालकांनी स्वीकारावी. एखादे मूल योग्य प्रकारे लिहू शकत नसल्याने गृहपाठ करीत नाही. ही बेशिस्त नसून, त्याचा तो अंगभूत दोष आहे, हे समजून घ्यावे.

वयोमानाप्रमाणे शिस्त लावण्याचे मार्ग अवलंबावे. बाळाच्या वाढीनुसार आपण शिस्त लावण्याचा प्रयत्न करावा. नाहीतर काही वेळा त्याचा अतिरेक होतो. एक वर्षाच्या मुलालाही 'नाही' म्हटलेले समजते. म्हणून पालकांना योग्य वाटेल,

तेव्हा त्याचा उपयोग करावा. एक वर्षाच्या मुलांना शिक्षा करून काहीच साध्य होत नाही. मुलाला एखादी गोष्ट 'करू नको' असे म्हटले, तर मुले थट्टामस्करी करतात. पालकही ते हसण्यावारी घेतात. मग बाळही 'नको' म्हणून सांगितलेली गोष्ट दुप्पट जोमाने करते. अशा मुलांनाही लक्ष वेधून घेण्याची सवय असते. आपल्याला जसे 'नाही' म्हणण्याची सवय असते, तशी मुलांनाही सवय होते. 'नाही' हा शब्द सहज उच्चारला जातो. बाळाला इजा किंवा दुखापत होईल, या भीतीपोटी आपण आपल्या मुलासमोर वापरतो आणि हा शब्द मूल सहज शिकते. 'नाही' म्हणून का होईना पालकांनी आपल्याकडे लक्ष दिले, म्हणूनसुद्धा बाळ खूश होतो. म्हणूनच सज्जातून खेळणी खाली टाकणाऱ्या एक वर्षाच्या बाळाला, 'असे करू नको' असे आपण म्हणतो, तेव्हा ते बाळ आणखी जोरात खेळणी खाली टाकू लागते. दोन वर्षांचे मूल घरातील सर्वांवर ताबा ठेवू पाहते आणि अशा निरंकुश सत्ता संपादनाने ते खूश होते. या काळात मुलांना समजून सांगून काही कळत नाही. बाळ शांत व्हायची पालकांनी वाट पाहावी आणि आपण सांगू तसेच होणार हे लक्षात घ्यावे. तसेच पालकांचे कौतुक करून घेण्यासाठी बाळाने ठरावीक प्रकारे वागलेच पाहिजे, अशावेळी ताठर भूमिका घेण्याऐवजी प्रेमभरे केलेल्या सहज वागणुकीचा बराच परिणाम होतो. एक ते तीन वर्षांच्या मुलांना शिस्त लावणे तसे कठीण असते; पण जर पालकाच्या वागणुकीत सातत्य असेल, तरच शिस्त लावणे शक्य होते.

शिस्त लावत असताना द्वेष व सूड यांना स्थान नाही. पालकांची वागणूक आदर्शवत् मानून बाळ त्यांच्याप्रमाणे वागते. अर्थात पालकांची ही वागणूक चांगली किंवा वाईट दोन्ही प्रकारची असू शकते.

शिस्तीमुळे काही नुकसान होते काय?

ज्या पालकांना वाटते की, शिस्तीचे पर्यवसान दडपशाहीत होईल किंवा ज्या पालकांना स्वतःला शिस्त नसते, असे पालक त्यांच्या मुलांना शिस्त लावू शकत नाहीत. शिस्त नसेल, तरच उलट मुलाचे नुकसान होते किंवा ते फुकट जाण्याची शक्यता असते. त्यामुळे मुलांमध्ये एक प्रकारची असुरक्षितता निर्माण होते. जे पालक निष्क्रिय किंवा शिथिल प्रवृत्तीचे असतात, ते आपल्या मुलांकडून सातत्यपूर्ण वागणुकीची अपेक्षा करीत नाहीत. अशा मुलांच्या पालकांचे जीवन दिशाहीन असते. त्याचवेळी शिस्तीचा अतिरेकही हानिकारक असतो. 'हे करू नको, ते करू नको', अशा सूचना कायम देत मुलांना शिस्त लावल्याकारणाने मुले एक तर नकारात्मक, बंडखोर व आततायी होतात किंवा लाजाळू, नम्र, भित्री आणि

असुरक्षित होऊ शकतात. मुलांना जर एखाद्या अधिकारी व्यक्तिमत्त्वाचेच अनुकरण करण्यास भाग पाडले, तर ते भयावह असते. कारण जेव्हा मूल तरुण होते, तेव्हा स्वतःचे निर्णय स्वतः घेऊ शकत नाही. काही वेळा ही मुले, हुकूमशाही प्रवृत्तीच्या त्यांच्या मित्रांच्या दबावाला बळी पडून चुकीच्या मार्गाला लागतात.

आपली मानखंडना होऊ नये म्हणून थकवा, छळवाद किंवा घाई, यामुळे पालक मुलावर शिस्त लादतात आणि तदनुषंगाने छोट्या-छोट्या गोष्टीत चुका शोधत राहतात. हे खरे तर चुकीचे आहे. उदा. आईला दुपारी झोपायची सवय असल्याने झोपण्यासाठी मुलाला मार दिला जातो. सकाळी पालकांना कामावर जायची घाई असल्याने मूल जर भराभर जेवत नसेल, तर पालक मुलाला मारतात. मुलाची वाढ होत असताना त्याला वेळ देण्याची व आरामदायक वागणुकीची गरज असते; म्हणून पालकांचे अशा प्रकारचे वागणे योग्य नाही.

शिक्षा :

शिक्षेपेक्षा बक्षीस देणे, प्रोत्साहन देणे आणि कौतुक करणे, यामुळे मुले चांगल्या प्रकारे शिकतात. म्हणून शिक्षा देणे हे चुकीचेच आहे. त्यामुळे शिक्षा देणे, दोष देणे, तसेच खरडपट्टी काढणे इ. कधीच करू नये. शिक्षेमुळे अयोग्य वर्तणूक थोड्या वेळेपुरती थांबते; पण अशी वर्तणूक भविष्यात का असू नये, याची जाणीव त्यामुळे होत नाही.

व्यक्तिगत तणाव, तसेच भावनांचा ढळलेला तोल, यामुळेच आपण मुलांना शिक्षा देत असतो. ज्या गोष्टी मुलांच्या हातात नसतात उदा. अंथरुणात लघवी करणे. त्यासाठी कधीही शिक्षा करू नये. चुकीची कबुली मुलाने केली, तर शिक्षा कमी करावी. त्यामुळे चूक कबूल करण्यासाठी त्याला प्रोत्साहन मिळते.

मुलाला मार देतो तेव्हा आपण आपली आक्रमकताच दाखवत असतो, म्हणूनच ते दोषास्पदच आहे. टीका करणे, दोष देणे, लाज काढणे, उत्साहावर पाणी टाकणे व टोमणे मारणे या शिस्त लावण्याच्या पद्धती चुकीच्या आहेत. परिस्थिती काबूत आणण्यासाठी काही पालक या गोष्टींचा अंगीकार करतात. हाताने किंवा काठीने मारण्याला परवानगीच नाही. त्यामुळे त्याचा आधार घेऊच नये. जे पालक मुलांना मारतात, त्यांना मुले उलट का मारत नाहीत? मुले आपल्या आई-वडिलांप्रति अतिशय सहनशील असतात. त्यामुळेच ते शक्य होते. आपला तोल सुटू न देण्याचे प्रशिक्षण आपण मुलांकडूनच घ्यायला हवे. मार दिल्यामुळे मूल स्वाभिमानशून्य होते. त्याच्यात वैरभावना बळावते. बंडखोरी व दुसऱ्याला तुच्छ लेखण्याची प्रवृत्ती वाढते

आणि उपद्रवमूल्य वाढते. मुलाची वागणूक कधी नव्हे इतकी खालावण्यात या सगळ्यांचे पर्यावसान होते. जितकी जास्त शिक्षा तितका त्याचा जास्त गंभीर परिणाम होत असतो. काही काळाने शिक्षेचा काही उपयोग होत तर नाहीच, पण मूल कोडगे होते. एकंदरीत दूरगामी विचार केल्यास शिक्षा परिणामकारक निश्चित नसते.

मुलाच्या चुकीच्या वागणुकीबद्दल आपण ओरडतो, म्हणजे त्याची कानउघडणी करतो किंवा त्याच्यावर टीका करतो. शाब्दिक स्तुतीने मुलाला जशी प्रेरणा मिळते, तसे हे ओरडणेही पुरेसे असते. पण सारखे सारखे ओरडल्यावर हे हत्यार बोथट होते. मोठ्याने ओरडण्यापेक्षा शांत व खंबीरपणे ओरडणे जास्त फायदेशीर असते. मोठ्याने ओरडणे मुले मनावर घेतच नाहीत. ओरडताना अपशब्द वापरण्याचे कटाक्षाने टाळावे. अपशब्द वापरल्याने मुलांना राग येतो. त्यांना निर्बल व एकाकी झाल्यासारखे वाटते. जेव्हा तरुण मुलाला शिस्तीसाठी आपण ओरडतो, तेव्हा ही मुलेही आपणास ओरडून प्रत्युत्तर करतात, ते ऐकण्याची पालकांची तयारी असावी. आपल्या पालकांची लहानपणापासून पाहिलेली वागणूक स्वतः अमलात आणण्यासाठी मुले आपण मोठे होण्याची वाट पाहतात. पहिल्या दहा वर्षांत आपण मुलांसमोर वागणुकीची जशी बीजे पेरली, तशीच फलनिष्पत्ती पुढच्या दहा वर्षांत होत असते.

मुलाच्या बेशिस्त वागणुकीची शिक्षा म्हणून त्याच्या सवलती कमी करणे, हा शिक्षेचा प्रकार परिणामकारक आहे; पण तो अतिशय काळजीपूर्वक वापरला पाहिजे. 'जर तू दूध प्यायले नाहीस, तर मी तुझ्याशी बोलणार नाही' अशा तीन वर्षांच्या मुलाला दिलेली ताकीद त्याच्यासाठी त्रासदायक ठरू शकते. घरामध्ये मूल, आई-वडिलांच्या सान्निध्यात एकाकीच असते. आपल्याशी घरात कोणीही बोलणार नाही, हा विचारच तीन वर्षांच्या मुलाला त्रस्त करतो. हुकूमशाही प्रवृत्तीच्या पालकांनी त्यांच्या तरुण मुलाच्या सवलती अचानक काढून घेतल्या, तर त्याचा भयानक परिणाम होऊ शकतो. प्रेमळपणे संवाद साधून जर सवलती कमी केल्या, तर तो एक चांगला मार्ग होऊ शकतो आणि त्याचा चांगला परिणामही दृष्टीस पडतो. पुढील उदाहरण वानगीसाठी घेऊ या. 'तुझ्या वर्गातील मुलींना तू वरचेवर पत्र लिहीत असतोस, असं मला आढळलं आहे. अभ्यासापेक्षा या गोष्टीवरच तुझा जास्त वेळ जातोय. तिच्या आई-वडिलांना हे आवडेल का, याबद्दल मी साशंक आहे. आपली कोणाकडूनही मानखंडना होणार नाही, असे वाग. बाळा, तुझ्याबद्दल गैरसमज पसरू नये, म्हणून तू नको त्यावेळी तिला संदेश पाठविणे बंद कर. तुझे शालेय शिक्षण पूर्ण होईपर्यंत तुझा भ्रमणदूरध्वनी माझ्याकडे दे. तू तिच्याशी पत्रव्यवहार थांबवणे गरजेचे आहे.' अशाप्रकारचा संवाद परिणामकारक ठरतो.

अपेक्षित वागणूक मुलांच्या अंगी बाणविण्यासाठी पुढील तीन गोष्टींची गरज असते. पालकांनी योग्य वर्तणुकीने मुलांसमोर चांगला आदर्श ठेवावा. अपेक्षित वागणुकीसाठी मुलांना प्रोत्साहन द्यावे. परस्परांचा मान ठेवून मुलांशी प्रेमभरे संभाषण करून उत्तम संबंध ठेवावेत. मुलांच्या आताच्या वागणुकीत सुधारणा होण्याची गरज असल्यास तशी सुधारणा प्रेमाने करावी. आक्रस्ताळेपणा व रागावणे यातून काहीच साध्य होत नाही. रागाने व आक्रमकतेने झालाच तर तोटा होतो आणि परिस्थिती हाताबाहेर जाते. पालक म्हणून मुलाला जर आपण योग्य प्रकारे ओळखू शकलो आणि त्याच्या गैरवर्तणुकीचे कारण समजून घेतले, तर शिक्षेची गरजच पडणार नाही. मुलांसमोर असलेल्या विविध आव्हानांना ती सामोरी जात असतात आणि त्यांचा विकास होत असतो. त्यांनीच नेहमी पालकांना समजून घ्यावे, असा आपला कधीच ग्रह होता कामा नये. निरपेक्ष प्रेमाबरोबर धमकीची भाषा नसलेला निर्णय न लादणारा आणि नैतिकतेचे पाठ न देणारा सहजसंवाद साधल्यास मुलांबरोबर उत्तम नातेसंबंध तयार होण्यास मदत होते आणि शिस्त लावण्याची गरजच पडत नाही.

प्रकरण
६

कार्यक्षमता आणि उत्तम आरोग्य

नव्या जिवाचे भरणपोषण गरोदरपणापासून सुरू होते. गरोदरपणात अर्भक गर्भाशयातील पाण्याच्या पिशवीत वाढत असते. प्रसूती होईपर्यंत ते पूर्णपणे आपल्या आईवर अवलंबून असते. प्राणवायू, पाणी, अन्न आणि इतर जीवनावश्यक घटक, बाळाला आईकडूनच मिळतात. जन्मानंतर नाळ कापली की, हा एकमेव जीवनरक्षक दोरही कापला जातो. बाळाच्या शरीरातील विविध संस्था शरीराच्या चयापचय क्रिया चालवू लागतात. विविध संस्थांच्या सहकार्याने बाळाच्या शरीराचा व्यवहार चालवणे त्यामुळे शक्य होते. थोडक्यात, बाळ काही प्रमाणात स्वावलंबी होते, तर काही प्रमाणात 'आई'वर अवलंबून असते. आईचे दूध हे बाळासाठी निसर्गदत्त असे अन्न आहे. बाळाला गरज असलेले अन्नपदार्थ यातून योग्य प्रमाणात मिळतात. म्हणूनच इतर कोणत्याही अन्नपदार्थाची तुलना आईच्या दुधाशी होऊ शकत नाही. आईचे दूध निसर्गदत्त असल्यामुळे आईच बाळाची काळजी घेऊ शकते. स्तनपानामुळेच बाळ आईच्या सान्निध्यात कायम राहते आणि त्यामुळेच त्याला आईची ऊब मिळणे शक्य होते. बाळ अतिशय नाजूक असते आणि हालचाल करण्यास असमर्थ असते. प्रतिकूल परिस्थितीत काही वेळा आईजवळ ठेवलेले मूल दुधासाठी आईच्या स्तनाजवळ जाते.

स्तनपान हा प्रत्येक बाळाचा व आईचा हक्क आहे. स्तनपान ही प्रत्येक आईची जबाबदारीच नाही, तर ती तिच्यासाठी एक गौरवास्पद बाब आहे. त्यामुळे आईपणाला पूर्तता येते. आईच्या खंबीर आधारामुळेच बाळाची वाढ गर्भाशयात पूर्ण होते. ही गोष्ट कोणत्याही आईसाठी काळजाला भिडणारी आहे. बाळाला स्तनपान देण्याची वेळ आईच्या आयुष्यात किती वेळा येणार आहे? आपण लहान कुटुंबाचे पुरस्कर्ते असल्याने, अशी वेळ आईच्या आयुष्यात दोनच वेळा येणार!

स्तनपानामुळेच बाळाची संभाव्य वाढ होणार आहे, त्यामुळे कोणत्याही आईला आणखी समाधान मिळते. बाळाचे स्तनपानावर किती काळ आपण पोषण करणार आहोत? यासाठी आपल्याला फक्त सहाच महिने आहेत, याची जाणीव झाल्यावर, आईच्या मनाची आणखीनच घालमेल होते.

बाळाला स्तनपान देणे ही एक नैसर्गिक गोष्ट आहे आणि त्या अनुषंगानेच बाळ व आई यांच्यात बरीच देवाणघेवाण होत असते. या स्थितीत बाळ आईला अधिक बिलगून राहू शकते. दूध देताना विविध प्रकारे धरून किंवा आंजारून-गोंजारून आई बाळावर प्रेम करू शकते. जे बाळ आरामात दूध घेऊ शकते, ते आईकडे कृतज्ञतेने व समाधानाने पाहते. बाळाला पोटभर दूध पाजल्यानंतर बाळाच्या चेहऱ्यावरील आनंद व समाधान पाहणे हे सुखदायी असते. स्तनपानामुळे आईला मिळणारा अनुभव अद्वितीय आहे. तसेच त्यामुळे आईला मिळणारा व्यक्तिगत आनंद शब्दांत वर्णन करणे कठीण आहे. बाळ जसजसे वाढते, तसतसे ते आपला हक्क समजूनच आईजवळ दुधाची मागणी करते. पाच ते सहा आठवड्याने बाळ आईकडे पाहून हसू लागते. त्यानंतर आईने आपली योग्य प्रकारे काळजी घेतली व आपल्या सर्व गरजा पुरविल्या म्हणून आईकडे पाहून ते समाधान व्यक्त करते. या जगातील सर्व आयांना मिळालेली ही महान देणगीच म्हटल्यास वावगे होणार नाही!

बाळाच्या वाढीसाठी तसेच मानसिक व भावनिक विकासासाठी आईचे दूध योग्य असल्याने कमीत कमी सहा महिन्यांपर्यंत बाळाला या दुधाची गरज असते. त्यानंतर बाळाला इतर अन्नघटकांची गरज असते.

अंगाचे दूध सोडून इतर अन्नपदार्थ बाळाला भरविणे याला दूध सोडविणे म्हणतात. अन्न भरविताना बाळाला इकडे-तिकडे पाहण्यास अवसर मिळतो. घरातील इतर माणसे अन्न भरवू शकतात. त्यामुळे आई बाळापासून दूर राहू शकते. सहा महिन्यांच्या दरम्यान बाळ बसू शकते. त्यामुळे त्याला नरम पदार्थ चमचा-वाटीने भरवणे शक्य होते. हे अन्न भरविताना आईने बाळाला स्तनपान देणे चालू ठेवावे. या सर्व गोष्टींमुळे एकमेकात जवळीकही राहते तसेच एकमेकांपासून लांबही राहता येते.

खरे तर चमच्याने भरवायला लागल्यामुळे आईशी दुरावा निर्माण होतो; पण आता आई बाळाशी अन्य मार्गांनी भावनिक जवळीक साधू शकते. अन्नपदार्थ पाहिल्यावर बाळ बडबडते किंवा किंचाळते. नवनवीन पदार्थ खाण्यास तेही उत्सुक असते. खाण्याच्या वेळेदरम्यान मूल भावनिकही होत असते. जेवणाच्या वेळी बाळ जास्तीत जास्त आनंदी कसे असेल, याकडेच पालकांनी लक्ष दिले पाहिजे.

बाळाला भरविण्यासाठी खरे तर पालकांनी उत्सुक असले पाहिजे. त्यामुळे

बाळाचा जास्तीत जास्त सहवास आईला मिळतो. अन्न भरविताना पालकांनी आनंदी व शांत असावे. बाळाने अन्नपदार्थांबाबत दाखविलेली आवड-नावड पालकांनी खेळकरपणे स्वीकारण्याची तयारी ठेवावी. सहा महिन्यांच्या बाळाचा आपल्या चेहऱ्याच्या स्नायूंवर पूर्ण ताबा असतो. बाळाला विविध अन्नपदार्थ भरविताना त्याच्या चेहऱ्यावरील हावभाव पाहणे आनंददायी असते. चेहऱ्यावरील हावभावाने पदार्थाची आवड-नावड ते व्यक्त करते. खाण्याचे भांडे पाहूनच ते अन्न खाण्याची उत्सुकता व्यक्त करते. हा जेवणाचा वेळ जर आनंदमय झाला तरच बाळ अन्न खायची उत्सुकता कायम ठेवते. हा काळ सुखकर होण्यासाठी सर्वांनी प्रयत्नशील असावे.

बाळाला आवश्यक असलेले अन्न त्याला हसतमुखाने देणे, हेच पालकाचे ध्येय असावे. बाळाने किती अन्न खाल्ले, यावर पालकत्वाचा दर्जा अवलंबून नसतो. हे आपण ध्यानात घेतले पाहिजे. अन्न भरविताना होणाऱ्या संवादावरच हा दर्जा मुख्यत्वेकरून अवलंबून असतो. भारतात घराबाहेरील मोकळ्या परिसरात बाळाला अन्न भरविण्याची प्रथा आहे. त्यासाठी आईला भरपूर सवडही दिली जाते. असे करताना त्याला निसर्गातील विविध सजीव आणि निर्जीव गोष्टी दाखविल्या जातात. निसर्गाशी जवळीक साधता साधता मूल अन्नाचा स्वाद घेत असते.

पालकांची गडबड व वेळेच्या अभावामुळे आपण अन्न खात आहोत, याबद्दल बाळ सावध असते. बाळाला ''आता जेवणाची वेळ झाली'' म्हणून सांगण्यात येते. त्यावेळी आदल्या दिवशीच्या बऱ्यावाईट अनुभवांचा पाढा त्याचेसमोर वाचला जातो. आपला वेळ सलगपणे मुलासाठी पालक देऊ शकत नाहीत. त्यामुळे बाळ व पालक यांच्यात सहज नातेसंबंध नसतातच. परिणामत: मुलाला भराभर भरवले जाते किंवा आपल्या कामाचा एक भाग किंवा पैसे मिळतात, म्हणून कोणीतरी व्यक्ती हे भरविण्याचे काम करते. ''जर तू एवढा वाडगा संपविला नाहीस, तर मी तुला बागुलबुवाकडे देईन.'' अशी बाळाला धमकी देऊन भरविण्याऱ्या पालकांची संख्या कमी नाही. अशी धमकी लहान बाळाला देणारे पालकच स्वत: महाराक्षस असतात. या दुष्ट राक्षसांपासून सुटका करून घेण्यासाठी नाइलाजास्तव मुले अन्न खातात. त्यामुळेच भीतीपोटी अन्न खाण्याची मुलाला सवय लागते. परिणामत: मुलाचा भोजनकाळ आनंदमय नसतो. मुलांना अशाप्रकारे अन्न खाणे आवडत नाही. त्यामुळे पालकांचा असा समज होतो की, मुलांना जेवण आवडतच नाही. भोजनकाळ आनंदमय झाला, तरच मुले भोजनाचा आनंद उपभोगतात.

अंगचे दूध कमी करीत असताना बऱ्याच आया भावनाप्रधान होतात. अंगावरचे दूध जेव्हा मूल घेत असते, तेव्हा ते किती दूध पिते याबद्दल त्या जागरूक

नसतात. पण अंगचे दूध प्यायचे कमी करायला लागल्यानंतर मूल किती अन्न खाते, याबद्दल जागरूक होतात. मूल किती अन्न खाते, किती वेळा खाते आणि कोणते अन्न खाते, अशा प्रकारचे विविध प्रश्न पालकांच्या मनात येतात. बाळाला अन्न भरविण्याचा उत्साह असतानाच 'माझे बाळ योग्य प्रकारचे अन्न खाते ना?' या भीतीने पालक कावरेबावरे होतात. बाळाच्या भुकेच्या वेळीच जर पालकांनी अन्न भरविण्याचा उत्साह दाखविला, तर अन्न भरविण्याची क्रिया सुरळीत होऊ शकेल.

बाळाने पालकांची अपेक्षापूर्ती केली नाही, तर 'आपण अन्न भरविण्यात कोठे तरी कमी पडतोय का?' असा संशय पालकांच्या मनात येऊन ते असमाधानी होतात. यामुळे पालक व बाळ यामध्ये योग्य नातेसंबंध जुळून येत नाहीत आणि अन्न भरविण्यासंबंधी विविध अडचणी तयार होतात. मुलाच्या विविध कार्यक्रमांपैकी 'अन्न खाणे' हा एखाद्या दिवशीचा कार्यक्रम (खेळ) असू शकतो. अन्न भरवितानाच बाळासाठी वेळ द्यावा असे काही नाही. बाळासाठी वेळ देण्यासाठी पालक अनेक कारणे काढू शकतात. पालक बाळाबरोबर पूर्णत: एकरूप झाले, तर अन्न भरविणे, हे सुखद व आनंददायी होऊ शकते.

आपल्या क्षमतेविषयी काही पालकांना आत्मविश्वास नसतो. अशा वेळी त्यांच्या मनात काळजी व भयगंड निर्माण होतो. परिणामत: बाळ अन्न स्वीकारण्यास नकार देते आणि हा कार्यक्रम लांबणीवर टाकावा लागतो. एखाद्या माणसाने बाळाला आरामात आल्हाददायक वातावरणात, ममतेने खाऊ घातले, तर मूलही आनंदित होते. असे वातावरण नसेल, तर बाळ नाराज होते आणि आपली नाराजी तोंडात घास बराच वेळ ठेवून किंवा अन्न भरवताना तोंड दुसरीकडे वळवून व्यक्त करते. मग पालकांचाही हिरमोड होतो. या सर्वांमुळे नाउमेद झालेले पालक विविध प्रतिक्रिया व्यक्त करतात. मुलाने जेवावे म्हणून मार देण्यापर्यंत काही पालकांची मजल जाते. हुकूमशाही प्रवृत्तीचे पालक मुलांनी अन्न खावे, अशी बळजबरी करतात आणि मूल जेवण्याला चालढकल करते. अशावेळी शिथिल प्रवृत्तीच्या पालकांना अपराधी वाटते. मग मुलांना भरवण्यास अयोग्य ते आणि पोषक नसलेले अन्न ते खाऊ घालतात. त्यामुळे बाळाला नको ते अन्न खायची सवय लागते.

पहिल्या वर्षाच्या शेवटी बाळाचे वजन जन्मवेळेच्या वजनाच्या तिप्पट होते. तसेच दुसऱ्या वर्षाच्या शेवटी ते जन्माच्या वजनाच्या चौपट होते, हे आपण लक्षात ठेवावे. उदा. जन्माच्या वेळी तीन किलो वजन असणारे मूल एक वर्षाच्या शेवटी नऊ किलो व दोन वर्षांचे शेवटी बारा किलो होते. म्हणजेच पहिल्या वर्षी बाळाचे वजन सहा किलोंनी वाढते; तर दुसऱ्या वर्षात फक्त तीन किलो वाढते. थोडक्यात, दुसऱ्या

वर्षात वाढीचा वेग मंदावल्याने बाळाची भूकही मंदावते. त्यामुळे पालकांनी मनस्ताप करून घेऊ नये.

बाळाचे भोजन सुरळीत होण्यासाठी काही पालक जेवताना दूरदर्शन किंवा संगणक चालू करतात. त्यामुळे ते पाहता पाहता बाळाचे जेवण पटकन् होते. बाळ आपली नजर दूरदर्शनच्या पडद्यावर खिळवून ठेवते आणि अशा प्रकारे बाळाला जेवायची सवय लागते. समोर चित्र दिसत असेल, तर मूल जेवते. भूक लागते म्हणून जेवायचे असते, हे बाळ विसरून जाते. समोर अन्न व चित्र दोन्हीही असतील की जेवायचे, हे बाळ ध्यानात ठेवते. किती जेवायचे हे बाळ ठरवत नाही, तर पालक देतील तेवढे खायचे, हे तंत्र बाळ अमलात आणते. आपले पोट भरले, म्हणून अन्न खाणे थांबवावे, याचा बाळाला विसर पडतो. वाडग्यात असलेले सर्व अन्न खायचे किंवा दूरदर्शनचा कार्यक्रम संपेपर्यंत खात राहायचे, हेच बाळाच्या मनाने घेतलेले असते. थोडक्यात, अन्न खाणे हे बाह्य परिस्थितीनुसार ठरविण्यात येते. त्यामुळे कार्यक्रम पाहत असताना मुले काहीबाही खातच असतात. असेही मुलांना कायम थोडेथोडे खायला आवडतेच आणि कार्यक्रम संपेपर्यंत किंवा भांड्यातील अन्नपदार्थ संपेपर्यंत मुले खात राहतात. या सततच्या खाण्यामुळे ही मुले स्थूल होतात. भूक नसताना खाल्ले जाते. एकतर बाळाला शारीरिक व्यायाम होत नाही. त्यातच उच्च उष्मांकाचे, पौष्टिक नसलेले अन्नही दिले जाते.

मूल खात असलेले अन्नघटक पालकत्वाच्या शैलीनुसार कसे बदलतात, ते पाहू. हुकूमशाही प्रवृत्तीचे पालक मुलांना म्हणतात, ''मी देतो ते खा. मी खातो, ते नव्हे.'' हे पालक स्वत: योग्य प्रकारचे अन्न खात नसतात; पण मुलांनी मात्र समतोल आहार घ्यावा, यावर त्यांचा आग्रह असतो. यामुळे एकतर मूल बंडखोर होते किंवा पालकांच्या अवाजवी अपेक्षांच्या ओझ्यातून बाहेर पडायचा मार्ग शोधते. उदा. स्वत: पालेभाजी न खाणारे पालक मुलांना ती खायची जबरदस्ती करतात. अशावेळी मूल ही भाजी बाजूला सारते किंवा शौचालयात टाकते. शिथिल प्रवृत्तीचे पालक मुलांना खाण्याच्या चांगल्या सवयी लावण्याच्या मन:स्थितीत नसतातच. कारण त्यांच्या मतानुसार मूल खूश राहण्यासाठी त्याने कोणत्याही प्रकारचे अन्न खाल्ले तरी चालते, यामुळे मुलाचे नको इतके लाड होतात. खाण्याच्या चुकीच्या सवयी लागतात; परिणामी मूल कुपोषित होते. शिथिल प्रवृत्तीच्या पालकांकडून काहीच मार्गदर्शन मिळत नसल्याने तसेच मनाप्रमाणे वागायला मिळत असल्याने समज येईपर्यंत मुले खुशीत असतात; पण त्यांना योग्य मार्गदर्शन न मिळाल्याने नंतर पश्चात्ताप होतो.

अधिकाराने पण प्रेमभरे सांगणारे पालक प्रथम समतोल आहार आणि पोषक

अन्नघटक यांचे महत्त्व समजून घेऊन त्याप्रमाणे आचरण करतात. नंतरच मुलांना त्याबद्दल धडे देतात. दीर्घकालीन ध्येय लक्षात ठेवून पालक मुलांना योग्य आहार घेण्याचे फायदे समजावून देतात. आपल्यासमोर आपल्या पालकांचा आदर्श असल्याने मुलेही खळबळ न करता पालकांप्रमाणेच अन्नसेवन करतात. अशा कुटुंबात सर्वांच्याच खाण्याच्या सवयी चांगल्या असल्याने त्याच्याकडे येणाऱ्या पाहुण्यांनाही अशा सवयी अंगीकाराव्यात असे वाटते.

कुटुंबातील अन्नविषयक सवयी :

बऱ्याच कुटुंबात न्याहरी करण्यावर भर नसतो. 'उशिरा झोपा, उशिरा उठा' हा नियम अंगीकारल्यामुळे त्यांना न्याहरीसाठी पदार्थ तयार करावयाला वेळ मिळत नाही. आपल्या दिनचर्येत न्याहरीला अनन्यसाधारण महत्त्व असावे. बारा तास बाळ झोपत असल्याने त्यानंतर घेतलेल्या न्याहरीमुळे बाळामध्ये ऊर्जा निर्माण होते. वास्तविक, न्याहरी केल्यामुळे दिवसभरातील कामांसाठी त्याला योग्य इंधन मिळते. सर्वसाधारणपणे असे मानले जाते की, जे मूल उत्तम न्याहरी घेते, ते शाळेत उत्साही असतेच. तसेच त्याचा दिवसही आरोग्यदायी राहतो. मुलाने जर न्याहरी केली नाही, तर ते चिडखोर, अस्वस्थ होते आणि दमून जाते; कारण त्याला काम करण्यासाठी शक्तीच उरत नाही.

न्याहरी केल्यामुळे मुलांचे वजन काबूत राहते. रक्तातील कॉलेस्टेरॉल कमी होते आणि मूल वारंवार शाळेत गैरहजर राहत नाही. न्याहरीमुळे शरीराचे चयापचय सुरू होते. चयापचय सुरू झाल्यामुळे शरीरात कॅलरीचे ज्वलनही योग्य प्रकारे सुरू होते. जे न्याहरी करीत नाहीत, ते उरलेल्या दिवसात जास्त अन्नग्रहण करतात. त्यामुळे ते लठ्ठ होण्याची शक्यता असते. दुपारच्या जेवणापर्यंत उपाशी असल्यामुळे ते उच्च उष्मांक असलेले पदार्थ खातात आणि दुपारचे जेवणही जास्त प्रमाणात घेतात. पालक जर योग्य प्रकारे न्याहरी घेत असतील, तर त्याचा मुलांवर परिणाम होतो. सकाळी दहा मिनिटे आधी उठायची सवय लावल्यास न्याहरीसाठी जास्त वेळ मिळू शकतो. न्याहरीत पोषक अन्नपदार्थांचा समावेश असावा. दूध, फळे किंवा भाज्या यांचाही न्याहरीत अंतर्भाव करण्यास हरकत नाही.

कार्यक्षमता :

आपल्या मुलाला शारीरिकदृष्ट्या कार्यक्षम राहण्यास मदत करणे, हेच पालकत्वाचे महत्त्वाचे अंग होय. शरीरात चयापचय योग्य प्रकारे चालू असेल, तरच

दिलेल्या अन्नाचा वापर पुरेशा प्रमाणात होऊ शकतो. तसेच शक्तीचा वापर पुरेशा प्रमाणात झाला पाहिजे. पेशींची वाढ योग्य प्रकारे होण्यासाठी शक्ती वापरण्यास चालना मिळाली पाहिजे.

मुलांना खेळायला आवडते. बाळाच्या वयोमानानुसार 'कुकू हाहा'पासून ते 'कबड्डी'पर्यंत खेळांचा समावेश असतो. काही मुलांना कसरतीचे खेळ आवडतात, तर काहींना साधे खेळ. अर्थात ते प्रत्येकाच्या स्वभावावर अवलंबून असते. काहींना मैदानी खेळाबद्दल ममत्व असते, तर काहींना बैठे खेळ आवडतात. काहींना मैदानावर जाऊन किंवा दूरदर्शनवर खेळ पाहायला आवडते. पालकांनी स्वत: खेळामध्ये रस घेतल्यास मुलांमध्ये खेळाची आवड निर्माण करणे सहज शक्य होते. मुलाच्या जीवनात खेळाला अनन्यसाधारण महत्त्व आहे. ती एक महत्त्वाची गरजच आहे. खेळामुळे मुलाला आनंद मिळतो. इतकेच नाही तर त्याच्या शैक्षणिक व सामाजिक विकासामध्ये खेळाचा मोलाचा वाटा असतो.

अलीकडे अभ्यासक्रमातील प्रगतीला जास्त महत्त्व आल्याने खेळांकडे दुर्लक्ष होत आहे. मुलांना खेळ खेळण्यापासून परावृत्त करण्यात येत आहे. मोठमोठ्या शहरात मैदानांची संख्या कमी होत आहे आणि त्यांचा आकारही लहान होतोय. मुले या मैदानांचा पाहिजे तसा वापर करू शकत नाहीत. वाहनांच्या वारेमाप रहदारीमुळे रस्त्याच्या बाजूला खेळणेही कठीण होत आहे. शाळांमध्ये खेळासाठी ठेवलेला वेळ अभ्यासक्रम पूर्ण करण्यासाठी वापरला जातोय.

मुलांना खेळ खेळण्यासाठी प्रोत्साहित करण्यासाठी व ते अंगी बाणवण्यासाठी आपण विशेष मोहीम हाती घेणे गरजेचे आहे. समाजप्रवण होण्यासाठी, तसेच काही नियमांचे पालन करण्याची सवय लावण्यासाठी खेळांची गरज आहे. एकमेकांशी संवाद साधणे खेळामुळे शक्य होत असते. जरुरीपुरते शल्य सहन करून अपयश पचवणेही खेळामुळे शक्य होते. सुरुवातीच्या अपयशानंतर प्रयत्न करून पुढच्या साखळीत उसळी मारून यश संपादन करायला मुले शिकतात. खेळामुळे शरीरात संप्रेरके स्रवतात, स्मृतीला तकाकी येते आणि हाडे बळकट होतात. पूर्वी केलेल्या चुका सुधारून खेळातील नव्या गोष्टी शिकायला संधी मिळते.

मुलांनी साचेबंद खेळच खेळावे, असे नाही. अगदी बालपणापासून खेळाबद्दल प्रेम निर्माण करायला हवे. दोन ते तीन महिन्यांपासून पालक बाळाशी खेळायला लागल्यास नातेसंबंध दृढ होण्यास मदत होते. गुदगुल्या करण्यासारखे खेळ आपण दोन-तीन महिन्यांच्या मुलाशी खेळू शकतो. यावेळी बोटांच्या स्पर्शामुळे बाळ आनंदी होते. खरे तर यामुळे स्पर्शज्ञानाला बळकटी मिळते. पाच ते सहा महिन्यांचे

मूल आपल्याला भेटल्यावर आनंदी होते. अशावेळी 'कूकू हाहा' हा खेळ उत्तम. या खेळात आपला चेहरा बाळापासून थोडा वेळ लपवून घेतो. अर्थात असे हाताने किंवा रुमालाने करता येते. त्यासाठी बाळापासून दूर जाण्याची गरज नाही. आपली आई कोठे गेली, याबद्दल बाळ थोडा वेळ साशंक होते. पुन्हा त्याच्यासमोर आपण चेहरा दाखविल्यावर बाळ खिदळायला लागते. यामुळे सुसंवादाला चालना मिळते. आई डोळ्यांसमोर नसते, म्हणजे ती लांब गेली, असा त्याचा अर्थ नाही, हा संदेश बाळाला मिळतो. बाळ जसजसे जास्त हिंडूफिरू लागते व वय वाढते, तसेतसे पालकांनी बाळापासून काही काळ दूर राहावयास शिकावे. अशा दूर असलेल्या पालकांना बाळ शोधायचा प्रयत्न करते आणि ते सापडल्यावर खिदळू लागते.

मूल जसजसे वाढू लागते, तसतसे त्याला कल्पक खेळ आवडू लागतात. स्टेनलेस स्टीलच्या भांड्याबरोबर खेळताना बाळ फारच आनंदी झालेले आपण पाहतोच. त्या भांड्यांना इकडे तिकडे टाकून, त्याचे आवाज काढून, बाळ आपला आनंद साजरा करते. पाण्यात खेळणे ही बाळासाठी पर्वणीच असते. वर्तमानपत्र हातात घेणे, हाही बाळासाठी खुशीचा क्षण असतो. चेंडूची फेकाफेकी करून आपण बाळाशी खेळू शकतो. आपण चेंडूला बॅटने कुठेही मारू शकतो, या आनंदात बाळ मग्न होते. आपण चेंडू मारला, याबद्दल बाळाला फारच अभिमान वाटतो. या खेळामुळे हात व डोळे यांचा मेळ योग्य प्रकारे होतो.

पहिल्या महिन्यातच बाळाला घरातून बाहेर न्यावे. बाळाचे लक्ष शेजारच्या मुलांकडे जाते. त्या मुलांशी संवाद करणे त्याला आवडते. मेंदूच्या वाढीसाठी मुलांचा अशा प्रकारचा सहवास गरजेचा असतो.

दोन वर्षांनंतर मुलांना पारंपरिक खेळ खेळायला मैदानात न्यायला हरकत नाही. अशा प्रकारचे खेळ खेळताना पाहायला गंमत वाटते. एक प्रमुख होतो व बाकीची मुले त्याचे अनुकरण करतात. एकमेकातील संबंध विकास पावण्यास या खेळाचा उपयोग होतो. काही वेळा या खेळात भांडणे होतात; पण ती पालकांच्या मदतीने सोडवता येतात. मानसशास्त्रज्ञ अशा अपारंपरिक खेळांचा उपयोग घरातील वातावरण समजून घेण्यासाठी करतात. त्याचा उपयोग काही वेळा उपचारासाठी करतात.

अलीकडे मुलांना रचनात्मक कामात गुंतवण्याकडे पालकांचा कल आहे. अगदी चार ते पाच वर्षांच्या मुलांना बुद्धिबळाच्या वर्गात घालण्यात येते. काही मुलांना नाच करणे, चाकावर घसरणे, पोहणे, यांसारख्या गोष्टी शिकण्यासाठी पाठवण्यात येते. आठवड्यातील दोन संध्याकाळी या प्रत्येक गोष्टीसाठी वाटून देण्यात

येतात. काही अतिउत्साही पालक आपले मूल अष्टपैलू होण्याच्या उद्देशाने त्याला शनिवार व रविवार चित्रकलेच्या वर्गात घालतात. इतक्या सर्व रचनात्मक गोष्टी, एकाच वेळी शिकविण्याची गरज नसते. मुलांना अशा वर्गातील सूचनांचे पालन करावे लागते. विविध लोकांच्या सूचनांचे पालन करता-करता मूल गुदमरून जाते. या सर्वांमुळे मुलाचा निसर्गात घालवण्याचा वेळ कमी होतो. त्याच्या कल्पकतेवर परिणाम होतो. घरातील माणसांबरोबर वेळ घालवणे त्याला शक्य होत नाही. आपल्याला वेळ देणे शक्य नसते, म्हणून बरेच पालक मुलांना या कार्यक्रमात अडकवतात. मुलांनी दूरदर्शन पाहू नये, म्हणूनही बरेच पालक असे वागतात. पण यामुळे मुले सुखी होतात का? मुलांचे कौतुक केल्यास ती खूश असतात. पालकांनी त्यांना वेळ दिल्यास ती खूश असतात. पारंपरिक गोष्टी करण्यातच मुलांना आनंद वाटत असतो. बाळाने अशा वर्गांना जाण्यासाठी नकार दिला, तर त्याच्या मताला मान देऊन अशा गोष्टींपासून त्याला दूर ठेवावे.

खेळामुळे मुलांचा शारीरिक, भावनिक तसेच सामाजिक विकास होणे अपेक्षित असते. मुलांची सुरक्षितता आणि व्यक्तिमत्त्वविकास या गोष्टी खेळामुळे व्हाव्यात, याकडे पालकांचे लक्ष असावे. खेळाच्या शिक्षकांच्या कठोर वागणुकीपेक्षा त्यातील आनंददायी क्षण मुलांच्या लक्षात राहतात. आठ वर्षांपर्यंत मूल रचनात्मक खेळासाठी सिद्ध होते. त्याचा कल ओळखून त्याप्रमाणे खेळाची निवड करण्याचे स्वातंत्र्य बाळाला द्यावे. मग त्या त्या खेळातील नावाजलेल्या खेळाडूंचा दिनक्रम आणि त्याच्यातील महत्त्वाचे गुण यासंबंधी मुलांशी चर्चा करावी. मुलांमध्ये काही नावाजलेल्या प्रतिभावंत माणसांबद्दल आदर व दरारा निर्माण होतो. त्यामुळे त्या खेळात खुशीने व जाणीवपूर्वक यश संपादन करण्याचा प्रयत्न मुले करतात.

आपल्या बरोबरच्या खेळाडूंशी मैत्रीपूर्ण संबंध प्रस्थापित करणे, तसेच एखाद्या गटाशी संलग्न राहणे ही भावना मार्गी लागण्यासाठी मुलांच्या दृष्टीने सांघिक खेळ महत्त्वाचे असतात. संघातील सर्वांचे ध्येय एक असते. त्यामुळे एकी व मैत्रीची भावना वाढीस लागते. वरिष्ठांनी योग्य साथ दिल्यास मुले व मुली शाळेशी एकनिष्ठ राहतात.

आठ ते नऊ वर्षांच्या दरम्यान वयात येणाऱ्या मुलीचा घरातच राहण्याकडे कल असतो. पालकांनी आदर्शवत् वागून खेळासाठी वेळ देण्यास तिला प्रवृत्त करावे. तिला खेळण्यामध्ये रस वाटत नसेल, तर आपल्याबरोबर सायकल फिरवायला, चालायला किंवा उड्या मारायला न्यावे. मुले दूरदर्शन किंवा संगणक पाहण्यासाठी घरी राहतात. या बसून विनासायास करण्याच्या गोष्टी असल्याने त्या करण्यापासून त्यांना परावृत्त करावे. त्यामुळे मुले एकाकी राहणे पसंत करू लागतात.

घरात व्यायामशाळा असणे हा मैदानी खेळांना पर्याय होऊ शकतो. ॲरोबिक व्यायाम करण्यास व्यायामशाळेत परवानगी द्यावी. शरीरसौष्ठव कमावण्यासाठी वजन उचलणे व यंत्रावर व्यायाम करणे यासारख्या गोष्टींमुळे हाडांची वाढ थांबते. त्यामुळे या गोष्टी बालपण संपल्यानंतरच कराव्यात.

अधिक उष्मांकाची गरज असल्याने खेळाडूंना योग्य प्रकारचा पौष्टिक आहार देणे गरजेचे. उच्च दर्जाची कर्बोदके, पुरेसे स्निग्ध पदार्थ, खनिजे, जीवनसत्त्वे आणि पाणी, असा भरपूर प्रथिनयुक्त आहार खेळाडूंना गरजेचा असतो. असा आहार न मिळाल्यास उष्मांक मिळविण्यासाठी मुलामुलींच्या स्नायूंची झीज होते. त्यामुळे त्याची दमछाक होऊन ती कृश होतात.

प्रतिबंध करण्याजोगे आजार

आपल्या आजूबाजूच्या परिसरात मुलांना बागडावयास देणे गरजेचे असते. आरोग्यसंपन्न वागणे, हे महत्त्वाचे आहे; पण त्याचा अतिरेक नसावा. कारण तोही हानिकारक असतो. त्यामुळे जगात वावरताना अडथळा निर्माण होऊ शकतो. आरोग्यसंपन्न व स्वच्छ वागणूक ठेवून संसर्गजन्य आजार टाळलेच पाहिजेत. वयानुसार योग्य असलेल्या रोगप्रतिबंधक लसी द्याव्यात. पर्यायी हिपेटायटीस अ सारख्या रोगप्रतिबंधक लसी देण्यास हरकत नाही.

मुले कुठेही पाणी पितात त्यामुळे विषमज्वर, कावीळ व कॉलरा, यांसारखे रोग टाळण्यासाठी पाणी उकळून प्यावे.

मुलांच्या निरामय शरीरात संपन्न मन असते. घरातील सतर्क माणसे, तसेच पालक, यांची वागणूक आदर्शवत् असल्यास मूल आरोग्यसंपन्न व आनंदी राहण्यास मदत होते.

कोणती लस कोणत्या रोगाचा प्रतिबंध करते?

१) बी.सी.जी. - क्षय, २) हिपेटायटीस - कावीळ, ३) ओ.पी.व्ही. - तोंडावाटे पोलिओ लस, ४) इंजेक्शनवाटे तिहेरी लस-घटसर्प, डांग्या खोकला, धनुर्वात यांची प्रतिबंधक लस, ५) हिब-एच इन्फ्लुएन्झा या जिवाणूंपासून होणारा मॅनिंजायटीस यावरील प्रतिबंधक लस, ६) एम.एम.आर. - गालगुंड + गोवर + जर्मन रुबेल प्रतिबंधक लस, ७) असेल्युलर तिहेरी लस वापरल्यास पाय दुखणे, ताप येणे, वगैरे टाळता येते; पण ती लस महाग आहे. ८) विविध लसी एकत्र मिळतात. त्या एकाच इंजेक्शनने देता येतात; पण त्या महाग असतात.

प्रकरण
७ | शालेय कौशल्ये

जग ही एक शाळाच आहे. या शाळेत प्रत्येक दिवशी आपण छोटे-छोटे, पण महत्त्वाचे धडे शिकत असतो.

पूर्वजांकडून व्यवसाय शिक्षण शिकून घेण्याची आपल्याकडे परंपरा आहे. व्यक्तिगत गुणवत्ता मिळविण्यासाठी आता व्यवसायाचे शिक्षण घेण्याची पद्धत सुरू झाली आहे. चांगले आणि भरपूर शिक्षण घेऊन, त्यात यश संपादन करून, आर्थिकदृष्ट्या स्थिर होऊन सुख प्राप्त करून घेण्याची प्रत्येकाची उत्कट इच्छा असते. आपल्या मुलाने प्रत्येक क्षेत्रात उत्तम यश संपादन करावे, अशी पालकाची इच्छा असते. मग ते क्षेत्र अभ्यासाचे, खेळाचे, संगीताचे किंवा वक्तृत्वाचे, कोणतेही असो. तसेच हे यश संपादन करण्यासाठी, मुलाला उत्तम सुविधा मिळाव्यात, असेही पालकांना वाटत असते. आपण व आपली मुले जीवनात यशस्वी की अयशस्वी झालो, हे मुलाच्या अभ्यासातील यशावरच आपण ठरवीत असतो. शालेय अभ्यासक्रमातील यशामुळे मुलाचा नावलौकिक वाढतो. त्याचा आत्मविश्वास वाढतो. त्याला उत्तम विद्यालयात प्रवेश मिळतो. यशस्वी होण्यासाठी एवढ्याच गोष्टीची गरज असते, असे आपल्याला खरेच वाटते; पण या गुणवत्तेबरोबर भावनिक बुद्धिमत्ता जर असेल, तर जीवनात यश मिळविणे अधिक सोपे जाते.

दुसऱ्याला जाणून घेणे, स्वातंत्र्य, दुसऱ्याशी जुळवून घेणे, अडचणीतून मार्ग काढण्याचे सामर्थ्य, पाठपुरावा करण्याची प्रवृत्ती, तसेच परस्पर सामंजस्य इत्यादी गोष्टींचा भावनिक हुशारीमध्ये अंतर्भाव असतो. समतावादी दृष्टिकोन, सकारात्मक पालकत्व, जीवनमूल्यांची शिकवण या गोष्टींचा पालकांच्या वागणुकीत अंतर्भाव असावा. त्यामुळे मुलासमोर योग्य आदर्श राहतो. सुरक्षित, निर्मितीक्षम (सृजनशील), आरोग्यदायी आणि पोषक वातावरण असावे. यामुळेच उत्तम भावनिक बुद्ध्यंकाची मुले घडवणे पालकांना शक्य होते.

'आनंदमय शिक्षण' हे शिक्षणाचे ध्येय असावे. विविध कौशल्ये आत्मसात करणे, हे कसे आनंददायी असते, याची मुलांना जाणीव करून देणे, हे पालकांचे प्रथम कर्तव्य असते. मुलांना काय व्हायचे आहे, याबद्दल जाणीव करून देण्याची मग गरजच उरत नाही. शिक्षणाला अंत नसतोच. शालेय अभ्यासक्रमात सर्वच मुले चांगल्या प्रकारे यशस्वी होतीलच, असे सांगता येत नाही. काही गाण्यात, काही नाचण्यात, काही परस्परसंबंध योग्य ठेवण्यात, तर काही नकाशे वाचनाच्या क्रियेत प्रावीण्य दाखवतात. मुलांमधील सुप्तगुण विकसित होण्याच्या दृष्टीने उत्साहवर्धक वातावरण तयार करणे, हे आपले कर्तव्य असते. मग ते सुप्त गुण अभ्यासक्रमाबाबत असोत किंवा अभ्यासक्रमाबाहेरच्या विषयात असोत, या लेखात आपण शालेय अभ्यासक्रमात यश कसे मिळवायचे, त्याबाबत चर्चा करणार आहोत.

शालेय अभ्यासक्रम उत्तम प्रकारे आत्मसात करण्यासाठी परंपरागत मान्य झालेल्या आणि अगदी जरुरीच्या तीन गोष्टी आहेत. वाचणे, लिहिणे आणि अंकगणित. त्याशिवाय, आपल्याला कोणत्या परिस्थितीत शिकायचे, हेही महत्त्वाचे. आपल्याला आवड असलेले काम करण्यास अतिशय सोपे जाते. तीच गोष्ट शिक्षणाची आहे. मुलाचे प्रथम शिक्षक या नात्याने पालकांनी, ''शिक्षण ही गंमत आहे, शिक्षण उत्तेजित करणारे आहे आणि शिक्षण म्हणजे आनंद'' हे बाळांच्या मनात बिंबविले पाहिजे. ही गोष्ट मनात बिंबविण्याचे काम वारंवार चालू राहणे गरजेचे. असे केल्याने मूल आयुष्यभर हसत हसत शिकत राहील. मुलांना त्यांच्या वेगानेच शिकू द्यावे. काही मुले पंधरा महिन्यात बडबडगीते म्हणतील, तर काही दोन वर्षांनी! विकासाच्या टप्प्यानुसारच त्याला सर्व गोष्टी शिकवाव्यात. उगाच वयोमानानुरूप अशक्य गोष्टी लवकर शिकविण्याचा आटापिटा करू नये. बाळपणी खेळाच्या माध्यमातून मूल कसे शिकेल, इकडे लक्ष द्यावे. शाळेतील शिक्षकाचे सहकार्य सहा वर्षांनी मिळाल्याने शिक्षणासाठी ते अधिक उपयोगी होते.

मूल गर्भाशयात शिकू शकते का? आपल्या पुराणात यासंबंधी आधार मिळतो. ध्रुवबाळ गर्भाशयात असताना श्लोक शिकला; पण याबाबत अजून वैद्यकीय शास्त्रात पुरावा नाही. गर्भाशयातील मुलाला स्पर्शज्ञान व श्रवणज्ञान असते, हे शास्त्रीयदृष्ट्या सिद्ध झाले आहे. आईची प्रतिमा मुलाच्या मेंदूत कोरलेली असते, हे काही शास्त्रज्ञ खात्रीशीरपणे सांगतात. म्हणून जन्मानंतर लगेच मूल आई-वडिलांना बिलगते. बहुधा, गर्भाशयात वाढ होत असताना मूल आई-वडिलांचे बोलणे ऐकत असावे.

अनौपचारिक शिक्षण :

शाळेतील औपचारिक शिक्षण सुरू होण्याआधी पालकांनी बाळाला अनौपचारिक शिक्षण चालू केलेले असतेच. स्पर्श, वास, ऐकणे, पाहणे आणि चव या पाच ज्ञानेंद्रियामार्फत बाळ या जगाबद्दल जाणून घेत असते. बाळाबरोबर बोलून, गाणे गाऊन, उड्या मारून, कुरवाळून, विविध रंगाची, आवाजाची आणि विविध प्रकारे बनविलेली खेळणी देऊन त्याच्या पंचज्ञानेद्रियांना उत्तेजित करायला हवे. निसर्गातील विविध आश्चर्ये मुलांना दाखवणे व त्याचा आनंद घ्यावयास शिकवणे, आधिकच चांगले. त्यापासूनही त्यांना योग्य प्रेरणा मिळते. बाबागाडीत चढणे-उतरणे, हिरवीगार झाडे पाहणे, पक्षांचा किलकलाट ऐकणे, किनाऱ्यावर आपटणाऱ्या लाटांचा आवाज ऐकणे, तसेच समुद्रस्नान करणे, इत्यादी गोष्टींमुळे मुलांना निसर्गाबद्दल प्रेम व जवळीक निर्माण होते. मूल आजारी व भुकेले असताना या गोष्टी बाळाला दाखवण्यापेक्षा ते खुशीत असेल, तेव्हा दाखवणे बरे. बाळाला कंटाळा असताना या गोष्टी दाखवणे थांबवावे. यामध्ये सर्व गोष्टीचा अतिरेक टाळून बाळाला अती प्रोत्साहितही करू नये.

कळत नकळत आपण बाळाला अनेक गोष्टी शिकवत असतो. अशाच प्रकारे मुले बोलीभाषा आत्मसात करतात. तसेच शरीराचे विविध भाग कोणते व त्यांचा वापर आपण कसा करतो, हे सहजच शिकवत असतो. विविध व्यक्तींची ओळखही बाळाला अशाच प्रकारे होत असते.

नवीन गोष्टी शिकविताना पूर्वी शिकविलेल्या गोष्टी बाळाच्या सहज लक्षात येतात. आठ महिन्यांपूर्वी पाहिलेली फुलपाखराची आकृती बाळाच्या मेंदूत बरोबर कोरलेली असते. फुलपाखराबद्दल शिकविलेल्या सर्व गोष्टी त्याबरोबरच साठविल्या जातात. ज्यावेळी जरूर असेल, त्यावेळी सर्व गोष्टी परत जशाच्या तशा बाळाला आठवतात.

शालेय शिक्षण सुरू होण्याआधी शिकलेल्या गोष्टी शालेय शिक्षणासाठी पायाभूत असतात. पाया चांगला असेल, तरच इमारत भक्कम होते. शालेय शिक्षणाबाबतही तेच तत्त्व अमलात येते. बाळपणी जर शिक्षणाची गोडी लावली गेली, तर शालेय शिक्षणात प्रगती होणे सहज शक्य होते. म्हणूनच बाळपणी पालकांनी शिक्षणाचा डोलारा उभा करावयास हवा. उदा. नवीन गोष्टी बाळाला प्रेमाने व धीराने शिकवाव्यात, जेणेकरून ते त्या गोष्टी स्वतंत्रपणे करू लागेल. ठोकळे एकावर एक ठेवून घर बनविणे, कापलेल्या भागाद्वारे चित्र बनविणे, सायकल साफ करणे, अशा विविध गोष्टी मुलांना शिकविल्यास त्याला शिकण्याची गोडी लागू शकते; पण शिकवणाऱ्याला सहनशीलता हवी.

वाचणे, लिहिणे आणि गणित या गोष्टी येण्यासाठी भाषेचा विकास होणे अत्यंत गरजेचे असते; त्यामुळे ज्ञानाचा खजिना मिळविण्याचा मार्ग सुलभ होतो. थोडक्यात सांगायचे तर, गोष्टी सांगणे आणि वाचून दाखवणे, चित्रांची पुस्तके दाखविणे, बडबड गीते, भजन, श्लोक पाठ करून घेणे, विविध गोष्टींच्या भाषेप्रमाणे अभिनय करून घेणे, शब्दोच्चार शिकविणे इत्यादी गोष्टींमुळे भाषाविकास योग्य प्रकार होतो आणि वाचनास चालना मिळते. पहिल्या वर्षाच्या शेवटी मूल पहिला शब्द उच्चारते आणि ४ वर्षांपर्यंत त्याला १५०० शब्द अवगत होतात.

निरीक्षण व अनुकरण करूनच मुले शिकत असतात. आपला आदर्श समोर ठेवूनच ती शिकतात. आपले आई-वडील वर्तमानपत्रे व मासिके वाचताना पाहूनच मुलांनाही वाचनाची गोडी लागते. पालक जर एखादा अभ्यासक्रम शिकत असतील, तर मुलेही त्यांच्यासोबत वाचनाचा व लिहिण्याचा अविर्भाव आणतात. आपल्या मुलांना अगदी ६ ते ९ महिन्यापासूनच पालकांनी वाचून दाखवायला हरकत नाही. दोन ते चार वर्षांची मुले अगदी थोडा वेळ छोट्या-छोट्या गोष्टी ऐकू शकतात. चार-पाच वर्षांची मुले इसापनीती, हितोपदेश, पंचतंत्र यासारख्या गोष्टी आनंदाने ऐकतात. पाच वर्षांच्या मुलांना त्यांच्या शब्दांत अभिनयासकट गोष्टी सांगायला शिकविल्यास त्यांच्या आकलनशक्तीचा आपणास अंदाज येऊ शकतो.

एक ते दीड वर्षाचे मूल हातात रंगीत खडू धरू शकते. खडूने फळ्यावर काही तरी खरडण्यास सांगून त्याने काढलेल्या चित्राचे कौतुक करावे. वाळूवर रेषा मारायला सांगून २-३ वर्षांच्या मुलांमध्ये आपण लिहिण्याच्या कौशल्याचा श्रीगणेशा करू शकतो. तीन ते पाच वर्षांची मुले कागदावर चित्र रेखाटू शकतात. कणकेपासून अक्षरे तयार करू शकतात किंवा ठिपके जोडून चित्र तयार करू शकतात. पाच-सहा वर्षांच्या दरम्यान मूल योग्य प्रकारे शिसपेन्सिल धरू शकते.

चार ते सहा वर्षांच्या मुलांना बोटांनी चित्र काढायला लावणे, विविध वस्तूंची चित्रे काढणे, मणी ओवायला शिकवणे, विविध आकाराची कागदाची चित्रे चिकटविणे, मातीचे आकार बनविणे इत्यादी गोष्टी शिकविल्यास त्याचे हस्तकौशल्य सुधारण्यास मदत होते. या गोष्टी आनंदी वातावरणात झाल्या पाहिजेत. तसेच हे करत असताना मुलांना मजा वाटली पाहिजे.

अंकगणिताचा वापर व्यवहारात करायला दाखवून ते शिकविणे शक्य होते. कपडे व खेळणी हाताळूनच मुलाला आकार व पोत यांचे ज्ञान होत असते. विविध खेळ हाताळल्यानेच आकारांतील लहान-मोठेपणा समजतो. दोन वर्षांच्या मुलांना पूर्ण चंद्र दाखवून वर्तुळ, पेटी दाखवून आयत, तसेच अंडे दाखवून लंबवर्तुळाकाराची

माहिती देणे सोपे जाते. तिसऱ्या वर्षी मूल मोजायला शिकते, तर पाचव्या वर्षी एक ते दहा आकडे म्हणते. तीन वर्षांच्या मुलांना परडीतील आंबा, चिक्कू यांसारखी फळे मोजायला सांगावीत. आकड्यांच्या संबंधित गाणी म्हणायलाही मुलांना आवडतात. चार वर्षांच्या मुलाला आपल्याबरोबर दुकानात खरेदी करताना घेऊन गेल्यास वजन, आकार, पैसे यांच्याबद्दल माहिती मिळू शकते. त्याचप्रमाणे हळूहळू बेरीज, वजाबाकी, गुणाकार, भागाकार, नफा-तोटा व सूट यांच्यासंबंधी माहिती देत जावी.

सर्जनशील विचारांचे बीज मुलांमध्ये अगदी लहानपणीच पेरणे गरजेचे आहे. कल्पक विचारसरणीमुळेच मोठे-मोठे शोध लावण्यास प्रेरणा मिळते. मुलांच्या मनात विविध विचार येत असल्याने ती निसर्गत: कल्पक असतात. चूक-बरोबर, शक्याशक्य इत्यादी कल्पनांचा विचार करण्याची शक्ती मुलांमध्ये विकसित झालेली नसते. त्यामुळे त्यांच्या विचारांवर बंधने येत नाहीत. नव्या वयातील नव्या विचारांना आपण चालना दिली पाहिजे. त्याद्वारेच जगाचा शोध घेण्याची वृत्ती वाढीस लावली पाहिजे. तीन वर्षांच्या मुलाला नवीन गोष्ट तयार करायला, गोष्टीचे नाटकात रूपांतर करायला किंवा लोककथांचा वेगळा शेवट करायला चालना दिली पाहिजे. साध्या व्यवहारातील गोष्टी वेगळ्या प्रकारे कशा वापरता येतील, याचेही ज्ञान मुलांना द्यावे. उदा. पेन्सिलीचा वापर रॉकेट म्हणून होऊ शकतो. रिकामा वाडगा बाहुलीची टोपी म्हणून वापरता येईल. चेंडूला पृथ्वी म्हणून म्हणता येईल. दोन ते चार वर्षांत हातचलाखीचे खेळ दाखवल्यास कल्पकता वाढीस लागते. तसेच मुलांना घर व स्वयंपाकघर किंवा डॉक्टर यांसारखे खेळ खेळण्यास प्रोत्साहन द्यावे. बाळाची इच्छा असेल तरच त्यामध्ये पालकांनी भाग घ्यावा. तीन ते पाच वर्षांच्या मुलांनी विचारलेल्या प्रश्नांना सोपी, पण नेमकी उत्तरे पालकांनी द्यावीत. पाऊस का पडतो, सूर्य का उगवतो, यांसारखे प्रश्न मुले विचारतात. काही प्रश्नांची उत्तरे माहीत नसतील, तर तशी स्पष्ट कबुली मुलांजवळ प्रकट करावी. अशा प्रश्नांची उत्तरे विश्वकोशात मुलांना शोधण्यास मदत करावी. त्यामुळे या ज्ञानविश्वात मूल सहज प्रवेश करते. तसेच, प्रश्नांची उत्तरे स्वत:च शोधायला शिकते.

लक्षात ठेवणे व कारणे शोधणे या सवयी मुलांना लावाव्यात. सहा ते सात महिन्यांच्या मुलाला त्याच्या नावाने हाक मारल्यास समजते. एक ते दीड वर्षाच्या मुलाला गाडी, खुर्ची, टेबल इत्यादी नेहमीच्या गोष्टी समजतात आणि त्यांचा वापरही त्याला करता येतो. दोन वर्षांचे मूल खेळण्यांचा ढीग करते, तर तीन वर्षांचे मूल ठोकळे लावते. यामुळे मुलाची कारण शोधण्याची प्रवृत्ती, कल्पकता आणि स्मरणशक्ती वाढीस लागण्यास मदत होते. तीन ते चार वर्षांचे मूल रंग ओळखू लागते

त्यामुळे रंग जुळविण्याचा खेळ त्याला द्यावयास हरकत नाही. चार ते दहा तुकडे असलेला जिग सॉ पझलचा खेळ तीन वर्षांचे मूल खेळू शकते. हळूहळू वय वाढते, त्याप्रमाणे त्याची या खेळात प्रगती होते. साध्या सूचनांचे पालन करणे व लक्षात ठेवणे, यावरून त्याच्या स्मृतीची व आकलनशक्तीची क्षमता अजमावता येते. पुस्तके कप्प्यात ठेवण्यासारखे सोपे काम दोन वर्षांच्या मुलाला सांगावे. इतर खेळणी पेटीत ठेवण्याचे काम तीन वर्षांच्या मुलाला सांगावे. या कामामुळे स्मरणशक्ती वाढण्यास मदत होते.

बालवाडीची गरज आहे का?

जर पालक किंवा पालकांपैकी एक मुलासाठी योग्य प्रकारे वेळ देऊन त्याला खेळण्यासाठी प्रेरित करू शकत असतील, तर बालवाडीची गरज नाही. त्यानंतर मूल नेहमीच्या शाळेत प्रवेश घेऊ शकते. बऱ्याचदा आई-वडील आपापल्या व्यवसायात काम करीत असतात. त्यामुळे ते मुलासाठी वेळ देऊ शकत नाहीत. मग बालवाडीतील काळजीवाहकाला किंवा शिक्षकांना पालकांचे काम करावे लागते. ते मुलांना हेतुपुरस्सर उत्तेजनात्मक कार्यक्रमात गुंतवतात. त्यामुळे अडीच वर्षांपासूनच मुलांचे शालेय जीवन सुरू होते.

काही वेळा दीड ते दोन वर्षांच्या मुलांना अनौपचारिक व रचनात्मक शिक्षणासाठी शाळांमध्ये डांबले जाते. या अशा शाळेत लवकर प्रवेश घेतल्यामुळे खरेच मुलाच्या शिकण्याच्या क्षमतेत फरक पडतो का? बाळपणापासून योग्य प्रकारे शिकवल्यास मुलांना योग्य दिशा मिळते. काही पालक अनौपचारिक शिक्षण मुलांना देण्यास असमर्थता प्रकट करतात; तर नेमलेल्या काळजीवाहकाबरोबर मुलांनी वेळ घालवणे काही पालकांना रुचत नाही. एवढेच नव्हे, तर हा कालाचा अपव्ययही वाटतो. आजी-आजोबा नातवंडाची काळजी घेत असताना, त्यांना त्यातून थोडा आराम मिळावा, असे काही पालकांना वाटते. शाळेत घालण्याची कारणे काहीही असली, तरी ज्या शाळेत मुलांना घातले आहे, तेथे मूल रमले पाहिजे. त्याचे योग्य प्रकारे संगोपन झाले पाहिजे व ते आनंदी उत्साही राहून त्याला रोज शाळेत जावे असे वाटले पाहिजे. अशा शाळेत जायला मुलाला जबरदस्तीने भाग पाडू नये; कारण या कटू आठवणी बाळाच्या मनात कायम घर करून राहतात.

मुलांना शिक्षकांची भीती घालू नये. शिक्षकांना राक्षसाची उपमा देऊन काही पालक मुलांना घाबरवून सोडतात. पहिल्या दिवशी मूल शाळेत जाण्यास तयार नसेल,

तर पालकांनी शाळेबद्दल व शिक्षकाबद्दल चांगल्या गोष्टी सांगून त्याला शाळेत जाण्यास प्रवृत्त करायला हवे. उदा. ''आकाशची आज शाळेत सर्वजण वाट पाहत असतील, तू जर आवरून शाळेत वेळेवर पोचलास, तर शिक्षक तुझे कौतुक करतील. खरंच तू शाळेत गेला नाहीस, तर त्यांना चुकल्यासारखे होईल,'' अशी योग्यप्रकारे समजूत काढण्याऐवजी काही पालक ''तू जर शाळेत वेळेवर गेला नाहीस, तर शिक्षक तुला रागावतील,'' असे काहीबाही सांगून मुलाला घाबरवतात. अशा प्रकारे मुलांना एखादद्सऱ्या वेळा समजावून पाहावे; पण शाळेत जबरदस्तीने पाठवू नये. मुलाला न्याहरी व झोप योग्य प्रकारे मिळेल, याची काळजी घ्यावी. आजारी मुलाला शाळेत पाठवू नये. त्याची प्रतिकारशक्ती कमी असल्याने त्याला इतर आजारांचा संसर्ग लगेच होऊ शकतो.

खेळघरातून परत आल्यावर मुलांना कशाप्रकारे गुंतवून ठेवावे, हा प्रश्न बऱ्याच पालकांसमोर असतो. मुलांसाठी सबंध दिवसासाठी कालबद्ध कार्यक्रम तयार करता येत नाही आणि मुले तो कार्यक्रम अमलातही आणू शकत नाहीत. मुलांकडून शाळेत करून घेतलेल्या गोष्टी परत घरी शिकविण्याचा प्रयत्न करू नये. बालवाडीत शिकविलेल्या गोष्टी त्या काळाकरिताच असतात. त्या शिकविण्यासाठी पालकांनी माथेफोड करू नये. बालवाडीतून घरी आल्यावर मुलांशी पालकांनी खेळावे. तसेच पक्षी, ढग व आगगाडी यांसारख्या गोष्टींबाबत गप्पा माराव्यात. यावेळी आपली कल्पनाशक्ती ताणून, विविध गोष्टींबाबत मुलाशी कशी चर्चा करता येईल, याचा पालकांनी विचार करावा. परंपरागत खेळ खेळण्यासाठी मुलांना समवयस्क मुलांबरोबर मिसळू द्यावे.

विविध माध्यमांच्या या आधुनिक युगात दूरदर्शनवर शैक्षणिक कार्यक्रम दाखविले जातात. अशा कार्यक्रमांपैकी मुलांसाठी उपयुक्त, तसेच त्याच्यासोबत आपण पाहू शकू, असे कार्यक्रम निवडावे. पालकांनी या कार्यक्रमांबाबत मुलांना योग्य ती माहिती द्यावी. कोणत्याही परिस्थितीत खेळण्याच्या वेळेत हे कार्यक्रम येऊ नयेत. कोणत्याही परिस्थितीत शारीरिक खेळ हे दूरदर्शनच्या कार्यक्रमाहून चांगले. या दूरदर्शनच्या कार्यक्रमाद्वारे द्यावयाचे शिक्षण आपण इतर वेळी देऊ शकतो. दूरदर्शनच्या कार्यक्रमासाठी मैदानी खेळांशी तडजोड करणे योग्य नाही. हाच नियम संगणकीय खेळांना किंवा इतर गोष्टींना लागू आहे. बालवाडीच्या वयात अभ्यासासाठी वेळ राखून ठेवण्याची गरज नाही.

खरे तर दूरदर्शनपेक्षा मुले पालकांकडूनच अधिक शिकत असतात. पण त्यासाठी पालकांनी गाणी, गोष्टी सांगणे व इतर कार्यक्रमात त्यांना रमविले पाहिजे.

मुले पालकांशीच संवाद करू शकतात, दूरदर्शनशी नाही. कारण ती पालकांना प्रश्न विचारू शकतात; मुलांच्या भाबड्या परंतु कल्पक मेंदूतून आलेल्या विविध शंका ऐकणे आनंददायक असते. ३० ते ३६ महिन्यांच्या मुलाचे विचार ऐकून काही वेळा आपण चकित होऊन जातो. जगाकडे मुलांच्या नजरेतून पहायला आपणास संधी मिळते; हा अनुभव वेगळाच असतो आणि तो अनुभवण्याचा आनंदही वेगळाच! मूल शाळेत जायला लागल्यानंतरही पालकांनी मुलांच्या शंकांकडे त्याचप्रमाणे लक्ष द्यावे; त्याची ज्ञानलालसा पुरविण्यात महत्त्वाची भूमिका घ्यावी. पालकानी अभ्यास व अभ्यासाव्यतिरिक्त अशा मुलांच्या सर्व बाबतीत तितकेच लक्ष द्यावे.

आपल्या पाल्याची प्रगती कितपत असते, हे जाणून घेण्यासाठी पालकांनी वारंवार शिक्षकांच्या संपर्कात असावे. मुलाच्या वागणुकीत काही चुकीचे आढळल्यास शिक्षक व पालक एकजुटीने त्या अडचणीवर मात करू शकतात.

घरामध्ये मुलाच्या अभ्यासासाठी वेगळी जागा असली पाहिजे. नियमित अभ्यास करणे, वेळेचे नियोजन करणे आणि वेळेवर गृहपाठ पुरा करणे, इत्यादी गोष्टी करण्यासाठी पालकांनी मुलांना प्रोत्साहन दिले पाहिजे. मुलाचा विकास विविध अंगांनी कसा होईल, इकडे पालकांचे लक्ष असावे. वयाच्या सहाव्या वर्षी मुलाला गाणे व नाचणे या कलांची ओळख करून देण्यास हरकत नाही. व्यायाम करणे, खेळणे आणि खाण्याच्या चांगल्या सवयी लावण्यासाठी पालकांचा सतत प्रयत्न हवा. मुलाचे शिक्षण आनंददायी व व्यावहारिक कसे होईल, याचा ध्यास पालकांना असला पाहिजे. त्यासाठी उत्तम वाङ्मय वाचन व विश्वकोश वाचावा. व्यापारासारखे खेळ खेळावे, प्रयोग करावे, नकाशांचा कोश हाताळावा, विविध शब्दांचे अर्थ जाणून घेण्यासाठी शब्दकोशाचा वापर करावा, इत्यादींसाठी पालकांचे प्रयत्न हवेत. तसेच या सर्व गोष्टी करण्यासाठी मूल करीत असलेल्या प्रयत्नांचे पालकांकडून कौतुक झाले पाहिजे.

काही कौशल्ये आत्मसात करण्यासाठी शाळेने ठरावीक अभ्यासक्रम ठरावीक वेळेसाठी तयार केलेला असतो. मुले व शिक्षक यांच्या परस्पर संमतीनेच, हे सर्व कार्यक्रम अमलात आणले जातात. शिक्षकांना दररोज भेटून नाहक त्रास देऊ नये. कारण या कार्यक्रमांत दररोज नवीन सांगण्यासारखे शिक्षकांजवळ काहीच नसते. पालकांच्या वारंवार भेटण्यामुळे मुलांचे मूल्यमापन करणे कठीण जाते. त्यामुळे मुलांचा आत्मविश्वास कमी होतो. 'माझ्या पालकांचा माझ्यावर विश्वास नाही, माझ्या प्रगतीबद्दल दररोज तपास करावा, असे त्यांना वाटते. त्यामुळे शिक्षकांचा माझ्यावरचा विश्वास कमी होतोय. कारण माझ्या चुका होतायत,' अशा प्रकारचे

विचार मुलाच्या मनात येतात. एकंदरीत या सर्वांमुळे शाळेतील काम मूल जबाबदारीने करीत नाही. कारण त्याच्या मनात विचार येतात की, ''माझ्या गृहपाठासंबंधी पालक व शिक्षक हे इतर विद्यार्थ्यांकडून किंवा इतर पालकांकडून माहिती घेतच असतात. त्यामुळे मी उगाच लक्षात ठेवण्याचे कष्ट कशासाठी घेऊ?''

शाळेतील सर्व कामे मुलाने स्वत: केलेली बरी. त्या त्याच्याकडून करून घेण्यासाठी पालकांनी शिक्षकांना वारंवार भेटण्याची गरज नाही. अशामुळे शिक्षकांचे व मुलांचे संबंध सुधारतात, मुलांमध्ये जबाबदारीची जाणीव निर्माण होते. वर्गातील कामे पूर्ण करण्याचा प्रयत्न मूल स्वतःच करते. तसेच अशामुळे मुलामध्ये स्वयंशिस्त बाणवते आणि त्याची सवय जीवनभर राहते. उलट जर पालकांनी त्याला गृहपाठ करण्यासाठी दबाव आणला, तर त्याचा काहीच परिणाम होत नाही. ज्या मुलांचा शिक्षकांशी उत्तम संबंध असतो, ती मुले दुपारीच अभ्यास पूर्ण करून टाकतात. मुलाने सूचनेप्रमाणे गृहपाठ केलाय की नाही, याची पालकांनी रोजनिशी तपासून खात्री करावी. त्यानंतरचा वेळ मूल वाचण्यात, खेळण्यात व गप्पा मारण्यात योग्य प्रकारे घालवते, याकडे लक्ष द्यावे.

शाळेत असलेल्या पालकसभांमध्येच शिक्षकांशी संपर्क साधावा. त्यामुळे शिक्षकांना बरे वाटते. या संपर्कातून आपल्या पाल्याचे मूल्यमापन करणे, हाच हेतू ठेवावा. हे करतानासुद्धा महत्त्वाच्या गोष्टींवरच चर्चा व्हावी. या सभांना शक्यतो दोनही पालकांनी हजेरी लावावी. कारण या सभेमध्ये आपल्या मुलाबद्दल परक्या माणसाचे मत आपल्याला समजते. हा एक वेगळाच अनुभव असतो. आपल्या मुलाबद्दल आपल्या मनातील शिक्षणासंबंधीचे चित्र शाळेसमोर ठेवावे. ज्यामुळे शाळेलाही ते स्वीकारून त्याप्रमाणे काम करणे सहज शक्य होते.

मुलाच्या शाळेत कोणती तत्त्वप्रणाली आचरणात आणली जाते, हे पालकांनी जाणून घेणे गरजेचे असते. यामुळे शाळेबद्दल पालकांचे मत ठरते आणि शाळेची तत्त्वप्रणाली तंतोतंत आचरणात आणणेही शक्य होते. शाळेची निवड केल्यावर पालकांनी त्या शाळेबद्दल आस्था बाळगणे गरजेचे असते; कारण त्यामुळेच मुलाचे शाळेशी संबंध दृढ होतात. शाळेच्या चांगल्या गोष्टींची मुलासमोर चर्चा व्हावी, जेणेकरून आपल्या मुलाचे त्या शाळेतील वास्तव्य आनंदमय होईल. ती शाळा मुलाला मनापासून आवडली पाहिजे. त्यामुळे त्याचा विकास त्या शाळेत उत्तमप्रकारे होत राहील. शाळेतील वास्तव्य मुलाला सुखकारक वाटत नसेल, तर कारणांचा तपास करणे आपले काम आहे. काही वेळा शिक्षकांची वागणूक अयोग्य असते किंवा इतर कर्मचारी चांगले वागत नसतात, तर काही वेळा इतर मुले आपल्या मुलाला मूर्ख

बनवत असतात किंवा शाळेतील अभ्यासक्रम समजून घेणे मुलाला जड जात असते. आपल्या मुलाचे शिक्षण त्याच शाळेत चालू ठेवायचे असेल, तर त्या शाळेबद्दल, तेथील शिक्षकांबद्दल किंवा उपलब्ध असलेल्या सुविधांबद्दल आपण प्रतिकूल मत देणे योग्य नाही. पालकांचे विचारानुसार व मतप्रदर्शनानुरूपच मूल आपल्या मनात चित्र रंगवत असते. या सर्वांचा परिणाम शिक्षणावर होत असतो.

मुलाच्या शाळेतील कामगिरीच्या अवलोकनार्थ पुरेसा वेळ देणे गरजेचे आहे. आपले शाळेतील कर्तृत्व पालकांनी पाहिल्याबद्दल मुलांना अभिमान वाटतो. शाळेत आपण करीत असलेल्या कामात पालकांचा शारीरिक व भावनिक सहभाग असल्यामुळे पालकाशी संवाद करायला मुलांना आवडते. पालकांनी मुलाकडून योग्य त्याच अपेक्षा ठेवाव्यात. तसेच मुलाच्या शाळेतील कामगिरीची तुलना करू नये, कमीही लेखू नये किंवा त्याचा अपमानही करू नये. पालकांची प्रवृत्ती सकारात्मक, साहाय्यभूत, कौतुक करणारी, तसेच प्रोत्साहन देणारीच हवी. कमजोरीवर मात करून बलशाली होण्यास आपण मदत करावी. परीक्षा व परीक्षांचे निकाल यावर लक्ष केंद्रित न करता भरपूर प्रयत्न करण्यास मुलाला भाग पाडून, त्याबद्दल त्याचे कौतुक करावे. यामुळे मानसिक ताणाव न येता अभ्यास करण्याची मुलाला सवय लागेल.

गृहपाठ :

ज्या मुलांना त्यांच्या मतानुसार काम करण्याचे स्वातंत्र्य असते, ती मुले आपले काम वेळेत पूर्ण करतात. पालकांनी शाळेतील सूचना वेळोवेळी तपासाव्यात आणि त्यानुरूप काम पूर्ण होते काय, ते पाहावे. अभ्यास पूर्ण झाल्यानंतर उरलेल्या वेळात दूरदर्शन पाहण्यापेक्षा खेळणे व गोष्टी वाचणे, यामध्ये मुले रमली पाहिजेत. बरीचशी मुले शाळेत योग्य प्रकारे शिकत असतात. तसेच शाळेत शिक्षकही मुलांच्या अभ्यासाची काळजी घेत असतात. विकासासाठी मुलांना शालेय पुस्तकांची आवड निर्माण करणे, हे पालकांनी पाहावयास हवे. पुस्तकांमुळेच त्यांचे जीवन समृद्ध होणार आहे, याची जाणीव मुलांना करून द्यावी. रंगीबेरंगी चित्रांद्वारे गोष्टी सांगणारी पुस्तके मुलांना आणून द्यावी. दोन ते चार वर्षांच्या मुलांना एका पानावर एका शब्दाचा चित्राद्वारे परिचय करून देणारी पुस्तके आणावीत. हाताळायला आनंद देतील, अशी पुस्तके त्यांना अचानक द्यावीत.

जर मुले गृहपाठ योग्य वेळेत पूर्ण करण्याची शक्यता नसेल, तर पालकांनी मुलांमध्ये त्या विषयाची आवड निर्माण करावी. त्यासाठी तो विषय शिकण्याची किंवा लिहिण्याची पालकांनी तयारी दाखवावी. अशाप्रकारे मुलाचे मन वळविल्यास

‘आपण अभ्यास पूर्ण करू शकतो’, याची जाणीव त्यांना होते आणि मुले गृहपाठ वेळेवर पूर्ण करतात; पण त्यांचा गृहपाठ पालकांनी कधीही पूर्ण करून देऊ नये. हे पथ्य त्यांनी पाळलेच पाहिजे. तसेच गृहपाठ पूर्ण नसेल, तर त्यासाठी कारणे सांगणारी पत्रेही शिक्षकांना पालकांनी देऊ नयेत. शिकविलेला विषय मुलाने किती प्रमाणात आत्मसात केला आहे, हे पाहण्यासाठी गृहपाठ दिलेला असतो. गृहपाठ हा शक्यतो रात्री मुले झोपी जाण्याआधी करायला लावलेला बरा. कारण शिकलेल्या गोष्टी झोपेनंतर लक्षात राहण्याची शक्यता जास्त आहे. ज्या गोष्टी लक्षात ठेवायच्या आहेत त्या पटवून लक्षात ठेवण्याचा प्रयत्न झोपायच्या आधी करावा; कारण झोपेत काही अवचित घडून येऊ शकते. सकाळी कोणतेही काम ठेवू नये. सकाळी सर्व कामे भराभर आवरण्याची प्रवृत्ती असते. मुलांना शाळेची तयारी करण्याची घाई असते. म्हणूनच सकाळी मुलांवर ताण पडेल, असे काही करू नये. मुलांना सकाळी आरामात उठण्याची परवानगी द्यावी आणि त्याला हवे त्याप्रमाणे त्याच्या गतीने कामे उरकण्याचे स्वातंत्र्य द्यावे. मेंदू तल्लख ठेवण्याच्या दृष्टीने न्याहरी महत्त्वाची असते. म्हणूनच न्याहरीसाठी भरपूर वेळ द्यावा आणि ती आरामात घ्यावी. न्याहरी योग्य प्रकारे घेतल्यामुळे शाळेत योग्य प्रकारे शिकता येते.

मुलांना शाळेच्या दिवशी जर काही कार्यक्रमाला जावयाचे असल्यास, गृहपाठ न करण्याची सवलत मागणारे पत्र पालकांनी शिक्षकांना देऊ नये. अशी सवलत घेण्याची सवय लावल्यास त्याचा मुलाच्या वागणुकीवर चुकीचा परिणाम होतो. शाळेच्या मार्गदर्शनाप्रमाणे शिकण्यामध्ये सातत्य असावे. पुस्तके हा ज्ञानाचा खजिना म्हणून वापरण्याची सवय लावावी. तसेच पुस्तकांवर प्रेम करण्याची बालवाडीपासून सवय लावावी. भविष्यात स्वतंत्रपणे अभ्यासक्रम आत्मसात करण्याचे तंत्र अमलात आणावे.

मूल जसजसे पुढच्या इयत्तेत जाते, तसतसा त्याचा अभ्यास वाढतो. पाचवी ते सातवीमध्ये त्याला पाच विषय असतात. त्यामध्ये दोन भाषांचा अंतर्भाव असतो. वेगवेगळ्या विषयांना वेगवेगळे शिक्षक असतात आणि गृहपाठही भरपूर असतो. शिक्षक आपल्यावर खूश होतील, म्हणून मुले गृहपाठ लवकर तयार करतात. खेळायला भरपूर वेळ मिळावा, म्हणूनही काही मुले नेमस्त काम वेळेत पूर्ण करतात. पण ज्या मुलांना लिहिण्याच्या कामात रस वाटत नाही, ती मुले अभ्यासाची सुरुवातच करीत नाहीत. अभ्यास भरपूर आहे आणि तो पूर्ण होणारच नाही, असे ज्या मुलांना वाटते ती मुले अभ्यास करायला सुरुवातच करीत नाहीत. विशेषत: अशावेळी पालकांचाही तसाच समज होतो. मग पालकही मुलांना प्रवृत्त करीत नाहीत. काही

पालक अभ्यास करण्यासाठी हात धुऊन पाठी लागतात. अशी मुले मग रागावतात, आक्रमक व बंडखोर होतात; तर काही वेळा ती काहीच न करता फुरंगटून बसतात. ज्या मुलांना दूरदर्शनवरील मालिका, क्रिकेट किंवा फुटबॉल सामन्यांचे आकर्षण असते त्यांना अभ्यास करण्याची इच्छाच होत नाही. अनुकूल वातावरण आणि पालक शांत असतील, तर ते मुलाशी योग्यप्रकारे संवाद साधून, त्याचा अभ्यासाचा वेळ आनंददायी बनवितात. प्रकल्प पुरा करण्यात मुलांना मजा वाटायला हवी. तसेच हातातले काम पूर्ण करण्याचा आनंदही त्यांनी अनुभवायला हवा. शिकताना मुलांना आनंद वाटेल, अशीच पालकांची वागणूक हवी.

प्राथमिक शिक्षणाच्या कालखंडात मुलांना अभ्यासक्रम योग्यप्रकारे समजला पाहिजे आणि तो समजल्यानंतरच त्याची प्रगती होईल, हे लक्षात ठेवले पाहिजे. वर्गात शिकविलेल्या गोष्टी पाठ करून मुलांना भरपूर गुण मिळतात; पण पालकांचा कल हा पुस्तकातील गोष्टी मुलाला समजून देण्यावर हवा. पुस्तकातील गोष्टी समजल्यानंतरच त्यांना शाळेच्या वह्या वाचायला द्याव्यात. सर्व विषयांचे समग्रपणे आकलन करून घेण्यासाठी मुले प्रवृत्त झाली पाहिजेत. मग भले त्यांचा वर्गात पहिला क्रमांक आला नाही तरी चालेल. हसत-खेळत ज्ञान मिळविणे, हे अंतिम ध्येय असावे. शिकविताना जर पालकांचा तोल जाऊन राग येत असेल, तर त्यांनी शिकवणे थांबवावे व ती जबाबदारी दुसऱ्यावर सोपवावी. अभ्यास हा हसत-खेळतच चालला पाहिजे. त्यावेळी रणांगणाचे स्वरूप येऊ नये.

बऱ्याचदा पालक मुलांना शिकविण्यास असमर्थ असतात. मग असे पालक मुलांना शिकवणी लावतात. अशावेळी एक तर मुले दुसरीकडे शिकायला जातात किंवा शिक्षक शिकवायला घरी येतात. काही शिक्षकांचा पाठांतरावर भर असतो, तर काही योग्य प्रकारे विषय समजून देण्यावर भर देतात. 'जर अभ्यास केला नाहीस, तर मी तुला मार देईन.' अशा प्रकारे धमकी देऊन काही शिक्षक अभ्यास करून घेतात. मैत्रीपूर्ण वागणूक ठेवणारे शिक्षकच शिकविण्यासाठी योग्य; कारण ते मुलांना हसत-खेळत शिकवतात; अर्थात अशा शिक्षकांची संख्या नगण्यच!

मुलांना प्राथमिक शिक्षणाच्या कालखंडात पालकांनी योग्य मार्गदर्शन करणे यासारखी चांगली दुसरी गोष्ट नाही. आपल्या मुलामध्ये आपले गुण उतरत असतात. म्हणून त्यांना मेंदू चालविण्यासाठी व विचारात सुलभता आणण्यासाठी आपण प्रेरणा देणे गरजेचे. आपण जर मन लावून प्रेमभरे प्रयत्न केले, तर आपली मुले शिक्षणाचा प्रवास उत्साहाने व आवडीने चालू ठेवतील.

चाचण्यांशी सामना :

शिकत असताना प्रगती अजमावण्यासाठी चाचण्या घेतल्या जातात. आपण योग्य प्रकारे शिकवतोय का आणि ते मुलांना समजतेय का, याचे मूल्यमापन या परीक्षांद्वारे शिक्षक करत असतात. तसेच शाळा व्यवस्थापनाला मुलांबद्दल व शिक्षकाबद्दल माहिती मिळते. शिक्षणामध्ये पूर्तता येण्यासाठी कोणत्या गोष्टीवर भर द्यायला हवा, याचेही ज्ञान आपणास होते. पण या परीक्षांकडे जीवघेणा आजार म्हणूनच पाहिले जाते. चाचण्यांचा निकाल जर चांगला लागला नाही, तर पालकांच्या मनात पराभवाची भावना निर्माण होऊन आपण चांगले पालक नाही, अशी त्यांची भावना होते. या चाचण्यांद्वारे पालक आपले मूल्यमापन करतात आणि त्यांच्या नकारात्मक भावनांचा (भीती व काळजी यांचा) मुलावर परिणाम होतो. त्यामुळे या चाचण्यांचा पालक धसकाच घेतात.

शिक्षणाचा प्रवास कधीच संपत नसतो. परीक्षा व चाचण्या हे त्या प्रवासातील टप्पे मानले पाहिजेत. विविध टप्पे गाठण्यासाठी मुलांना मदत केली पाहिजे. या चाचण्यांची तयारी करण्यासाठी योग्य ती मानसिकताही पालकांनी तयार केली पाहिजे. त्यामुळे योग्य ती मजल गाठता येईल. परीक्षा जवळ आली, की गृहपाठ देत नाहीत. परीक्षा जशी जवळ येत जाईल, तसतसा अभ्यासावर जास्त भर देता येतो. मुलांनी विषय योग्यप्रकारे समजून घेतला असेल, तर पहिली ते सातवी इयत्तांमध्ये अभ्यासाची जास्त तयारी करावी लागत नाही. त्यामुळे खेळासाठी भरपूर वेळ परीक्षेच्या आदल्या दिवशीही मुलांना मिळतो. नुसती उजळणी करण्यासाठी फार वेळ लागत नाही.

विषयाचे आकलन करून शिकण्याचे बरेच फायदे असतात. ज्या कल्पना आपण आत्मसात करतो व समजून घेतो, त्या सहजपणे विसरल्या जात नाहीत. अशाप्रकारच्या गोष्टी कायम लक्षात राहतात. हे आयुष्यभर लक्षात राहू शकते. त्या विषयाबद्दल पुन्हा शिकवले जाते, तेव्हा मूळ गोष्टीवरच भर दिला जातो. त्यामुळेच पूर्वी त्या प्रकरणातील लक्षात ठेवलेल्या गोष्टीत भर टाकली जाते. हे तत्त्व भाषांसहित सर्व विषयांसाठी लागू पडते.

ही सर्व प्रक्रिया आनंददायी असते. या आनंदाचा अनुभव मुलांबरोबर पालकांनी घ्यायला हरकत नाही. अशा कल्पनांचा अंतर्भाव असलेले खेळ मुलांना खेळायला द्यावेत, म्हणजे त्या कल्पना डोक्यात ठळकपणे लक्षात राहू शकतात. सापशिडी, ज्युडो किंवा द्युत यांसारख्या खेळात गणिती कल्पना वापरलेल्या असतात. शब्दकोड्यामुळे शब्दसंपत्ती वाढते.

शिकवणे आणि शिक्षण मुलासाठी प्रेरणादायी व्हावे म्हणून कुटुंबाचा दृष्टिकोन कसा असावा? :

काही कुटुंबात मुलांना मिळणाऱ्या संधी व त्यांची शिक्षणातील प्रगती यावर चर्चा होत असते. अशावेळी पालक अभ्यास करून आपले ज्ञान अद्ययावत करतात. या कुटुंबातील वातावरण शिक्षणासाठी पोषक असते. काही बुद्धिजीवी पालक शाळेच्या अभ्यासाव्यतिरिक्त इतर कोणत्याही अभ्यासक्रमाबाबत बोलत नाहीत. काही पालक अभ्यासाव्यतिरिक्त इतर बाबींवरच लक्ष केंद्रित करतात. काही पालकांना करमणुकीच्या क्षेत्रात रस असतो. सर्वसाधारणपणे मूल ज्या वातावरणात वाढते, त्या बाबींकडे त्याचा कल असतो. काही वेळा शालेय कौशल्यात प्रावीण्य मिळविण्यासाठी मुले इतर नातेवाइकांचा आदर्श ठेवतात.

कोणत्याही प्रकारची कौशल्ये संपादन करण्यासाठी पालकत्वाच्या शैलीचा महत्त्वाचा वाटा असतो. 'मी सांगेन तसे कर. मी करतो ते नव्हे.' असे सांगणारे हुकूमशाही प्रवृत्तीचे पालक मुलांची ज्ञानाची भूक शमविण्यासाठी काही करत तर नाहीतच, पण मुलाकडून भरपूर अपेक्षा मात्र ते पालक करतात. शिथिल प्रवृत्तीचे पालक मुलांना आरामात ठेवतात. त्यांना योग्य मार्गदर्शन करीत नाहीत, त्यामुळे अशा मुलांना योग्य दिशाही मिळत नाही. अधिकारवाणीने सांगणारे पण प्रेम करणारे पालक मुलाकडून बऱ्याच अपेक्षा ठेवतात; पण त्याचबरोबर मुलांसाठी ते भरपूर वेळ व शक्ती देतात आणि हे सर्व ते प्रेमाने करत असतात. तसेच ते मुलांसाठी काहीही करायला तयार असतात. म्हणून या पालकत्वामुळे मुलांचे आत्मविश्वासू, स्वयंप्रेरित आणि स्वतंत्र व्यक्तिमत्त्वात रूपांतर होते.

मुलांना सुट्टीत कसे काय गुंतवून ठेवायचे, याबाबत बरेचसे पालक वैद्यकीय व्यावसायिकाशी चर्चा करताना दिसतात. मुलांना गणपती, ख्रिसमस, दिवाळी आणि उन्हाळी सुट्टी अशा मिळून साठ दिवसांची सुट्टी असते. बरेचसे पालक पुढील वर्गाची पुस्तके मुलासाठी खरेदी करतात आणि अभ्यासाला बसवतात. या गोष्टीची गरज असते का? सुट्टीतील वेळ घरामध्ये आनंदात, उत्साहात घालविण्यासाठी असतो. कुटुंबातील व्यक्तीबरोबर विविध ठिकाणी प्रवास करण्यासाठी असतो. घरातील माणसांशी व शेजाऱ्यांशी दिलखुलासपणे गप्पा मारण्यासाठी असतो. घरातील जुन्या गोष्टी काढून, नवीन वस्तू योग्य प्रकारे लावून घराची साफसफाई करण्यासाठी असतो. सुट्टीमध्ये अपारंपरिक खेळ खेळले जातात व त्यावर चर्चा होत असतात. घरातील मोठ्या माणसाकडून पाककला शिकली जाते. घरातील इतर माणसे, भावंडे यांच्यासाठी वेळ देऊन त्यांच्याबरोबर हुंदडण्यासाठी सुट्टी वापरायची असते.

मेनोपोलीसारखे खेळ खेळावेत, त्यामध्ये बराच वेळ जातो. घरातील व्यवहारात लक्ष घालून वडीलधाऱ्या माणसाकडून जीवनमूल्ये आत्मसात करावी. प्राथमिक शिक्षणाच्या दरम्यानच्या सुट्टीत मुलांना अभ्यासाला बसविल्यास त्यांना वेठीस लावल्यासारखे वाटते व ते भावी काळात बंडखोर बनून अभ्यासाचा तिरस्कार करतात. मागील वर्गातील अभ्यासाची उजळणी किंवा पुढील वर्गातील नवीन अभ्यास शिकविण्याची अजिबात गरज नसते. शाळा सुरू झाली की, शिक्षक मागील वर्षात शिकलेल्या गोष्टींची उजळणी घेतात. क्रमिक पुस्तकेही तशाच प्रकारे बनविलेली असतात. शाळा सुरू झाल्यानंतरच अशी उजळणी अपेक्षित असते. सुट्टीमध्ये मुलांनी अभ्यास करणे अपेक्षित नाही. कारण त्यामुळे नवीन कौशल्ये आत्मसात करताना मुले नाउमेद होतात. वाचन केल्यामुळे मुलांचे ज्ञान वाढते आणि भाषाकौशल्यामध्ये सुधारणा होते. काही मोठी मुले पुढच्या इयत्तेतील अभ्यास करण्याची इच्छा प्रदर्शित करतात. त्यांना परवानगी द्यायला हरकत नाही; कारण ती त्यांची मागणी असते.

सहावी ते आठवीतील मुले आपला अभ्यास स्वत: करायला लागतात. त्यांच्या स्वत:चा अभ्यास स्वत: करण्याच्या सवयीला पालकांनी प्रोत्साहन दिले पाहिजे. पालकांनी लक्ष दिले, तर योग्य प्रकारे विषयाचे आकलन करून शिकण्याची सवय असलेली मुले तीच सवय चालू ठेवतात. जी मुले घोकंपट्टी करून शिकत असतात, त्यांना अभ्यासक्रम जास्त वाटतो आणि त्यामुळे अभ्यासाला जास्त वेळ द्यावा लागतो. ती वर्गात मागे पडतात. शेवटी आकलन करून शिकणे हे घोकंपट्टीपेक्षा केव्हाही चांगले, असे त्यांचे मत होते. म्हणून घोकंपट्टी केल्यामुळेच ही मुले वर्गात मागे पडतात. त्यामुळे पालक नाराज व हिरमुसले होतात. मग बक्षीस देणे, लाच देणे, ओरडणे, खरडपट्टी करणे, दमबाजी करणे, मारणे व नावे ठेवणे, अशासारख्या मार्गांचा अवलंब करतात. मुलांच्या शालेय प्रगतीवरच पालकांचे प्रेम अवलंबून असते. पालकांच्या टीकाटिपण्णीबाबत मुले फारच संवेदनाक्षम असतात. मग मुलांचा पालकांशी संवाद कमी होतो. मुलांवरील प्रेमही कमी होते. शालेय प्रगतीबाबत वारंवार चर्चा होते. त्यामुळे मुलांचा स्वाभिमान संपतो आणि त्यांची अधोगतीकडे वाटचाल होते.

मग याला उपाय काय? साधारणत: सहावी ते आठवीच्या दरम्यान आकलन करून शिकण्यावर आपण भर देऊ शकतो. योग्यप्रकारे कल्पना समजून दिल्यास, विषय स्पष्ट होतो. कारण त्यांची पूर्वीपेक्षा आकलनशक्ती वाढलेली असते. हा विषय मुलांवर विश्वास ठेवून प्रेमाने हाताळला, तर मुलेही सहकार्य करतात. मुलांचा

योग्यप्रमाणात आदर ठेवल्यास सुसंवाद वाढीस लागतो. प्रोत्साहन देऊन प्रशंसा केल्यामुळे जास्त फायदा होतो.

वरच्या वर्गात मुलांना वारंवार परीक्षा द्याव्या लागतात. आपल्या मुलाच्या परीक्षा देण्याच्या या सामर्थ्याबद्दल पालकांना विश्वास हवा. त्याच्याबद्दल जर निरपेक्ष प्रेम दाखवले आणि त्याला आपलेसे केले, तर तो कुटुंबाशी संलग्न राहतो. मूल कुटुंबाची तत्त्वे आचरणात आणते. शाळेमध्ये चांगली प्रगती न दाखविणाऱ्या मुलांवर जर निरपेक्ष प्रेम केले नाही, तर ती इतर गोष्टींमधून आनंद उपभोगण्याचा प्रयत्न करतात. मग ही मुले खेळात किंवा इतर ठिकाणी धाडसी प्रयोग करतात. घरापासून अलग होण्यात या सर्वांचे पर्यावसान होते.

मूल जसजसे वरच्या वर्गात जाते तसे त्याला योग्यप्रकारे पायाभूत सुविधा मिळतील, याकडे पालकांनी लक्ष द्यावे. त्याला सांगितलेल्या गोष्टी त्याने योग्यप्रकारे ऐकून घ्याव्यात. बऱ्याच मुलामुलींना नाजूक परिस्थितीत आपल्याकडे कोणीतरी लक्ष देऊन आपल्या यशापयशासंबंधी चर्चा करावी असे वाटते. तरुण मुले स्वत: अभ्यासाचा वेळ ठरवत असतात. प्रत्येक मुलाच्या स्वत:च्या अशा कल्पना असतात आणि त्याला मान दिलाच पाहिजे. काही तरुण घुबडाप्रमाणे अभ्यास करतात. काही जणांना भारद्वाजाप्रमाणे सकाळी लवकर उठून अभ्यास करायला आवडते. आरामशीर जीवनशैलीमध्येच नवीन कल्पना समजून घेण्यास सोपे जाते. म्हणूनच योग्य शिक्षण घेण्यासाठी योग्य प्रमाणात झोप मिळणे आवश्यक असते. तरुण मुले स्वत: निवडलेल्या मार्गाने योग्य प्रकारे मार्गक्रमण करू शकतात, ही गोष्ट पालकांनी ध्यानात ठेवणे महत्त्वाचे होय.

पौगंडावस्थेतील मुलांसमोर अभ्यासक्रमाबाबत चार आव्हाने असतात :

पहिले आव्हान – प्राथमिक शिक्षणाच्या तुलनेत या मुलांचा अभ्यास व्यापक व गहन असतो.

दुसरे – मुलांकडून भरपूर गुण मिळविण्याची पालकांची व शिक्षकांची अपेक्षा असते. आयुष्य सुखासीन होण्यासाठी मुलाने कोणता व्यवसाय निवडावा, हे मुलाच्या शालेय यशापयशावर अवलंबून असते, असा ठाम विश्वास पालकांचा व शिक्षकांचा असतो.

तिसरे – शैक्षणिक यशामुळे होणाऱ्या कौटुंबिक कौतुकाबद्दल मुलांना उत्सुकता असते.

चौथे आव्हान – मुलांच्या शारीरिक बदलाशी निगडित असते. तरुणांमध्ये

निर्णय, संघटन केंद्राचे आधी भावनिक केंद्र सक्षम होते. अभ्यासापासून चित्त विचलित करणाऱ्या भावना व प्रेरणा यापासून मुले दूर राहण्यासाठी पालकांचे सुनियोजन आवश्यक असते. त्याच्या कुवतीप्रमाणे यश मिळविण्यासाठी त्यांना योग्य मार्गदर्शनाची गरज असते. अभ्यासाच्या अयोग्य सवयी हेच ५० टक्के मुलांमध्ये शाळेतील अपयशाचे प्रमुख कारण असते, असे निदर्शनाला आले आहे. अभ्यासाचे व्यवस्थापन करण्यासाठी पालक मुलांना मदत करू शकतात. तार्किक गोष्टी व सुस्पष्ट विचारसरणी अंतर्भूत करण्याची सवय हा तरुणांचा प्रयत्न असतो. त्या गोष्टी साध्या व व्यावहारिक पातळीवर पालकांनी शिकविल्यास तरुणांना अंगी बाणविणे सोपे जाते.

मुलांमध्ये उपजतच जिज्ञासावृत्ती असते. ज्ञानाची त्यांना भूक असते व ती भागविण्यासाठी घरामध्ये भरपूर पुस्तके व शिक्षणासाठी उपयुक्त अशी खेळणी असायला हवी. शिकलेल्या प्रत्येक धड्याचे व्यवहारातील महत्त्व मुलांना पटवून द्यावयास हवे. दृष्टी , श्रवण व चलनवलन, अशा शिकण्याच्या तीनही मार्गांचा वापर करण्यास मुलांना उद्युक्त करावे. स्पष्ट, प्रमाणबद्ध , कालबद्ध, वास्तव आणि यश मिळण्याची शक्यता असलेले असे ध्येय समोर ठेवण्यासाठी आपण त्यांना मदत करावी. उदाहरण द्यावयाचे, तर दहावीतील मुलासाठी दहावी पास होणे, हे त्याचे पहिले ध्येय हवे व दूरगामी ध्येय आयआयटी परीक्षा पार करण्याचे त्याचप्रमाणे आपण मुलांना मदत करावी. त्यांना शिकण्यामध्ये आनंद कसा मिळतो, याकडे आपले लक्ष हवे. असे झाल्याने मुलांना परीक्षा देण्यामध्ये आनंद वाटतो आणि त्यांची भीती कधीच वाटत नाही. अशा प्रकारे सर्व मदत करूनही दुर्दैवाने मूल अपयशी झाले, तरीही त्याचेवरचे आपले प्रेम जराही कमी होता कामा नये. 'काम अयशस्वी होऊ शकते आपण नाही.' हा मंत्र मुलांना द्यावा. परत प्रयत्न करून आपण चुका सुधारू शकतो. जीवनात वास्तवता स्वीकारून पुढे जायचे असते. एखाद्या परीक्षेत अपयश मिळाले, म्हणजे सर्व जीवनच अयशस्वी झाले असे नाही.

अभ्यास कसा करावा?

शाळा–कॉलेजमध्ये आपल्या कुवतीप्रमाणे अभ्यासक्रम पूर्ण करण्यासाठी अभ्यास करण्याच्या योग्य पद्धती वापरायला हव्यात. त्यालाच अभ्यास कौशल्य असे म्हणतात. अभ्यासक्रम सुरू होतानाच ही कौशल्ये आत्मसात करावीत. त्यांचा वापर कायम होणे गरजेचे असते. त्यामुळे शिक्षण तणावरहित होते. उत्तम यश संपादन करण्यासाठी ही कौशल्ये मुलाच्या अंगी कशी बिंबवावी, यासाठी पालकांना येथे काही व्यावहारिक सूचना दिल्या आहेत. अभ्यासात गती नसलेल्या मुलासाठी येथे

उपाय सुचविलेले नाहीत; पण या पद्धती अमलात आणल्यास त्या मुलांनाही फायदा होऊ शकतो. यापैकी काही कौशल्याबद्दल पुढे चर्चा केली आहे.

१) वेळेचे व्यवस्थापन :

वेळेचे योग्य व्यवस्थापन केल्यास कार्यक्षमता वाढते आणि शेवटच्या क्षणी ताण येत नाही. झोप, स्वच्छता, जेवण, इकडे-तिकडे फिरणे, शाळा, दूरदर्शन, मित्राशी गप्पा, खेळ आणि छंद इत्यादी गोष्टींत मुलाचा किती वेळ जातो, याचा विचार करून त्याला वेळापत्रक करावयास सांगावे. उरलेला वेळ अभ्यासासाठी ठेवावा. ज्या गोष्टी केल्यास वेळ फुकट जातो असे मुलाला वाटते; त्याचीही नोंद करण्यास मुलाला सांगावे. या गोष्टींमध्ये वेळ कमी घालवल्यास अभ्यासासाठी जास्त वेळ मिळू शकतो. वेळापत्रकामध्ये थोडा वेळ बाजूला ठेवावा. त्यामुळे अचानक काही कामासाठी तो उपयोगी पडतो. उजळणी करण्यासाठी, तसेच गृहपाठ करण्यासाठी वेगवेगळा वेळ ठेवावा. शनिवार व रविवारसाठी वेगळे वेळापत्रक हवे. त्या दोन दिवसांत खेळ आणि गप्पाटप्पांसाठी विशेष वेळ राखून ठेवावा. दर आठवड्यामधील दिनक्रम योग्य आहे काय, याची खात्री करावी. परीक्षांचे वेळापत्रक, स्पर्धा आणि अभ्यासाव्यतिरिक्त गोष्टींसाठी दिनक्रमामध्ये योग्य तो बदल करावा. मुलाला आपले वेळापत्रक बनविण्याचे पालकांनी स्वातंत्र्य द्यावे. त्याबाबत त्यांच्यावर जबरदस्ती करू नये. त्यामुळे वेळापत्रकानुसार मुले वागण्याची शक्यता अधिक असते.

२) मन एकाग्र करण्यासाठी कौशल्ये :

मन एकाग्र होईल, अशी घरातील योग्य जागा निवडण्यासाठी मुलांना मदत करावी. मुलांना अभ्यासांसाठी वेगळी खोली किंवा खोलीचा कोपरा द्यावा. त्यांना वेगळी खुर्ची व टेबल द्यावे. आरामशीर आसनावर अभ्यासासाठी बसण्यास प्रतिबंध करावा; कारण मुलांना अभ्यास करताना आळस येऊन झोप येते. दूरदर्शन, रेडिओ, संगणक, शीतपेटी आणि दूरध्वनी यांपासूनही अभ्यासाची जागा शक्यतो लांब असावी. या ठिकाणी उत्तम प्रकाशयोजना व खेळती हवा असली पाहिजे. अभ्यास करीत असताना मुलांना कोणीही त्रास देणार नाही, याची काळजी घ्यावी.

रोज ठरलेल्या वेळीच अभ्यास करावा. दात घासणे, अंघोळ करणे, याप्रमाणे ठरावीक वेळी अभ्यास करण्याची सवय मुलांना सहज लागते. ठरावीक वेळात एखाद्या विषयाचा एक धडा पूर्ण करण्याचे ध्येय ठेवावे. 'जास्तीत जास्त धडे मी वाचेन.' अशासारखे अस्पष्ट ध्येय नसावे. स्पष्ट ध्येय समोर ठेवल्याने एकाग्रता

वाढवण्यास मदत होते. आपण सुरुवातीला व शेवटी जे वाचतो ते चांगल्याप्रकारे लक्षात राहते, असे संशोधनातून आढळून आले आहे. चाळीस ते पन्नास मिनिटांनी थोडा आराम घेऊन अभ्यास केल्यास एकाग्रता व स्मरणशक्ती वाढते. सतत वाचन केल्यास थकवा जाणवतो. दररोज धड्याची उजळणी करण्यावर पालकांनी भर द्यावा. शंकाचे निरसन लगेच करून घ्यावे. नाहीतर परीक्षेच्या वेळी पंचाईत होते. या सर्व बाबींमुळे शिकण्याची क्रिया योग्य प्रकारे होते.

३) स्मरणशक्ती वाढवणे :

स्मरणशक्तीचे तीन प्रकार असतात.

१) संवेदनशील स्मरण - ऐकणे, पाहणे व स्पर्श करणे यामुळे ज्या गोष्टी स्मरणात राहतात, त्याला संवेदनशील स्मरण म्हणतात. हे काही मिनिटांपुरतेच असते.

२) अल्पकालीन स्मरण - एक ते दोन दिवस लक्षात राहणारी आठवण. शिक्षकांनी शिकविलेल्या गोष्टी आणि वाचलेल्या गोष्टी एक ते दोन दिवस लक्षात राहतात. परीक्षेआधी काही दिवस किंवा काही तास अभ्यास करणारी मुले परीक्षेत उत्तरे देण्यासाठी या प्रकारची स्मरणशक्ती वापरतात. म्हणूनच परीक्षा झाल्यावर सर्व गोष्टी आपोआप विस्मरणात जातात.

३) दीर्घकालीन स्मरण - या गोष्टी आठवडे महिने किंवा आयुष्यभर लक्षात राहतात. विद्यार्थ्यांनी या प्रकारच्या स्मरणशक्तीचा वापर करावा. त्यामुळे परीक्षेपूर्वीचा ताण किंवा तणाव सहन करावा लागत नाही.

अध्ययन साहित्य योग्य प्रकारे समजावून घेणे, त्याची पुनरावृत्ती करणे, पुनरावलोकन आणि उजळणी करणे, यामुळे दीर्घकालीन स्मरण वाढविता येते. या गोष्टी नियमितपणे आठवडा, महिना, पंधरा दिवसांनी चालू ठेवल्या पाहिजेत. काही गोष्टी लक्षात ठेवण्यासाठी, मनात नकाशा तयार करून स्मरणशक्ती वाढविता येते. पदार्थ विज्ञान व गणित यामधील सूत्रे, शरीरातील हाडांची संख्या, शरीरातील लहानात लहान हाड, मोगल राज्यातील बादशहांची नावे, निधनाच्या तारखा इत्यादी गोष्टी लक्षात ठेवण्यासाठी त्यांचे तक्ते तयार करावेत. या तक्त्याचा परीक्षेआधी उजळणी करण्यासाठी उपयोग होतो. स्मरणशक्तीसाठी वाक्ये बनवून काही गोष्टी लक्षात ठेवता येतात.

क्रमिक पुस्तकांच्या आकलनासाठी SQ3R पद्धती -

S-Survey एखाद्या प्रकरणातील मुख्य गोष्टी व आकृत्यांचे अवलोकन करणे.

Q-Question ठळक गोष्टींचे प्रश्नामध्ये रूपांतर करणे.

R-Reading विद्यार्थ्यांच्या भाषेत वाचन व लिखाण करणे.

R-Recall विद्यार्थ्यांना समजेल व स्मरणात येईल त्याप्रमाणे गोष्टी आठवणे.

R-Reveiw सर्व प्रकरणांचे प्रश्नोत्तराच्या स्वरूपात पुनरावलोकन करणे.

SQ3R... ही पद्धत इंग्रजी व गणिताकरिता चांगली नाही. गणितामध्ये प्रावीण्य मिळविण्यासाठी वारंवार गणिते सोडविणे जास्त उपयोगाचे असते.

४) गृहपाठ व वर्गपाठ – वर्गामध्ये शिक्षक शिकवीत असताना लक्ष देण्यास सांगावे. पूर्वी शिकविलेल्या गोष्टींचा संदर्भ लावून वर्गात ऐकण्याची व विचार करावयाची सवय कशी लावायची, ते मुलांना शिकवावे. वर्गात शिक्षक शिकवीत असताना मुख्य गोष्टी लिहून घेणे व वर्ग संपल्यानंतर त्याची उजळणी करणे, क्रमिक पुस्तके व संदर्भग्रंथांवरून उतारे काढणे, इत्यादी गोष्टींसाठी आपण मार्गदर्शन करू शकतो. गृहपाठ पूर्ण करण्यासाठी मुलाला आपण मदत करावी. त्यामुळे शिकण्याची योग्य सवय लागते.

५) परीक्षेसाठी तयारी – खास करून परीक्षेच्या वेळी मुलाला खाणे–पिणे व झोप योग्य प्रमाणात मिळण्याबाबत पालकांनी काळजी घ्यावी. परीक्षेसाठी गरज असणारी पेन्सिल, पेन यासारख्या गोष्टी योग्य प्रकारे सुस्थितीत तयार ठेवण्याची आठवण करावी. परीक्षेच्या आदल्या दिवशी साधी पण पोषक न्याहरी देऊन मुलाला मनातल्या मनात पुढील प्रकारची सकारात्मक वाक्ये स्मरणात आणण्यास सांगावी. उदा. 'मी वर्षभर नियमितपणे अभ्यास केला आहे आणि परीक्षेत मी योग्य प्रकारे प्रश्नपत्रिका सोडविन.' परीक्षेच्या वेळी गोंधळ होणे टाळण्यासाठी शेवटच्या क्षणी मित्राबरोबर चर्चा करू नये.

प्रश्नपत्रिका निर्धारित वेळेत संपविण्यासाठी प्रत्येक प्रश्न योग्य वेळेत संपविण्याचा प्रयत्न करावा. थोडा वेळ उत्तरपत्रिका तपासण्यासाठी ठेवावा. परीक्षेनंतर प्रश्नपत्रिकेबद्दल चर्चा किंवा झालेल्या चुका याबद्दल चर्चा करण्यापासून मुलाला परावृत्त करावे. त्याऐवजी पुढच्या परीक्षेची तयारी करण्यास सांगावे. सर्व परीक्षा पूर्ण झाल्यावर चुकांबद्दल चर्चा करण्यास हरकत नाही.

अभ्यासात प्रगती होण्यासाठी विद्यार्थ्यांनी वरील सर्व उपक्रम आत्मसात करावेत; तसेच त्याबद्दल पालकांनी मार्गदर्शन करावे.

मुलांमध्ये विश्वास व निर्णयक्षमता निर्माण होण्यासाठी शालेय कौशल्ये मुलांच्या अंगी बिंबवणे महत्त्वाचे असते, त्यामुळे मुलाला विशिष्ट गोष्टीची आवड निर्माण होते. जबाबदारीने, आत्मविश्वासाने तसेच ठरावीक ध्येय समोर ठेवून मार्गक्रमण केल्यास मुलाच्या गुणवत्तेत निश्चितच भर पडते.

प्रकरण ८

सुरक्षित वातावरण

बालपण हा उत्साहाने आणि चंचलतेने भरलेला काळ...! या काळातच बाळाची वाढ व विकास होत असतो. बाळाचा विकास होत असताना घरातील व घराबाहेरील वातावरण आनंदी तसेच सुरक्षित असावे. त्याला आई-वडिलांकडून वारशाने मिळालेल्या गोष्टींवर त्याचे यशापयश अवलंबून असते. तरीही या उपजत हुशारीचा योग्य विकास होणे हे सभोवतालच्या वातावरणावर अवलंबून असते. उपजत हुशारी समाजात उठून दिसण्यासाठी सभोवतालचे वातावरण पोषक असायला हवे.

सभोवतालची वयोवृद्ध माणसे, काळजीवाहक तसेच पालक, यांच्या कृतीचा किंवा निष्क्रियतेचा मुलांवर परिणाम होत असतो. वयाच्या पहिल्या वर्षी झालेली आबाळ व गैरवर्तणुकीमुळे मोठी हानी होते व तिचे परिणाम संपूर्ण आयुष्यावर होतात. ज्या मुलाला हिंसक वागणूक, पिळवणूक व शिव्याशाप सहन करावे लागतात त्याच्या मनावर गंभीर परिणाम होतात आणि त्याचा परिणामही बराच काळ राहतो. या दुष्परिणामांमुळे त्याचे सुप्त गुण वास्तवात येऊ शकत नाहीत.

विविध आव्हानांना सामोरे जाण्यासाठी मुलांना वैविध्यपूर्ण परिस्थितीतून जावे लागते. त्यातूनच ती शिकत असतात; पण ज्या वातावरणात या गोष्टी घडतात, ते वातावरण सुरक्षित, कल्पक व प्रेरणादायी हवे. कोणत्याही प्रकारची संकटे व धोके न येता मुलांना सहज खेळता आले पाहिजे. त्यासाठी सुरक्षित वातावरण असेल, तर घरातील मोठ्या माणसांची ढवळाढवळ होणार नाही. मुलांचा विकास व वाढीसाठी योग्य असे वातावरण पालकांनी तयार करावे. अर्थात त्यासाठी काळजीपूर्वक आखणी करायला हवी.

सुरक्षित वातावरण हा प्रत्येक मुलाचा हक्क आहे. अपघात टाळण्यासाठी सर्व खेळणी इजा न होणारी हवीत व सुविधा सुरक्षित हव्यात. तसेच त्या गोष्टी

वयोमानाप्रमाणे योग्य असाव्यात. मुलांना सदासर्वदा सुरक्षित ठेवणे शक्य नसते व तसे ठेवणे योग्यही नसते. काही वेळा मुलांचा अनपेक्षित घटकांशी संबंध येत असतो आणि त्यामुळे विकास होण्यास मदतच होते. यश मिळविण्यासाठी त्यांच्यासमोर आव्हाने ठेवावी लागतातच. उत्तुंग व्यक्तिमत्त्वात रूपांतर होण्यासाठी अनुभवाद्वारे त्यांनी त्यांचे सामर्थ्य ओळखून आपल्या सीमारेषा आखणे अपेक्षित असते.

घरातील वातावरण : मूल घरामध्ये सहज फिरू शकेल, अशा प्रकारे घराची रचना व वातावरण हवे. मनमिळाऊपणा, भावनिकता, हुशारी, गतिमानता, खेळ आणि परस्पर नातेसंबंध इत्यादी गोष्टींना घरातच बळकटी मिळत असते. घरामधील वातावरण सुरक्षित असणे हे मुलाच्या दृष्टीने फार महत्त्वाचे असते.

शारीरिकता सुरक्षितता : घरातील टेबल, खुर्च्या व कपाटे यांचे बूड स्थिर असावे व उंचीही योग्य असावी. मौल्यवान आणि खास गोष्टी मुलांना न मिळतील, अशा ठिकाणी ठेवाव्या. मुलांच्या हाती पडणारी प्रत्येक गोष्ट सुरक्षित व स्वच्छ असेल याची खात्री हवी. नाजूक व सहज फुटणाऱ्या गोष्टी मुलांना दाखवू नये. विद्युत बटणे उंचीवर असावीत. औषधे, साबण व इतर स्वच्छतेसाठी वापरावयाची रासायनिक द्रव्ये उंचावर ठेवावीत. कारण अशा पदार्थांची चव घेण्याचा मोह बाळांच्या जिज्ञासू मनाला होत असतो. मूल ज्या वातावरणात वाढत असते, ते वातावरण आनंददायी व सुखकारक असावे. सभोवारचे तापमानही योग्य राहील यांची काळजी घ्यावी. पाण्याच्या टाकीत मूल बुडण्याची भीती असते म्हणून ती झाकून ठेवावी.

मुलांची खेळणी व इतर साधने : बाळाला आणलेली खेळणी वयानुरूप व विकासासाठी पूरक असावीत. खेळणी त्रासदायक असू नयेत. उदा. बाळाला छोटे-छोटे भाग असलेली खेळणी देऊ नये. कारण हे छोटे भाग तीन वर्षांखालील मूल तोंडात घालून घुसमटण्याची शक्यता असते. मुलांना खेळण्यासाठी नाणी, बटणाच्या आकाराचे सेल, तसेच छोटे दागिने देऊ नयेत. भावंडे एकत्र खेळत असतील तेव्हा आपण अधिक दक्ष असले पाहिजे. कारण मोठे भावंड लहानग्याला छोट्या गोष्टी भरवते. खेळणी बिनविषारी आणि धुता येण्यासारख्या पदार्थांची आसावीत.

मुलांसाठी खेळणी विकत घेताना खालील गोष्टी ध्यानात असाव्यात :

१) पहिल्या तीन महिन्यांत भडक रंगाची खेळणी मुलांसमोर ठेवावी. रंगीबेरंगी खेळणी मुलाच्या पाळण्यावर/पलंगावर बांधून ठेवावी.

२) तीन ते सहा महिन्यांत आवाज करणारी खेळणी द्यावी. मूल चघळू किंवा

चोखू शकेल, अशा प्रकारच्या खेळांमुळे हिरड्यांना उपयोग होतो; पण ही सर्व खेळणी मूल तोंडात घालत असल्याने बिनविषारी व धुण्याजोगी असावीत.

३) दाबून किंवा वाजवून आवाज करणारी खेळणी सात ते बारा महिन्यांच्या मुलांना द्यावीत. एकमेकांपासून विलग करून परत जोडता येणाऱ्या खेळण्यामुळे मूल बराच वेळ घालवू शकते.

४) १२–१५ महिन्यांची मुले चवड करू शकतात. एकमेकांवर रचून मिनार बनविण्यास योग्य अशी ठोकळ्यासारखी खेळणी चांगली. मुले काल्पनिक खेळ खेळू शकतील, अशी भातुकलीसारखी खेळणी चांगली असतात. मूल या वयात इकडे–तिकडे फिरत असते. त्यामुळे उसकटवायची व ओढायची खेळणी असल्यास बाळ अधिक खूश होते.

५) १५–२४ महिन्यांची मुले ठोकळे एकमेकांशी जोडू शकतात व त्यातून आनंद लुटतात. मूल खेळण्याशी खेळत असताना आपण जवळ असणे गरजेचे असते. मुलाने खेळण्याशी योग्य प्रकारे खेळावे, म्हणून त्याला कायम मार्गदर्शन करावे. बाजारात विविध व नावीन्यपूर्ण खेळणी असल्याने आपल्यालाही मुलाबरोबर खेळायला आनंद वाटतो.

औषधे कुठे ठेवावीत? – औषधे कुलपात ठेवावीत. काळजीवाहक व्यक्ती औषधांचा गैरवापर करू शकतात, म्हणून ती त्यांनाही मिळू नयेत. मूल आजारी असल्यास एका पालकाने घरी थांबावे. त्यामुळे औषधेही वेळेवर दिली जातात. मुलांना झोपवून ठेवण्यासाठी खोकल्याच्या औषधाचा गैरवापर काळजीवाहकांनी केल्याची उदाहरणे आहेत. मुलांनी औषधे स्वतःची स्वतः घेऊ नयेत.

घरात मद्य कुठे ठेवावे? – शनिवार व रविवार दारू व जेवणाच्या पार्ट्यांचे प्रमाण वाढत आहे. बऱ्याच घरात दारूचा साठा केलेला असतो. अशाप्रकारे घरात दारू ठेवणे योग्य आहे का आणि त्याचा मुलावर काय परिणाम होईल, याचा आपण विचार केलेला बरा! घरात दारूसारखे मादक पदार्थ ठेवू नयेत, असा आमचा सल्ला आहे.

पैसे कसे ठेवावेत? – मुलांच्या हातात पैसे द्यावे का? बरेच पालक वाणी, भाजी व डॉक्टर यांची बिले देण्यासाठी मुलांकडे पैसे देतात. दोन वर्षांपासून मुलाजवळ पैसे देत राहिलो, तर पैशामुळे स्वास्थ्य मिळते ही भावना मुलांमध्ये नकळत बळावते. पैशाच्या नोटा बरेच लोक हाताळतात. त्यावर घाण असते तसेच पैसे हे मोठ्यांनीच वापरायचे असतात हेही मुलांना सांगितले पाहिजे. मोठ्या मुलांना ठरावीक रक्कम द्यायला हरकत नाही; पण त्याचा हिशेब देणे हे त्यांच्यावर बंधनकारक

असावे. पालक नेहमी पैसे कुलपात ठेवतात, ही गोष्ट मुलांच्या मनावर बिंबवायला हवी. पालकांकडे घरातील पैशाचा हिशेब असतो, त्यामुळे परवानगीशिवाय पैशाला हात लावू नये, ही गोष्ट ही मुलांच्या मनात रुजणे आवश्यक आहे.

विषारी व इतर धोकादायक पदार्थांचा साठा – विषारी व धोकादायक पदार्थ सुरक्षित जागी व मुलांच्या हाती लागणार नाहीत, अशा ठिकाणी ठेवावे. त्यामुळे असे पदार्थ पिणे, हुंगणे, किंवा अंगाला फासणे इ. करण्याची शक्यता कमी असते. हे पदार्थ अन्नपदार्थापासून दूर ठेवलेले बरे.

हत्यारे व इतर साधने कोठे ठेवावी? – ज्या गोष्टींपासून बाळाला इजा पोचणे शक्य आहे, अशी हत्याारे व साधने त्यांना न मिळतील अशा ठिकाणी ठेवावी. ज्यांचा वापर नसतो, अशी धारदार हत्यारे कुलपात ठेवावी.

इमारत व मैदाने – स्वच्छता, दुरुस्ती व सुरक्षितता– इमारती व मैदाने सुरक्षित, स्वच्छ, सुस्थितीत राहतील, अशा प्रकारे ठेवावीत. कचरा योग्य प्रकारे साठवावा. खेळाच्या मैदानाच्या बाजूने जर रहदारीचा, वाहनांनी गजबजलेला रस्ता जात असेल, तर त्याला योग्य प्रकारे कुंपण असावे. अशा मैदानाच्या बाजूला पाण्याच्या टाक्या किंवा तलाव असू नयेत. टाक्यांना सुरक्षित कुंपण असावे आणि तेथे रखवालदारही हवा.

वनस्पती – आपल्या परिसरातील विषारी वनस्पतींची मुलांना ओळख करून द्यावी. काँग्रेस गवतामुळे बऱ्याच मुलांना ॲलर्जीचा त्रास होतो.

पशू आणि पक्षी– घरात पाळीव प्राणी ठेवल्यामुळे त्याची काळजी घ्यायला मुले शिकतात; पण त्याची योग्य ती निगा राखणे, हे महत्त्वाचे असते. बऱ्याच मुलांना प्राण्यांची ॲलर्जी असते. त्याबद्दल डॉक्टरांचा सल्ला घ्यावा. अशा प्राण्यांना स्वच्छ ठेवावे. त्यांच्यापासून कोणत्याही प्रकारचा संसर्गजन्य रोग किंवा ॲलर्जी होता कामा नये. मुले अशा पाळीव प्राण्यांशी जवळीक करतात. त्याच्या जवळ जातात. अशा प्राण्यांच्या किती जवळ जायचे, हे पालकांनी मुलांना समजेल अशा भाषेत समजून द्यावे.

आगीपासून सुरक्षितता – मुलाला आगीशी तसेच काडेपेट्यांशी खेळू देऊ नये. मोठ्या माणसासमवेतच फटाके वाजवायला द्यावेत. जळाऊ आणि स्फोटक पदार्थ चुलीपासूंन दूर ठेवावे. विजेची साधने योग्य प्रकारे सुरक्षितपणे ठेवावी.

शाळेत पाठवण्याची सोय – शाळेतून नेण्यासाठी व आणण्यासाठी वाहनांची निवड योग्य प्रकारे करावी. लहान मुलांसाठी रिक्षा योग्य नाही. माणसाने चालविलेली सायकलरिक्षा सुद्धा योग्य नाही. कारण बरेचदा हा माणूस मुलांनाच रिक्षा

ढकलावयास लावतो. रस्त्यावर वाहनांची गर्दी असते. अशावेळी ही गोष्ट धोकादायक होऊ शकते. बस ही सर्वांत उत्तम. पण त्या बसमध्ये मुलांची गर्दी असू नये. वळणावर किंवा झटकन् बस थांबविल्यास जागा न मिळालेली मुले पडू शकतात. बसवाहकाचे नाव, वय, पत्ता माहीत हवा. तसेच त्याची मुलांबरोबर वागणूक योग्य हवी. वागणूक योग्य नसेल, तर तशी तक्रार त्याच्या वरिष्ठांकडे करणे योग्य होय. मोठ्या मुलांना आपण कधीतरी शाळेतून आणावे किंवा शाळेत सोडावे. त्याचे मित्र, तसेच एकंदर शाळेतील परिस्थिती त्यामुळे आपल्यास समजू शकते.

प्रथमोपचार सुविधा– घरामधे प्रथमोपचार पेटी असली पाहिजे; अर्थात त्यामध्ये सर्व गोष्टी असल्या पाहिजेत. सर्वांना मिळेल अशा ठिकाणी ती ठेवावी. घरातील माणसांना, तसेच काळजीवाहकांना त्यातील औषधांची माहिती हवी. सर्व औषधे कोणत्या तारखेपर्यंत वापरू शकतो ते पाहावे.

तरुण मुले आणि रस्त्यावरची सुरक्षितता– तरुण मुले शाळेत जाण्यासाठी सायकल वापरतात. बऱ्याचदा ही मुले उशिरा निघतात आणि मग सायकल जोरात चालवून शाळेत वेळेवर पोचण्याचा प्रयत्न करतात. शिकवणीला मुलांना सोडणे व परत आणणे पालकांना शक्य नसते. त्यामुळे ते मुलाला स्कूटर देतात. बरेच तरुण अठरा वर्षांच्या आधीच स्कूटर चालवतात. म्हणजेच त्यांचेकडे वाहन चालविण्याचा परवाना नसतो. जागून अभ्यास केल्यामुळे त्यांची झोप पूर्ण झालेली नसते. अशावेळी गाडी चालविल्यास अपघाताची शक्यता वाढते. महामार्गावर तरुण मुले भरधाव गाडी चालवतात. वाहन चालविताना आनंद मिळविण्यासाठी नको ते प्रयोग करतात. या गोष्टी त्यांनी टाळायला हव्यात. तसेच दारूच्या अमलाखाली असणारी व्यक्ती वाहन चालवीत असेल, तर त्याचेबरोबर येऊ नये, हे पालकांनी या मुलांना बजावून सांगितले पाहिजे.

प्रसारमाध्यमे – नको त्या वयात नको त्या गोष्टी मनावर ठसविणाऱ्या गोष्टीपासून मुलांना दूर ठेवणे शहाणपणाचे! यासंदर्भात दूरदर्शन आणि इंटरनेटबद्दल आपण जास्त जागरूक असायला हवे. मुले या माध्यमाद्वारे माहिती मिळवू शकतात. तसेच अनोळखी माणसांच्या सान्निध्यात येतात. साध्या गोष्टी किंवा छायाचित्र चिथावणीच्या स्वरूपात व आकर्षकपणे दाखविली गेल्यामुळे मुलांना त्यातून चुकीचा संदेश मिळतो.

मुलांच्या झोपण्याच्या खोलीत संगणक किंवा दूरदर्शन असू नये. आपण जर त्यांच्यावर लक्ष ठेवले नाही, तर ती जगातील कोणाहीबरोबर संधान बांधू शकतात आणि त्याची आपल्याला कल्पनाही नसते. दूरदर्शन आणि संगणक घरात मध्यभागी

ठेवावा. त्यामुळे मुले काय पाहतात, हे आपण पाहू शकतो. संगणक चालू करण्यासाठी परवलीचा शब्द असावा. तसेच मुले ज्या गोष्टी पाहतात त्या आपण पाहाव्यात. मुले जर संगणक कक्षांना भेट देत असतील, तर त्यावर आपले लक्ष हवे. असुरक्षित अनोळखी माणसाबरोबर मुलांची मैत्री होते. आपली ओळख दुसऱ्या माणसाला मिळणार नाही, याची काळजी घेण्यास त्यांना बजावले पाहिजे. तसेच आपली व्यक्तिगत माहिती अनोळखी माणसांना देऊ नये. 'असंगाशी संग प्राणाशी गाठ!'

बऱ्याच धोकादायक व जोखमीच्या गोष्टींशी मुलांचा संबंध येतो. आठ ते नऊ वर्षे वयाच्या व त्याहून मोठ्या मुलांना अशा बाह्य जगापासून दूर ठेवणे हे शक्य नसते आणि तशी अपेक्षाही नसते. उलट या जगात योग्यप्रकारे कसे वागावे आणि जगातील बऱ्यावाईट गोष्टींचा कसा सामना करावा, त्याबद्दल मुलांना योग्य मार्गदर्शन करावे. पालकांचे योग्य मार्गदर्शन न मिळालेली मुले आपल्या चुकीच्या वागणुकीतून सुटका मिळवून घेण्यासाठी नको त्या हक्कांचा उपयोग करून घेतात.

भावनिक व सामाजिक वातावरण – आई, वडील, भावंडे, आजी, आजोबा, काका आणि आत्या यांच्याशी सुरुवातीच्या दिवसांत बाळाचा जास्त संबंध येतो. मुलाचा सामाजिक व भावनिक विकास हा पालकांची प्रवृत्ती तसेच घरातील प्रेरणादायी व प्रेमळ वातावरण यांवर अवलंबून असतो. घरातील सर्वांचे एकमेकांशी अतूट नातेसंबंध असणे उत्तम संगोपनासाठी चांगले. त्यामुळे मूल कोणत्याही तणावातून पार पडू शकते. घरामध्ये वापरल्या जाणाऱ्या भाषेचाही बाळाच्या सर्वांगीण विकासावर परिणाम होतो. प्रोत्साहन देण्याची पद्धत, प्रेमळ वागणूक, मायेची ऊब, योग्य शिस्त, या सर्व गोष्टींचा मुलाच्या सामाजिक व भावनिक विकासावर परिणाम होतो. घरातील हिंसक वातावरण, वैवाहिक मतभेद, बाळाला मार देण्याची सवय, इत्यादी गोष्टींचा नाजूक बालमनावर कायमचा परिणाम होते. या सर्वांचे पर्यवसान वर्तणूक समस्यांमध्ये होते. भावंडाशी तुलना केल्यास मूल स्वाभिमान गमावण्याची शक्यता असते. मूल बराच वेळ शाळेत घालवत असल्याने शिक्षकांच्या शैलीबाबत आपण जागरूक असले पाहिजे.

घरातील वातावरण आरोग्यदायी आणि मैत्रीपूर्ण असावे. मुलाच्या हिताची सतत काळजी असावी. आपली भाषा कौतुकाची व प्रेमळ हवी. कोणत्याही प्रकारे मुलाला मार मिळणार नाही, याकडे आपले लक्ष हवे. ओरडणे, खेकसणे, टाकून बोलणे, भीती दाखवणे या गोष्टी कटाक्षाने टाळल्या पाहिजेत. शिवीगाळीची घाणेरडी भाषा वापरल्यामुळे मुलाची मानहानी होते. म्हणून अशी भाषा वापरणे

टाळावे. घरातील एखाद्या मुलाला कमी लेखू नये किंवा त्याच्यावर आपले प्रेम कमी असल्याचे कधीही जाणवू देऊ नये. अशा प्रकारचा एखादा प्रसंगही मुलाच्या आयुष्यभर लक्षात राहतो. मुलगा व मुलगी यांमध्ये कोणत्याही प्रकारे भेद करू नये. मुलांची एकमेकांशी तुलनाही करू नये. कारण त्यामुळे मुलांमध्ये वैरभाव निर्माण होतो. तसेच आपल्याला किंमत नसल्याची भावना बळावते. प्रत्येक मुलाला 'आहे तसे' स्वीकारावे. त्याच्याकडून स्वच्छ वागणुकीची अपेक्षा हवी. तसेच त्यांच्याबरोबर धीराची व समजुतीची वर्तणूक करावी.

सर्वसाधारणपणे सर्वच समाजांत मुलांना खासगी मालमत्ता म्हणून समजतात. मुलांना समाजाचे अंग समजत नाहीत. मुलांना त्यांचे स्वतःचे मत असते; तसेच त्यांना निर्णयक्षमता असते. मुलाचे मार्गदर्शक म्हणून वागण्याऐवजी मुलाच्या आयुष्यासंबंधीचे निर्णयच पालक घेतात. मुलांना मतदानाचा हक्क नाही. तसेच त्यांच्यावर कोणत्याही राजकीय मताचा पगडा नसतो. त्यामुळे बऱ्याचदा त्यांचे मत ऐकले जात नाही आणि त्यांची सहज पिळवणूक करण्यात येते. जन्मतारखेचा दाखला, राष्ट्रीयत्वचा दाखला, आपल्या पालकांकडून आपली माहितीपत्रक करून व त्यांच्याकडून आपली काळजी घेण्याची अपेक्षा हे मुलाचे अधिकार अपेक्षित असते. जर मुलांकडे जन्मतारखेचा दाखला नसेल, तर ते मूल शिक्षण, वैद्यकीय सुविधा तसेच सामाजिक सुरक्षा यापासून वंचित राहते.

लैंगिक पिळवणुकीपासून मुलाची सुरक्षितता- मुलांना नको असलेल्या जागी स्पर्श केल्याने ती घाबरून व गांगरून जातात. अशावेळी मुलांना नकार द्यायला शिकविले पाहिजे. मुलांना चांगल्या हेतूने केलेला स्पर्श व वाईट हेतूने केलेला स्पर्श ओळखण्यास शिकविले पाहिजे. वयोवृद्ध माणसाची अनुचित वागणूक लपवून न ठेवता, त्याबद्दल घरातील माणसांना योग्य ती माहिती मुलांनी द्यावी. मुलगा किंवा मुलगी यांची सारख्याच प्रमाणात लैंगिक पिळवणूक शक्य असते, हे आपण ध्यानात घेतले पाहिजे. अनोळखी माणसाकडून मुलांनी कोणत्याही प्रकारची भेट, पैसे किंवा औषधे इत्यादी स्वीकारू नयेत. शाळेबाहेर उभ्या राहणाऱ्या फेरीवाल्यांकडून कोणत्याही प्रकारचे पदार्थ विकत घेऊ नयेत. घरामध्ये मुले एकटी असतील, तेव्हा त्यांनी अनोळखी माणसांना घरात घेऊ नये. मुले शाळेतून खेळ किंवा इतर कारणासाठी शिबिराला गेली असतील, तर त्यांनी एकटे न राहता गटागटात राहावे. शी किंवा शूसाठीही एकटे जाऊ नये.

तरुण मुलांना काही वेळा मित्राबरोबर जाण्याचे स्वातंत्र्य द्यावे. मित्रांनी त्यांच्यावर प्रभाव पाडून त्यांना दारू पिणे, सिगारेट ओढणे किंवा इतर मादक पदार्थ

सेवन करणे यासाठी भाग पाडले, तर त्यांना स्पष्टपणे नकार देण्यास मुलांना सांगावे. पार्टीच्या वेळी अनोळखी माणसाकडून दारू स्वीकारण्यास तरुणांनी नकार द्यावा. तरुणांवर वेळेचे बंधन घातल्यास त्यांना मजा करावयास वेळही मिळतो. तसेच त्यांच्यावर थोडी बंधनेही राहतात. तरुणांना जीवन समाधानाने, सुरक्षितपणे व जबाबदारीने जगण्याच्या दृष्टीने आपण आधार द्यावा, तसेच त्यांना तशी समजही द्यावी.

भारतीय घटनेने मुलांना खास हक्क दिलेले आहेत; ते असे :

- ६–१४ वर्षांच्या मुलांना प्राथमिक शिक्षण देणे सक्तीचे आहे.
- धोकादायक मजुरदारीपासून संरक्षण.
- आर्थिक कारणांसाठी पिळवणूक करणाऱ्या मजुरीपासून संरक्षण.
- मुलांना समान संधी व सुविधा उपलब्ध असाव्यात. तेथील वातावरण स्वतंत्र व सर्वांना योग्य मान मिळेल असे असावे. त्या ठिकाणी कोणत्याही प्रकारची पिळवणूक होता कामा नये आणि नैतिकता व सुविधा यांपासून मुले वंचित होता कामा नयेत.

राष्ट्रसंघाने मुलांना बहाल केलेले हक्क :

- विवाह झालेला असो अथवा नसो, १८ वर्षांपर्यंत मुलगा व मुलगी यांना समान समजावे.
- मुलांचे हित लक्षात घेऊन, भेदाभेद न मानणारे तसेच मुलांबद्दल विविध दृष्टिकोन लक्षात घेऊनच तत्त्वांची मांडणी केलेली आहे.
- मुलांची योग्य वाढ व विकास होण्यासाठी योग्य असे कौटुंबिक वातावरण असावे.

मुलांना सुरक्षित, शारीरिक, भावनिक, सामाजिक वातावरणात ठेवणे ही पालकांची जबाबदारी आहे. तसेच आपण त्याच्याजवळ नसताना उद्भवलेल्या आपत्कालीन परिस्थितीचा मुकाबला करण्यास सक्षम केले पाहिजे.

प्रकरण ९

कुटुंबाचे प्रकार व त्याचा मुलांच्या विकासावर होणारा परिणाम

अभिमन्यूची महाभारतातील सुप्रसिद्ध कथा आपल्याला माहीत आहेच. गर्भधारणेपासूनच मुलावर कुटुंबाचा प्रभाव पडत असतो. अभिमन्यूने गर्भाशयात असतानाच चक्रव्यूहाचा भेद कसा करावयाचा, याचे शिक्षण घेतले होते. थोडक्यात, मुलाच्या विकासामध्ये कुटुंबाचे मोठे योगदान आहे. आपल्या देशातील बदलता समाज व वाढती कारखानदारी, यांमुळे विभक्त कुटुंबांचे प्रमाण वाढत आहे. ज्या वयात मुलाचे व्यक्तिमत्त्व आकाराला येत असते, त्या वयात त्याच्यावर आजूबाजूच्या गोष्टींचा, तसेच कुटुंबातील आणि शेजारच्या व्यक्तींचा परिणाम होत असतो. कुटुंबाच्या सामाजिक व नैतिकमूल्यांचा मुलांच्या व्यक्तिमत्त्वावर परिणाम होत असतो.

जॉर्ज मुरडॉकने कुटुंबाचे वर्णन पुढील प्रकारे केले आहे- 'ज्या व्यक्तींच्या समूहाचे घर, आर्थिक व्यवहार आणि पुनरुत्पादन सामाईक असते, अशा व्यक्तींच्या समूहाला कुटुंब म्हणतात, या कुटुंबात आई-वडील असतात. त्यांचे एकमेकांशी लैगिक संबंध असतात. त्याची एक किंवा अधिक स्वत:ची किंवा दत्तक घेतलेली मुले असतात.'

आपल्याकडे कुटुंबाचे बरेच प्रकार असतात. विभक्त कुटुंबात आई-वडील आणि त्यांची किंवा दत्तक घेतलेली मुले असतात. ज्या कुटुंबात आजी-आजोबा, काका, आत्या तसेच चुलत भावंडांचा अंतर्भाव असतो, त्यांना एकत्र कुटुंब किंवा अविभक्त कुटुंब म्हणतात. काही वेळा दोनपैकी एक पालकच कुटुंब चालवतो. कारण दुसऱ्या पालकाचा मृत्यू झालेला असतो किंवा त्याचा घटस्फोट झालेला असतो. पालक कायदेशीररीत्या घटस्फोट घेऊन कायमचे वेगळे झालेले असतात. अथवा एक पालक कामासाठी दूरच्या ठिकाणी राहत असतो, तेव्हा तात्पुरते

वेगळेपण असते. काही वेळा दोन पालक एकत्र राहतात व आधीच्या नातेसंबंधातून झालेल्या मुलांचे संगोपन करतात. त्यांना पुनर्गठित कुटुंबे म्हणतात. अलीकडे अशा प्रकारचे संबंध जास्त प्रमाणात आढळतात. काही वेळा मुले दत्तक घेतलेली कुटुंबेही आढळतात.

विभक्तकुटुंबे :

अशा कुटुंबात आई-वडील व मुले एकाच घरात राहतात. या कुटुंबात वडील कमावते असतात आणि आई कुटुंबाच्या दैनंदिन सर्व गरजांची पूर्तता करते. ती मुलांचे संगोपन करते आणि मुलांना शिकवतेही. मुलाच्या व्यवहारात वडील लक्ष घालत नाहीत. त्यांना मुलांबद्दलची माहिती वेळोवेळी दिली जाते. वडिलांकडून शाबासकी किंवा कौतुक करून घेणे, हेच मुलांचे व आईचे ध्येय असते. वडील जर करारी असतील, तर कुटुंब त्यांच्याकडून मार्गदर्शनाची अपेक्षा करते.

वडील जर आक्रमक असतील, तर आईच्या सूचनांनुसार मुले वडिलांबरोबर वागतात. आई जर विनम्र व गरीब स्वभावाची आणि प्रेमळ असेल, तर मुलांचे आईशी जवळचे संबंध असतात आणि ही मुले आईला भावी काळात सुरक्षित ठेवण्याचा प्रयत्न करतात. आई विनम्र व गरीब तसेच मुलांची योग्य ती सर्व काळजी घेणारी, पण प्रेमळ नसेल, तर आदर्श पालक मिळाल्याचे समाधान मुलांना मिळत नाही. वडिलांचा आदर्श समोर असल्याने मुले आक्रमक होतात किंवा वडिलांच्या भीतीमुळे सहनशील व विनम्र होतात. हुकूमशाही प्रवृत्तीच्या वडिलामुळे एकतर बंडखोर प्रवृत्तीची किंवा अतिशय विनम्र प्रवृत्तीची मुले होतात.

वडील आक्रमक असतील आणि आई करारी (आत्मविश्वासू) प्रेमळ व काळजी घेणारी असेल, तर आई प्रेमळ पण अधिकारवाणीयुक्त पालकत्व अमलात आणते; मग वडील हुकूमशाही प्रवृत्तीचे का असेनात. अशावेळी आईकडे मुले विश्वस्त नजरेने पाहतात आणि वडिलांकडे खडूस माणूस म्हणून पाहतात. त्याच्याबद्दल त्यांना आदर नसतो. अशा नातेसंबंधामध्ये आईच महत्त्वाची पालकत्वाची भूमिका स्वीकारते.

आई आणि वडील दोन्हीही आक्रमक प्रवृत्तीचे असतील, तर दोघेही हुकूमशाही प्रवृत्तीचे पालक होतात. काही वेळा एक पालक हुकूमशाही प्रवृत्तीचा होतो आणि दुसरा पालक बंडखोर होऊन शिथिल प्रवृत्तीचा होतो. यामुळे मुलाच्या मनात गोंधळ निर्माण होतो. दोन्ही पालक आक्रमक असल्याने, त्यांच्यात वादविवाद व भांडणे होत असतात. कधी कधी त्याचे परिवर्तन मारामारीत होते. मुलांना योग्य

मार्गदर्शन मिळत नाही. त्यामुळे ही मुले सोपे व सुलभ पर्याय शोधतात. आपला फायदा साधण्यासाठी मुले आई-वडिलांमधील भांडणाचा लाभ उठवतात आणि सर्व गोष्टी आपल्या मनाप्रमाणे घडवून आणतात. या सर्व गोष्टींचा मुलांच्या विकासावर वाईट परिणाम होतो.

बाबा शिथिल प्रवृत्तीचे असतील व आई आक्रमक असेल, तर आई घरातील सर्वांवर हुकमत गाजवते. वडिलांची शिथिल प्रवृत्ती काही वेळा मुलांना फायदेशीर वाटते; पण वडिलांच्या या प्रवृत्तीपासून आई मुलांना परावृत्त करण्याचा प्रयत्न करते. त्यामुळे मुलांना हुकूमशाहीपासून सुटका मिळत नाही. यामुळे प्रेम कमी होते. वडील फारच साधे असल्याने, त्यांचा काहीच परिणाम होऊ शकत नाही.

वडील साधे असतील व आईचा स्वभाव आत्मविश्वासपूर्ण असेल, तर वडील परिणामशून्य होतात. अधिकारयुक्त पालकत्व प्रेमळ वातावरणात अमलात आणले जाते. एकंदरीत प्रेमळ संबंध असल्याने, मुलांवर काही विपरीत परिणाम होत नाही; पण वडिलांचा कुटुंबातील सहभाग नगण्य राहतो.

दोन्ही पालक शिथिल प्रवृत्तीचे असतील, तर मुलांना योग्य मार्गदर्शन मिळत नाही. पालक मुलांचे गुलाम होतात. आपली ऐहिक हाव भागविण्यासाठी मुले पालकांकडे कायम कसल्या ना कसल्या गोष्टीची मागणी करीत असतात.

वडील करारी असतील व आई शिथिल प्रवृत्तीची असेल आणि घरातील वातावरण प्रेमळ असेल, तर मुले वडिलांकडून मार्गदर्शन घेतात. भारतात पितृसत्ताक पद्धत असल्याने मुलेही वडिलांचेच अनुकरण करतात. बायकांमध्ये करारीवृत्ती जोपासणेसाठी तसेच बायकांची करारीवृत्ती मान्य करणे यासाठी बायकांना व पुरुषांना प्रोत्साहन द्यावयास हवे. मुलगे मोठे झाल्यावर बायकांचा हा करारीपणा मानण्यास तयार होतील.

वडील करारी असतील आणि आई आक्रमक असेल आणि घरातील वातावरण प्रेमळ असेल, तर अधिकारवाणीने पण प्रेमाने पालकत्व वडिलांना आत्मसात करावयास हरकत नाही. अर्थात आई हुकूमशाही प्रवृत्तीचा वापर करतेच; पण मुले वडिलांना जास्त मान देतात आईच्या हुकूमशाही विरोधात बंड करतात. त्यामुळे मुले तरुण झाली की त्यांचे व आईचे खटके उडतात व पटेनासे होते.

आई व वडील दोघेही करारी आणि आत्मविश्वासपूर्ण असतील, त्या दोघांना एकमेकांबद्दल आदर व प्रेम असेल, तर मुलांच्या दृष्टीने अतिशय योग्य वातावरण. त्यामुळे दोघेही अधिकारयुक्त पालकत्व प्रेमभरे अनुसरतात. मुलांना कायम प्रोत्साहन देऊन त्यांचे कौतुक करतात. मुलांच्या विकासाच्या दृष्टीने अशी परिस्थिती

आदर्शवत्; पण त्यासाठी आईचा करारीपणा व आत्मविश्वास वडिलांनी आदर्श म्हणून स्वीकारावा व तशी सवय मुलांनाही लावावी.

पालकांपैकी कोणीही एक करारी आणि दृढनिश्चयी असेल, तसेच त्याची वागणूक प्रेमळ असेल, तर प्रेमळ अधिकारयुक्त पालकत्व अनुसरण्यास कोणतीच अडचण येत नाही.

एकापेक्षा जास्त मुले असलेली विभक्त कुटुंबे :

एखाद्या कुटुंबात दोन किंवा अधिक मुले असतील, तर मुलांमध्ये भांडणे होतात आणि भावंडाना एकमेकांबद्दल द्वेष वाटण्याची शक्यता अधिक असते. ही भांडणे साध्या कारणातून उद्‌भवतात. उदा. खुर्चीवर कोणी बसावे? नंतर या साध्या कारणातून सुरू झालेल्या भांडणाचे पर्यवसान मोठ्या भांडणात होते. प्रत्येक मुलासाठी जर वेगवेगळी पालकत्वाची पद्धत वापरली असेल, तर हा भावंडातील बेबनाव प्रकर्षाने दिसून येतो. प्रथम अपत्याचे बाबतीत आपले पालकत्व शिथिल प्रवृत्तीचे असते. दुसरे मूल जन्माला आल्यानंतर पहिल्या अपत्याचे बाबतीत आपण हुकूमशाही प्रवृत्तीचे होतो. दुसरे अपत्य लहान व नाजूक असल्याने त्याच्यासाठी आपली प्रवृत्ती शिथिल असते. पहिल्या अपत्याबरोबरच्या वागणुकीत झालेल्या बदलामुळे त्या अपत्यामध्ये पालकांनी आपल्याला झिडकारल्याची भावना उत्पन्न होते. आता मी आई-वडिलांचे दृष्टीने महत्त्वाचा राहिलो नाही, अशा विचारामुळे या मुलाला नवीन अपत्य आवडेनासे होते. अर्थात, हे तात्पुरते बदललेले नातेसंबंध आणि तात्पुरती बदललेली पालकांची प्रवृत्ती यामुळेच झालेले असते.

भावंडाना एकमेकांबद्दल प्रेम वाटावे, अशी पालकांची इच्छा असेल तर लहान मुलाला मोठ्या मुलाने हात लावणे, त्याच्याशी खेळणे इत्यादी गोष्टींना परवानगी द्यावी. या मोठ्या मुलावर पालकांनी विश्वास ठेवावा. कारण घरातील लहान मुलांना त्रास देण्याची मोठ्या मुलाची इच्छा नसतेच. भावंडाला या जगात आपण आणले आहे आणि त्यांची वाढ एकत्र व एकोप्याने झाली पाहिजे, नवीन अपत्य पहिल्यासाठी मौल्यवान आहे, ही गोष्ट मोठ्या मुलाच्या मनात बिंबवावी. उदा. 'बाळ आता झोपले आहे, त्याला त्रास देऊ नको.' असे केल्यामुळे नवीन बाळ मोठ्या मुलाला आपलेसे वाटते. आपण जर नवीन बाळाला मोठ्या भावंडापासून सुरक्षित व लांब ठेवू लागलो, तर त्याला, 'आपल्याला बाळाचे शत्रू म्हणून वागवतात' असे वाटते. 'माझे पालक असे कधीच नव्हते. बाळाच्या जन्मापासून ते बदलले व माझ्याशी वेगळ्या भावनेने वागतात. या नवीन बाळामुळेच त्यांनी माझ्यावर बंधने लादली आहेत. नवीन

बाळामुळेच त्यांचे माझ्यावरचे प्रेम कमी झालेय. मला ते झिडकारतात. माझे महत्त्व कमी झाले आहे. त्यामुळे हे नवीन बाळ मला आवडत नाही,' अशी मोठ्या भावंडाची भावना होते. त्यामुळे नवीन बाळावर ते राग काढते; कारण पालकांवर रागावणे त्याला शक्य नसते.

एक अपत्य असलेली विभक्त कुटुंबे :

अलीकडच्या काळात बऱ्याच कुटुंबात एकच मूल असते. अशा कुटुंबात शिथिल प्रवृत्तीचे पालक असतात. हे पालक मुलाच्या म्हणण्याप्रमाणे नाचत असतात. पालकांनी मुलाला शिस्त लावण्याचा प्रयत्न केला की, मूल आक्रमक होते. पालकांनी प्रेमभरे, पण अधिकारवाणीयुक्त पालकत्व अमलात आणावे. जर अशा प्रकारे पालक वागले नाहीत, तर तारुण्यात मुलाचे जीवन पार बिघडून जाते आणि ते दिशाहीन होते.

दोन्ही पालक मिळवते असणे :

दोन्ही पालक मिळवते असणे, हे आता नवीन नाही. स्त्रिया उच्चशिक्षित आहेत. तसेच वाढत्या महागाईमुळे कुटुंबाच्या आर्थिक गरजा भागविण्यासाठी दोन्ही पालक नोकरी करतात. वाढत्या गरजा भागविणे, तसेच ऐहिक सुखांची अधिकाधिक इच्छा पूर्ण करणे आणि त्याबरोबरच भविष्याची तजबीज करणे, या गोष्टींसाठी गलेलठ्ठ पगाराच्या नोकऱ्या पत्करणे पालकांना क्रमप्राप्त होते. गलेलठ्ठ पगाराच्या मोबदल्यात भरपूर काम करावे लागते आणि काही वेळा भरपूर प्रवासही करावा लागतो. अर्थात, त्यामुळे मुलांसाठी भरपूर वेळ देता येत नाही.

अशा कुटुंबांमध्ये मुलांची काळजी घेण्यासाठी काळजीवाहक असतात. ते मुलांना अंघोळ घालणे, जेवण भरवणे, यांसारखी महत्त्वाची कामे करतात. प्रामाणिक नोकर मुलांची काळजी प्रेमाने घेतात; पण बरेचदा मुलांना दूरदर्शन दाखवून त्यांचे मनोरंजन करण्यात येते आणि नोकराने मुलांना जेवण देणे एवढेच काम राहते. काही वेळा हे नोकर मुलांना झोपेची औषधे देतात. त्यामुळे मुले बराच वेळ झोपतात आणि नोकराचे काम सुलभ होते.

दोन वर्षांनंतर मुलांना खेळघरात घातले जाते. अर्थातच काळजीवाहका- बरोबरचा काळ कमी होतो. आपले अनुभव सांगण्यासाठी मुलांबरोबर पालक नसतात. उरलेल्या वेळात मुलांना इतर ठिकाणी डांबले जाते. तेथे व्याख्यान देऊनच शिकविले जाते. मुलांना मैत्रीपूर्ण नातेसंबंध जोडण्यासाठी वेळच उरत नाही. कचेरीतून

भरपूर काम करून पालक संध्याकाळी घरी येतात, त्यावेळी दिवसभराचे मुलांचे अनुभव ऐकावयास पालकांना त्राण राहत नाही. काही पालक कचेरीतील राहिलेले काम पूर्ण करण्यासाठी घरी आणतात. दुसऱ्या दिवशीची कामेही पालकांना उरकायची असतात. परिणामत: मुलांना पालक वेळच देऊ शकत नाहीत आणि त्याच्याशी संवादही होत नाही. संवाद करण्यास वेळ मिळालाच तर पालक नैमित्तिक गरजांबद्दल चौकशी करतात. जी मुले कुलूपबंद घरात ठेवली जातात, त्यांच्यासाठी शीतकपाटाच्या दरवाजावर सूचना लिहिलेल्या असतात.

अशा परिस्थितीत भावना व्यक्त करण्याची मुलाची सवयच संपते. आतल्या आत भावना मारण्याची त्याला इतकी सवय होते की, मूल कोणाशीच संवाद करत नाही. ही मुले वेळ घालविण्यासाठी दूरदर्शन, संगणक तसेच संगणकीय खेळ यांचा आसरा घेतात. त्यामुळे त्यांच्या भावनांचा कोंडमारा होतो. शारीरिक कार्यक्षमता कमी होते; तसेच ही मुले कोणाशीही मैत्री करू शकत नाहीत.

पालकांना वेळ नसतो, त्यामुळे ते मुलांचा अभ्यास घेऊ शकत नाही. मग या मुलांना अभ्यासासाठी विशेष वर्गात घातले जाते. येथेही एका शिक्षकाला बऱ्याच मुलांना शिकवायचे असते. त्यामुळे शाळेतील वर्गाचे स्वरूप येथेही असते. शालेय अभ्यासक्रम संवादपूर्ण वातावरणात शिकविला जात नाही. आपल्या मुलाची क्षमता, ताकद व कमजोरी अजमावणेही पालकांना कठीण जाते. मुलांबरोबर संवाद करताना त्याची सृजनशीलता जाणून घेण्यात परमानंद असतो.

मुलांना वेळ देऊ शकत नसल्यामुळे पालकांत एक प्रकारची अपराधी भावना तयार होते. त्याची भरपाई करण्यासाठी मुलांना भरपूर खेळणी व कपडे आणले जातात. सुरुवातीला या गोष्टींचे मुलाला कौतुक वाटते. पालकांचे आपल्यावर भरपूर प्रेम आहे, असेही त्यांना वाटते. पण काही वेळानंतर आपल्याला भावनिक प्रेम पालकांकडून मिळाले नाही, याची मुलांना जाणीव होते. ज्या मुलांना पालकांचे प्रेम व प्रोत्साहन मिळत नाही, त्यांना बरे वाटत नाही आणि शिकताना नवीन कल्पना अंतर्भूत करणे कठीण जाते. खरेतर या मुलांची क्षमता उत्तम असते आणि पालकांकडूनही उत्तम वारसा मिळालेला असतो; पण भावनिकता योग्य प्रकारे न जोपासल्यामुळे, ही मुले पूर्ण सामर्थ्यानिशी शालेय अभ्यासक्रम आत्मसात करू शकत नाहीत.

मुलांच्या जीवनात निर्माण झालेली ही पोकळी पालकांना कळत नाही. शालेय अभ्यासक्रमात मुले मागे पडतात. त्यासाठी मुलांवर ठपका ठेवून त्यांना अतिशय निर्घृण वागणूक दिली जाते. मारणे, भावनिक छळवाद करणे, निंदानालस्ती करणे, काही वेळा तर सतत शिव्या देण्यापर्यंत पालकांची मजल जाते. काही पालक

'तू आमचे नाव खराब करण्यासाठीच जन्माला आलास. तू जन्माला तरी का आलास? आमचे नाव खराब करण्यासाठीच तू जिवंत आहेस.' अशा प्रकारचे मनाला लागतील असे शब्द वापरतात.

अशा प्रकारे मुलांचे आयुष्य पूर्णपणे उद्ध्वस्त होते. ही घायाळ झालेली मुले या सर्व जाचांपासून सुटका करून घेण्यासाठी विविध पर्याय शोधतात. त्यांची वैफल्यग्रस्त भावना सहज दिसून येते किंवा ते आतल्या आत कुढत बसतात. परिणामत: त्यांची अभ्यासात आणखी घसरण होते. मुलाचे निश्चित दुखणे काय आहे, ते समजून न घेता पालक व्यावसायिक लोकांची मदत घेतात. 'आम्ही मुलांच्या भल्यासाठी सर्वकाही करतो,' असा बरेच पालक दावा करतात. पण मुलांची वागणूक विपरीतच असते, अर्थातच त्यामुळे पालकांचा भ्रमनिरास होतो. चांगली नीतिमूल्ये व कौशल्ये बिंबवून मुलांना प्रगतिपथावर नेण्यासाठी पालकांनी मुलांवर निरपेक्ष प्रेम करावे आणि त्यांच्यासाठी भरपूर वेळ द्यावा.

मुले शाळेतून घरी येतात, त्यावेळी पालकांनी घरी असणे गरजेचे असते. शाळेतील विविध अनुभव पालकांना सांगायला मुले उत्सुक असतात. शाळेतील अनुभव सांगायला मिळाल्याने पालक व मूल यामध्ये भावनिक नातेसंबंध तयार होतो. घरात हजर राहणे शक्यच नसेल, तर पालकांनी कामावरून परत आल्यावर मुलांचे शाळेतील अनुभव विचारावेत व गोष्टी ऐकून घ्याव्यात. कचेरीतून घरी आल्यावर पालकांनी तिकडील कामाबद्दल जराही बोलू नये. मुलांशी गप्पा मारताना फोनवर बोलणे व संगणकावर काम करणे कटाक्षाने टाळावे.

सहाव्या इयत्तेत शिकणाऱ्या दहा वर्षांच्या मुलीला आईशी एके दिवशी भरपूर गप्पा मारण्याची इच्छा असते. त्या मुलीने आईला त्यासाठी बरेचदा दूरध्वनी केला; पण आई भेटली नाही. उलट, आईने मुलीला खालीलप्रमाणे संदेश पाठवला, 'मी सभेमध्ये आहे. मी त्यानंतर घरी येईन.' आई ई-मेल घेतेय हे मुलीला त्यामुळे समजले. तिने आईला संदेश पाठविला, 'आई, लवकरात लवकर घरी ये.' याला आईने उत्तरच दिले नाही. आई आठ वाजता घरी आली आणि 'कामावर असताना मला त्रास देऊ नको,' म्हणून मुलीवरच ओरडली. या कुलूपबंद मुलीने मग एक बाटलीभर खोकल्याचे औषध पिऊन टाकले. त्यामुळे ती बेशुद्ध पडली. तिने आईला ई-मेल केलेले आढळले. त्यामध्ये खालील संदेश होता, 'मला माझ्या वर्गातील मुलांनी त्रास दिला आणि मारले. त्यामुळे मला लाज वाटायला लागली. हे सर्व तुला सांगायचे होते; पण माझ्यापेक्षा तुला तुझे काम महत्त्वाचे वाटते. त्यामुळे मी जगाचा निरोप घेण्याचा निर्णय घेतेय.'

मुलांना आपला वेळ हवा असतो, प्रेम हवे असते आणि सर्वांत महत्त्वाचे म्हणजे त्यांना आई हवी असते. आपण दिलेल्या भेटीपेक्षा, त्यांच्यासाठी आपण सदैव तत्पर असावे. मुलांनी आपल्याला समजून घेण्यापेक्षा आपण त्यांना समजून घेणे महत्त्वाचे. मुलांना स्वतःचे वाटावे, असे दुसरे कोणी नसते. पालकत्वाचा आनंद अनुभवण्यासाठीच आपण त्यांना या जगात आणले आहे. आपण जर त्यांच्यासाठी तत्परतेने सर्व काळ हजर नसलो, तर त्यांना समाधान कसे मिळेल? त्यांच्या दृष्टीने अन्नाइतकेच हे महत्त्वाचे आहे.

अविभक्त कुटुंबातील नोकरी करणारे पालक :

एखाद्या कुटुंबात जर आजी व आजोबा बाळाची काळजी घेत असतील, तर ते चांगलेच आहे. पण त्यासाठी आजी-आजोबा व पालक यांचे संबंध समजूतदारपणाचे असले पाहिजेत. आजी-आजोबा ज्याप्रकारे मुलांची काळजी घेतात, त्याबद्दल आई-वडील नाराज असतात. त्यांच्या वागणुकीत पालक दोष काढत असतात. मुलाकडे पाहण्याच्या दृष्टीत घरातील सर्व माणसांची एकवाक्यता नसतेच. त्यातच आजी-आजोबा जीवनाच्या उत्तरार्धात असतात आणि द्वाड मुलांना सांभाळणे हे त्यांच्या क्षमतेबाहेर असते. कामावरून परतल्यावर पालकांनी मुलांना आपल्या ताब्यात घ्यावे. त्यामुळे आजी-आजोबांना थोडा आराम मिळतो. आजी-आजोबांबद्दल मुलांना जास्त आपुलकी वाटत असतेच. त्याबद्दल घरातील इतर माणसांना वाईट वाटता कामा नये. हे घरातील धुसफुशीचे कारण होऊ नये. पालकांनी आजी-आजोबांच्या वागण्यात लुडबुड करू नये. आजी-आजोबांची वागणूक सद्हेतूप्रेरितच असते. त्यांचे मुलांवर प्रेम असते आणि मुलांना कोणत्याही प्रकारे दुखवायची त्यांची इच्छा नसते. मुलांशी आत्मविश्वासपूर्ण संवाद साधला, प्रेमळ अधिकारवाणीयुक्त पालकत्व वापरले, तर आत्मविश्वासू व स्वाभिमानी मूल तयार होईल.

पाळणाघरावर अवलंबून राहणारे पालक :

काही पालक नोकरी करत असल्याने त्यांना दिवसा मुलांना पाळणाघरात ठेवावे लागते. त्यामुळे मुलांना स्तनपानाला आणि पालकांच्या प्रेमळ सहवासाला मुकावे लागते. अशा पाळणाघरात मुलांची योग्यप्रकारे काळजी घेतली जाते; पण त्यात प्रेम आणि आपुलकी नसते. पाळणाघरात मुलांची गर्दी असते आणि त्यातून मुलांना विविध प्रकारचे संसर्गजन्य आजार होऊ शकतात. काही पाळणाघरात जेवणही दिले जाते पण ते काम म्हणून केले जाते, ते देताना प्रेम व ओलावा असत नाही.

काही मुलांना शाळा सुटल्यानंतर काळजीवाहकाकडे ठेवण्यात येते; पण त्या ठिकाणी दिवसभरातील गोष्टी सांगण्यासाठी पालक नसतात. मुले नको त्या गोष्टींची नक्कल करायला शिकतात. या गोष्टी त्याच्या विकासाला घातक असतात.

पालक आपल्या सोयीनुसार मुलांना काही वेळा शेजाऱ्यांकडे ठेवतात; तर काही वेळा त्यांना काका-मामाच्या घरी ठेवण्यात येते. दररोज वेगवगळ्या ठिकाणी ठेवण्यात येत असल्याने दिनयर्चा बदलत असते. दररोज समोर येणाऱ्या नवीन चेहऱ्यामुळे मूल भयभीत होते. विविध प्रकारचे लोक आपापल्या परीने वागत असल्याने शारीरिक, भावनिक आणि लैंगिक छळ सहन करावा लागतो.

अविभक्त कुटुंब :

अविभक्त कुटुंबामध्ये आजी-आजोबा, काका, आत्या व सर्व चुलत भावंडे एकत्र राहतात. घराचे स्वयंपाकघर एक असते. प्रत्येकाच्या झोपायच्या खोल्या वेगवेगळ्या असतात. घरातील सर्वजण एकत्र जेवतात. सण आणि धार्मिकविधी एकत्र साजरे करतात. आर्थिकदृष्ट्या परवडणारे असेल, तर प्रत्येकाच्या खोलीत दूरदर्शन असतो; पण तसे नसेल, तर घरातील एका खोलीत दूरदर्शन असतो आणि आपापल्या मनाप्रमाणे दूरदर्शनवरील मालिका लावण्याची घरातील माणसांत स्पर्धा चालू असते. घराचा खर्च वाटून घेतला जातो. पुरुष कमावतात आणि स्त्रिया स्वयंपाक करून मुलांचे संगोपन करतात. सर्व कुटुंब एकचालकानुवर्ती असते. काही कुटुंबात अधिकार गाजवणाऱ्या वयोवृद्ध बाईच्या निर्णयाने घर चालवले जाते. मुलांना भरपूर सवंगडी असतात; पण पालकत्वाच्या शैलीत एकवाक्यता नसते. तसेच या शैलीमध्ये वयोवृद्ध लोकांच्या लुडबुडीमुळे आणखीन बदल होत असतो. त्यामुळे मुलांच्या मनात गोंधळ निर्माण होतो. स्वत:चा विकास करून, विविध कौशल्ये आत्मसात करून घेण्यासाठी मुलांना योग्य मार्गदर्शन मिळू शकत नाही.

अविभक्त कुटुंबपद्धतीचे काही फायदे असतात. मुलांची काळजी घरातील वयोवृद्ध माणसांकडूनच घेतली जाते. मुलांशी संवाद करताना प्रेम व आपुलकीची भावना असते. मुलांनाही आत्मीयता वाटते. मुलांच्या हुशारीचे कौतुक होते. आपल्याबद्दल ज्यांना आपुलकी व प्रेम असते, अशा ज्येष्ठ माणसाला आपली व्यथा मुले सांगतात. आर्थिक परिस्थिती हलाखीची असली, तरी मुलांची योग्य ती काळजी घेतली जाते. एखाद्या मुलाच्या आईचे किंवा वडिलांचे निधन झाल्यास घरातील इतर माणसे त्या मुलांची काळजी घेण्यास पुढे येतात.

कुटुंबसंस्थेची किंमत कमी झाल्यामुळे आता एकत्र कुटुंबे अभावानेच आढळतात. एकत्र कुटुंबात नावे ठेवणे, निंदानालस्ती करणे, तुलना करणे आणि वेगळेपणाची भावना जपणे इत्यादी गोष्टी आढळतात. चुलत भावंडांध्ये आपपरपणा केला जातो. त्यामुळे सर्व मुलांना सारख्या प्रमाणात प्रेम मिळत नाही. अभ्यासातील प्रगती आणि इतर गोष्टींमधील यशापयशाची तुलना चुलत भावंडात केली जाते. त्याचे दडपण मुलांवर पडते. या सर्व गोष्टींचा मुलांवर ताण पडू शकतो.

भावनिक व शारीरिक छळ होण्याची शक्यता एकत्र कुटुंबामध्ये जास्त असते. कुटुंबातील काही व्यक्ती लैगिक छळ करणारे असतात. या गोष्टी पालकांना सांगितल्या, तरी पालक त्या गोष्टी गंभीरतेने घेत नाहीत. अशा प्रसंगाच्या आठवणी मुलांच्या आयुष्यभर लक्षात राहतात.

एकत्र कुटुंबात राहणाऱ्या सोळा वर्षांच्या मुलीचे वडील अचानक मूत्रपिंडाच्या आजाराने दगावले. तिच्या एका काकाला मुले नव्हती. त्यामुळे या मुलीची आर्थिक जबाबदारी त्यांनी उचलावयाचे कबूल केले. तिचे शिक्षण सुकर झाले. आई गृहिणी असल्यामुळे तिच्या मताला काहीच किंमत नव्हती. सासरे सांगतील त्याप्रमाणे ती वागत असे व देतील तेवढे ती घेत असे. वडिलांचे निधन झाल्यानंतर आठवड्याभरात या काकाने मुलीला आपल्या झोपायच्या खोलीत नेऊन सांगितले, 'मी तुला पाहिजे ते देईन, पण मला तू मी मागेन ते द्यायचे. या खोलीत जे मी करेन, त्याची कुठेही वाच्यता होता कामा नये आणि जर तू कोणाला सांगितलेस, तर मी तुझ्या आईला त्रास देईन.'

अशा गोष्टींबाबत पालकांनी दक्ष असले पाहिजे आणि मुलांना असे प्रसंग हाताळायला मदतीचा हात पुढे केला पाहिजे. मुलांचा शारीरिक, मानसिक व लैंगिक विकासामध्ये आई-वडिलांची महत्त्वाची भूमिका असते. दोन्ही पालकांत काही मतभेद असतील, तर ते दूर करण्यासाठी व्यावसायिक सल्लागाराची मदत घ्यावी; पण मुलांशी वागताना किंवा त्याला सल्ला देताना दोन्ही पालकांचे एकमत असावे.

पालकत्वाच्या शैलीसंबंधी आई-वडील व आजी-आजोबा यांच्यात काही वेळा मतभेद असू शकतात. त्याबद्दल आपली मते एकमेकांकडून समजून घ्यावीत. कारण आई-वडील काय किंवा आजी-आजोबा काय? दोघांनाही मुलांना त्रास व्हावा अशी इच्छा नसते. आजी-आजोबांना आपल्या पालकत्वाच्या कल्पनांची जाणीव नसते. पालकत्वाबद्दलच्या नव्या कल्पना व गोष्टी जर आपुलकीने आजी-आजोबांना समजून दिल्या, तर त्याचे अनुकरण ते करतात. घरात तयार केलेले सर्व गोड किंवा चमचमीत पदार्थ मुलांनी खाल्लेच पाहिजेत असे आजी-आजोबांना वाटते.

मुलांना असे सर्व पदार्थ खायला आवडतातच असे नाही. मग आजी-आजोबांना वाटते, की त्यांच्या जमान्यातल्या उत्तम गोष्टी मुलांना दिल्या जात नाहीत. खरे तर हे गोड किंवा चमचमीत अन्न चांगल्या प्रकारच्या अन्नपदार्थात मोडत नाहीत. आपण जर आजी-आजोबांशी या अन्नपदार्थांच्या वाईट परिणामाबद्दल चर्चा केली आणि चांगल्या भाषेत पटवून दिले, तर ते असे पदार्थ करणार नाहीत.

एकच पालक असलेली कुटुंबे :

आपल्या देशात एकच पालक असलेली चार प्रकारची कुटुंबे आहेत. एका पालकाचे देहावसान झाल्याने कुटुंबाची जबाबदारी हयात पालकावर पडते. नवरा-बायकोमधील वाढत्या मतभेदाचे पर्यवसान घटस्फोटामध्ये होते. त्यामुळे पालक वेगवेगळे राहतात. एक पालक नोकरीनिमित्त दूर राहतो. त्यामुळे कुटुंबाची जबाबदारी एकाच पालकावर पडते. अलीकडे लग्न न करताच मूल दत्तक घेण्याची पद्धत पडत आहे. पालकांनी लग्न न केल्यामुळे ते एकटेच असते.

एका पालकाची घरामध्ये कायमच गैरहजेरी असल्याने मुलांच्या भावनिक विकासावर परिणाम होतो. त्यातच एका पालकाचे निधन झाले असेल, तर त्या घटनेचा स्वीकार करायला आणि त्या पालकांना आपण कधी पाहू शकणार नाही, हे मानायला मुलाला फारच कठीण जाते. विशेषतः लहान मुलांना ही गोष्ट जास्त जड जाते. अतिशय लहान मुलांना आपले पालक परत येतील, असे वाटते. मग ही मुले त्या पालकाला शोधायला जाण्याचा ध्यास घेतात. हयात पालकाने मृत पालकाबद्दल मुलाला जितक्या वेळा पाहिजे तितक्यांदा बोलावे; कारण मुलांना आपल्या मृत पालकाबद्दल माहिती मिळवायला आवडते. सुरुवातीला हे सर्व सांगणे हयात पालकांना कठीण जाणारच; पण हळूहळू परिस्थिती बदलते. पालकांच्या निधनासंबंधी सविस्तर माहिती मुलांना सांगावी. त्यामुळे मरणाची कल्पना मनात बिंबवणेही सोपे जाते. मूल बहुधा रडत नाही आणि त्या पालकाबद्दल बोलतही नाही. मुलाचे जीवन योग्य प्रकारे चालू असते. मनातील नकारात्मक विचार टाकून, मूल जीवनात पुढे वाटचाल करते. त्यामुळे इतर गोष्टींचा परिणाम होत नाही. या शोकाकुल कुटुंबाच्या सांत्वनासाठी भेटायला येणाऱ्या नातेवाईकांनी लक्षात ठेवले पाहिजे की, या कुटुंबातील मुलाला सर्व आयुष्य मृत पालकाशिवाय जगायचे आहे. "तू खेळून तुझे दुःख विसरू शकतोस. पण तुझ्या आई-बाबांना दुःख सहन करावे लागणारच. तू नीट वागलास तर त्यांना त्रास होणार नाही" असे काही नातेवाईक/मित्र मुलाबरोबर सांत्वनार्थ बोलतात. निधन झालेल्या पालकाला मूल व हयात

पालक या दोघांनी कायमचे गमावलेले आहे. पालकाला साहाय्य करण्यासाठी त्याच्या कुटुंबातील माणसे असतात. पण त्या मुलाला एका पालकाविना जगायचे आहे, हे आपण लक्षात ठेवावे. थोडक्यात, एक पालक गमावल्याचे दुःख मुलासाठी फारच असते, हे आपण विसरता कामा नये.

हयात पालक सर्व परिस्थितीला योग्य प्रकारे सामोरे जाऊ शकतो; पण काही अडचणी येत असतातच. आर्थिक अडचणी, प्रवास करतानाची सुरक्षितता, तसेच आपल्या जवळच्या नातेवाइकांकडून मिळणारे टोमणे, या आव्हानांना सामोरे जावे लागतेच. सर्व सुखकर गोष्टी आर्थिकदृष्ट्या खरेदी करणे शक्य नसते. मुलांना त्याबद्दल योग्यप्रकारे समजून दिले, तर त्यांची समजूत पटू शकते. मुलाशी संवाद करताना प्रेमाचा धागा तुटता कामा नये. आपल्या सहचाऱ्याच्या अचानक झालेल्या निधनामुळे पालकाचे भावनिक असंतुलन होते. त्याला नैराश्य येते. मानसोपचार तज्ज्ञाचा सल्ला घेणे अशावेळी उपयुक्त होते. असा हा निराश झालेला पालक आपल्याच चष्म्यातून सर्व गोष्टी पाहत असतो; पण स्वतःला सावरून या पालकाने मूल आनंदी कसे राहिल, हे पाहायला हवे.

अशा वेळी एकत्र कुटुंबातील इतर माणसे पालकाची भूमिका निभावण्यासाठी पुढे येतात. माणसाची योग्यप्रकारे पारख करूनच त्या माणसाच्या प्रभावाखाली हयात पालकाने यावे. मृत पालकाची भूमिका कोणीही शंभर टक्के निभावू शकत नाही, हे सत्य नाकारता येत नाही. तसा दबावही मुलांवर आणता कामा नये. काही काळादरम्यान मुलांना आजूबाजूच्या माणसांची ओळख होते आणि मुले योग्य माणसाला आपला पालक समजतात. म्हणून त्याबद्दलची निवड करणे व निर्णय घेणेचे याबद्दलचे स्वातंत्र्य मुलाला द्यावे. पण हा नवा पालक कोणतीही गोष्ट स्वार्थासाठी करीत नाही ना, याबद्दल हयात पालकाने जागरूक असले पाहिजे, हा खबरदारीचा सल्ला!

अलीकडे भारतात घटस्फोटांचे प्रमाण वाढले आहे. दोन अनोळखी स्त्री-पुरुष पुनरुत्पादन करण्याच्या हेतूने लग्न ठरवून एकत्र येतात. थोडक्यात, सुरुवातीला लैंगिक संबंधच दृढ असतात. भावनिक संबंध अजून दृढ व्हायचे असतात. अलीकडे स्त्री-पुरुष स्वतःच्या आवडी-निवडीनुसार लग्न ठरवत आहेत. वैवाहिक संबंध दृढ होणे, हे जबाबदार वैवाहिक जीवनाचे महत्त्वाचे अंग असते.

सर्व विवाह चार अवस्थांतून जातात. प्रेमाने वेडे झालेल्या दोन व्यक्तींचे एकमेकांवरील निरपेक्ष प्रेम ही पहिली अवस्था. यावेळी दोन व्यक्तींची प्रियाराधना चालू असते. दुर्दैवाने मुले या अवस्थेची साक्षीदार नसतात. काही काळाने सशर्त प्रेमाची अवस्था सुरू होते. एकमेकाला प्रेम करण्याची कारणमीमांसा सांगण्यात येते.

पुढच्या अवस्थेत कारणपरत्वे एकमेकांचा दुस्वास करण्यात येतो. नंतर वैवाहिक जीवन निर्णायक अवस्थेत येते. या अवस्थेत दोन्ही व्यक्ती एकमेकांना अध्याहृत धरतात. एकमेकांच्या दोषांकडे बोट दाखविल्यामुळेच दुस्वास करणे सुरू होते. मग भांडणे चालू होतात. उदा. 'तू न्हाणीघरातून ज्याप्रकारे बाहेर येतोस, ते मला आवडत नाही. घरातील कामामध्ये तू मला मदत करीत नाहीस. म्हणून तू मला आवडेनासा झालास. तू मुलांचे जास्त लाड करतोस, म्हणून तू मला आवडत नाहीस.' इत्यादी. अशी एकमेकांची हेटाळणी करताना एकमेकांबद्दल सशर्त प्रेम करणे चालू असतेच. पालक एकमेकांशी वादावादी करतात, तेव्हा 'काहीतरी बिनसलंय' याची मुलांना शंका येते. प्रसंगोपात एकमेकांची हेटाळणी करतानाच एकमेकांवर निरपेक्ष प्रेम करण्याचेही प्रयत्न झाले पाहिजेत किंवा गैरसमज दूर करण्यासाठी मानसोपचारतज्ज्ञांची मदत घेतली पाहिजे. जर असे प्रयत्न झाले नाहीत, तर एकमेकांची कायम हेटाळणी करण्याची अवस्था सुरू होते. याच अवस्थेत पालक एकमेकांचा कायम द्वेष करतात. कोणत्याही प्रकारचा समझोता करण्याचा प्रयत्न करीत नाहीत. या सर्वांचा मुलांवर काय परिणाम होईल, याचा पालक तीळमात्र विचार करीत नाहीत. मुलांना पालकांच्या तब्येतीची तसेच आपल्या भविष्याची कायम काळजी वाटत असते. यावेळी भावंडे एकमेकांना बिलगून असतात. जर मूल एकुलते एक असेल, तर पालकांनी एकत्र राहावे, म्हणून ते नाना क्लृप्त्या करते. आपल्या आजारामुळे आई-वडिलांमध्ये सलोखा निर्माण होतो हे समजल्यामुळे मूल पोट दुखणे, वारंवार डोके दुखणे, उलट्या होणे इत्यादी तक्रारी करतात. पालकांमधील दुराव्याच्या यातना सहन न झाल्याने मुले अशी वागतात. पालकांचे एकाच गोष्टीवर लक्ष केंद्रित केलेले पाहण्याच्या इच्छेपोटीच हे चाललेले असते. शारीरिक आजारापेक्षा भावनिक अगतिकतेमुळे या तक्रारी उद्‌भवलेल्या असल्यामुळे औषधोपचाराचा काहीच परिणाम होत नाही. मानसिक असंतुलन दूर केल्यास या तक्रारींचे निवारण होते.

काही घरात ही भांडणे इतकी विकोपाला जातात की, पालक एकमेकांबद्दल पुढीलप्रमाणे शेरे मारतात, "आपल्याला मुले आहेत म्हणूनच आपल्यातील वैवाहिक नाते टिकवून आहे. आपल्याला मुले नसती, तर मी या वैवाहिक संबंधातून केव्हाच मोकळी झाले असते." अशा शेरेबाजीमुळे मुलांना, 'आपल्यामुळे आई-वडिलांचे स्वातंत्र्य व आनंद धोक्यात आहे. आपणच या जगाचा निरोप घेतलेला बरा,' असे वाटते. यापायीच काही मुले घरातून पळून जातात, तर काही आत्महत्येचा प्रयत्न करतात. आई-वडिलांनी सलोख्याने राहावे, ही आपली जबाबदारी आहे, असे काही मुलांना वाटते. पालकांमधील मतभेद मध्यस्थी करून कमी करण्याचाही प्रयत्न

करतात. यामुळे अभ्यासातील व इतर गोष्टींवरील त्यांचे लक्ष कमी होते. आपण कितीही मध्यस्थी केली, तरी त्याचा काहीही उपयोग होणार नाही, असे काही मुलांचे मत होते. मग काही वेळा मुले अशा गोष्टींचा आसरा घेतात, की त्यामुळे पालक हवालदिल होतील. घरातील अशा परिस्थितीमुळे काही मुले निराश होऊन, आपल्या सुखशांतीचा मार्ग स्वतःच शोधून काढतात. त्यामुळे ज्यामध्ये त्यांना आनंद मिळतो, अशा गोष्टींकडे आकर्षित होतात. उदा. मादक पदार्थांचे सेवन, धाडसाचे खेळ, लैंगिक आनंद मिळविण्यासाठी प्रयत्न, अशा गोष्टी करण्यातच मुलांचा जास्त वेळ जातो.

वैवाहिक संबंध अबाधित ठेवण्याचा प्रयत्न यावेळी झाला नाही, तर त्याचे पर्यवसान घटस्फोटात होते. या अवस्थेत पालकांचा एकमेकांशी संवाद जवळजवळ नसतोच. घरामध्येही सर्व शांत शांत असते. एकमेकांतील भावनिक बंध तुटलेलेच असतात. पालकांचे तुटलेल्या संबंधाचे यथार्थ ज्ञान मुलांनाही असते. परिस्थितीनुरूप एकमेकाला कर्तव्य म्हणून मदत केली जाते. एखाद्या पालकाला आजार झाल्यास तात्पुरती काळजी घेतली जाते.

एकमेकांबद्दल धरसोड प्रवृत्ती चालू असूनही वैवाहिक संबंध बराच काळ चालू राहतात. घराच्या छताखाली फक्त आधारासाठी राहतात. पालक अशा वेळी निराश होतात, मग स्वतःला कामात गुंतवून घेतात. मादक पदार्थांचे सेवन करतात. विवाहबाह्य संबंध प्रस्थापित करतात किंवा परमार्थाच्या मार्गाला लागतात. या सर्व गोष्टींमुळे वैवाहिक संबंध बराच काळ टिकून राहतात. थोडक्यात, बरेचसे विवाह तडजोड म्हणून टिकून असतात आणि मुले त्याचे निरीक्षण करीत असतात. या सर्व प्रतिकूल वातावरणाचा प्रभाव मुलांवर पडून, त्यांचे संगोपन यथार्थ होत नाही. पालकांमधील एकमेकांचे सलोख्याचे संबंध न राहिल्यामुळे ही मुले कोणाबरोबर मैत्री किंवा नातेसंबंध जोडू शकत नाहीत. पालकांमधील विवाह हा परंपरेनुसार झालेली घटना असते इतकेच. आई-वडिलांचे वैवाहिक संबंध सलोख्याचे राहिले नाहीत, तर विवाहसंस्थेवरील मुलांचा विश्वासच उडतो.

एकमेकांबद्दल दुस्वास सुरू झाल्यावर, लगेचच विवाहसंबंध सलोख्याचे राहण्यासाठी प्रयत्न झाला पाहिजे. तसे झाले नाही, तर शत्रुत्व वाढीस लागते. एकमेकांचा भावनिक व शारीरिक छळ करण्याची प्रवृत्ती वाढीस लागते. मुले या सर्व गोष्टीचे मूक साक्षीदार असतात. अतिशय क्षुल्लक प्रसंगामुळे विवाहसंबंधामध्ये कुरकुर सुरू होते. म्हणूनच व्यावसायिक मार्गदर्शकाकडून सल्ला मिळविल्यास हे संबंध पुन्हा सलोख्याचे होऊ शकतात.

पालकांनी घटस्फोट घेणे मान्य केले तर मुलांनी कोणाकडे राहावे, याबद्दल वाद निर्माण होतो. ज्या पालकाकडे मूल राहत नाही, त्या पालकाला मुलाला भेटण्याचा अधिकार दिला जातो. मुलांना आपल्या आईला किंवा वडिलांना भेटण्याचा हक्क पालकांनी मान्य केला पाहिजे. मुलांनाही दुसऱ्या पालकाशी दूरध्वनीवरून संवाद करण्याची परवानगी द्यायला हवी. दुसऱ्या पालकाबद्दल मुलांच्या मनात नको त्या गोष्टी भरवणे योग्य नाही. मुलांना दुसऱ्या पालकाशी संबंध ठेवण्यास/घट्ट करण्यास परवानगी असलीच पाहिजे. दुसऱ्या पालकाबद्दल नको त्या गोष्टी मुलांना सांगण्यापासून आजी-आजोबांना परावृत्त केले पाहिजे.

घटस्फोटितांची मुले म्हणून होणारी हेळसांड आता कमी झाली आहे, तरीही थोड्या-फार प्रमाणात अशा हेटाळणीला मुलाला तोंड द्यावे लागतेच. आपल्या जीवनातील महत्त्वाच्या प्रसंगांना पालकांनी हजर राहावे, ही मुलांची महत्त्वाची इच्छा असते व ती पूर्ण होण्यासाठी मुले कार्यवाही करतात. पालकांनीही मुलांच्या या इच्छेला मान देऊन योग्य ती व्यवस्था केली पाहिजे आणि अशा कार्यक्रमांना हजर राहून आनंद व्यक्त करायला हवा. मूल तारुण्यावस्थेत असेल, तर ते हजर असलेल्या पालकांना दुसऱ्याच्या गैरहजेरीचे कारण विचारते. मुलाला दुसऱ्या पालकाबरोबर काही दिवस राहावयाची इच्छा असते. अर्थात या गोष्टीचा दुरुपयोग होत नसेल, तर अशा गोष्टींना परवानगी द्यायला काहीच हरकत नाही.

आपल्या सुखासमाधानासाठी घटस्फोटित पालक विरुद्धलिंगी व्यक्तीबरोबर राहतात. अशा व्यक्तीची मुलाशी ओळख करून देताना सावधगिरी बाळगायला हवी. अनोळखी व्यक्तीला आपला पालक म्हणून मुले सहज स्वीकारत नाहीत. त्यांना त्याच्याबद्दल संशय वाटणे स्वाभाविक असते. म्हणून अशा माणसाला स्वीकारण्याची मुलांवर जबरदस्ती करू नये.

व्यवसायानिमित्त बरेच पालक एकमेकांपासून दूर राहत असतात. बऱ्याच कुटुंबात वडील दूरदेशी किंवा परराज्यात व्यवसायानिमित्त राहतात व आई मुलाच्या शिक्षणासाठी एखाद्या शहरात वास्तव्य करते. मुलाचे बऱ्याच गोष्टींसाठी लाड पुरविले जातात. अशा गोष्टी पुरविण्यापेक्षा त्यांना पालकांचा कायम सहवास अपेक्षित असतो. मुलांजवळ राहणारा पालक (आई) जर सर्व गोष्टी विश्वासाने हाताळत असेल, तर तक्रारींना वाव नसतो. जवळ असलेल्या पालकाच्या वागणुकीवरच पालकत्वाचा दर्जा अवलंबून असतो. अधिकारवाणी आणि आत्मविश्वासाने जर पालकत्व निभावले, तर मूल विश्वास व यश संपादन करते.

पुनर्प्रस्थापित कुटुंबे/पुनर्गठित कुटुंबे :

दोन घटस्फोटित व्यक्ती लग्न करतात किंवा दोन विस्थापित व्यक्ती एकत्र येतात आणि भविष्यात एकत्र नांदण्याचा विचार करतात, तेव्हा असे कुटुंब तयार होते. दोघांचीही मुले एका छताखाली येतात. त्यातच या नव्या नातेसंबंधामुळे नवीन मूल जन्माला येते. आपल्या मुलांचे योग्य प्रकारे संगोपन करणे, या आपल्या जबाबदारीचे भान पालकांनी नव्या परिस्थितीत ठेवले, तर नवीन आव्हान मुले सहजपणे निभावतात. आपल्या नवीन सहचार्याच्या मुलांना प्रमाणाबाहेर वेळ देऊन, आपल्या मुलांकडे जर दुर्लक्ष झाले, तर ते या नवीन भावंडांधील कलहाचे कारण होऊ शकते. मुलांनी नवीन पालकांना खुशीने स्वीकारलेच पाहिजे, असे नाही. सुरुवातीला मूल या गोष्टीला विरोध करणारच आणि ते स्वाभाविक आहे. अशी मुलेही एकमेकाला भावंडे म्हणूनही न मानण्याची शक्यता असते. या सर्व गोष्टींना थोडा वेळ लागणारच. काही असले तरी लैंगिक दुराचार व मारझोडीपासून मुलांचे संरक्षण केलेच पाहिजे.

प्रत्येक पालकांची पालकत्वाची शैली वेगवेगळी असल्याने सुरुवातीला काही अडचणींना तोंड द्यावे लागते. याबाबत पालकांनी योग्य तो संवाद करून आपल्या सीमा ठरवाव्यात. नवीन सहचार्यापासून, तसेच नवीन भावंडांपासून त्या मुलांना एकांत मिळणे गरजेचे असते.

दत्तक मूल असलेली कुटुंबे :

मुले न होण्याचे वाढते प्रमाण लक्षात घेता बरीच जोडपी मूल दत्तक घेणे पसंत करतात. प्रत्येकाला आयुष्यात आपण कधी ना कधी पालक व्हावे, ही इच्छा असल्याने मूल दत्तक घेण्याचे दोघांकडून स्वागत होते. आपले हक्काचे माणूस हाक मारण्यासाठी नसेल, तर काही पालकांना समाधान वाटत नाही. सर्व कायदेशीर बाबींची पूर्तता करून, दत्तक देणाऱ्या संस्थेकडून मूल रीतसर दत्तक घेतले जाते. मूल वर्षाचे होण्याच्या आतच जर दत्तक घेतले, तर ते आपल्या कुटुंबाचे आचार सहजपणे स्वीकारते. मुलाला भरवणे, त्याच्याशी खेळणे, त्याला जवळ घेणे इत्यादी गोष्टी करण्यात आईला रस असतो. त्यामुळे तिलाही आनंद मिळतो. हे सर्व करताना मुलाचा स्वभाव लक्षात घेणे गरजेचे असते. सुरुवातीला हे सर्व करण्यात व करून घेण्यात पालकांना व मुलाला आनंदच वाटतो. असेच प्रेम जर कायम राहिले, तर दत्तक मुलाला आनंदच होतो. आपल्या आयुष्यात आपण काही वेगळी गोष्ट केली, म्हणून अशा पालकांना समाधान वाटते.

सुरुवातीला निरपेक्ष प्रेम असते; पण काही काळाने पालकांची मुलांकडून अपेक्षा सुरू होते. चांगली वर्तणूक, उत्तम प्रगती आणि दुसऱ्यांशी वागणे, याबाबत पालकांच्या मुलाकडून काही अपेक्षा सुरू होतात. जर मूल योग्यप्रकारे वागले नाही, तर त्याला ताकीद दिली जाते. ही मुले ठरावीक वारसा घेऊन आलेली असतात आणि त्यात बदल होऊ शकत नाही, हे पालकांनी लक्षात ठेवले पाहिजे. त्यामुळे काही मुलांची अभ्यासातील प्रगती चांगली नसते. मग पालक व मूल यांच्यात दरी निर्माण होते.

ही दत्तक घेतलेली मुले पौगंडावस्थेतून जाताना पालकांच्या भावनिक छत्राबाहेर जाण्याची शक्यता असतेच, हे पालकांनी लक्षात ठेवावे. त्यांचे हक्क, त्यांना दिलेल्या सवलती, तसेच त्यांच्यावरील जबाबदाऱ्या याबाबत पालकांबरोबर वाद होऊ शकतात. काही वेळा तारुण्यसुलभ अपेक्षांची पूर्ती होत नाही. घरी परत येण्याच्या वेळा यांसारख्या छोट्या कारणावरूनही घरात नाजूक परिस्थिती निर्माण होऊ शकते. अपेक्षापूर्ती न झाल्याने अशा वेळी पालकांचा स्वत:वरचा ताबा ढळतो आणि ते या मुलांना त्याच्या वारशावरून दूषणे देतात. त्यामुळे मुलांची मने दुखावतात व ते अपमानित होतात. या सर्व गोष्टींचे भान ठेवून अशा आव्हानाला तोंड देण्यासाठी योग्य धोरण समोर ठेवावे.

मूल जर दत्तक घेतलेले असेल, तर त्याला त्याबद्दल केव्हा सांगावे? आपल्या कुटुंबात हे गुपित लपवून ठेवणे शक्य नसते. मूल ज्यावेळी ''मी तुझ्या लग्नाचे वेळी कोठे होतो,'' हे विचारतो, त्यावेळी त्याच्या दत्तकपणाची माहिती द्यावी. पण हे मुलांना सांगण्याचे प्रकार भिन्न असू शकतात. हे सांगताना आपण जे शब्द वापरतो ते काळजीपूर्वक वापरावे जेणेकरून मुलाला आपण कोणी वेगळे आहोत, असे वाटणार नाही. आपण मुलांशी सर्व गोष्टी स्पष्टपणे मांडल्या पाहिजेत, 'काही कारणाने आम्हाला मूल होऊ शकले नाही. त्यामुळे ते आईच्या पोटात वाढू शकले नाही. म्हणून मित्रांना वा नातलगांना आमच्यासाठी मूल शोधण्यास सांगितले. तसेही आम्हाला मुलांची आवड होतीच. आम्हाला आमचे म्हणून कोणीतरी हवे होते. आमच्या नातलगांनी तुझी माहिती सांगितली. मग तू होतास त्या संस्थेत आम्ही गेलो. तेथे पाहताच तुला आपल्याकडे आणायलाच हवे, असे आम्ही ठरविले. अशाप्रकारे तू आमचा झालास. आमचे तुझ्यावर भरपूर प्रेम आहे. तुझ्यामुळेच आम्ही सुखी झालो.' मुलांनी त्याच्या जन्माचे ठिकाण विचारले, तर त्याबद्दल माहिती असलेले सर्व काही सांगून टाकावे.

काही वेळा या मुलांना त्यांच्या खऱ्याखुऱ्या आई-वडिलांची माहिती हवी

असते. तसेच त्यांनी या मुलाला का वाढविले नाही, हेही माहीत करून घ्यावयाचे असते. या मुलांच्या मनात कोणत्याही प्रकारे त्याच्या आई-वडिलांविषयी राग उत्पन्न होणार नाही, याची आपण काळजी घ्यावी. *त्याबद्दल आपण सांगावे, 'काही कारणामुळेच ते तुला वाढवू शकले नसतील. ते एकतर गरीब असतील, त्यांच्याकडे आमच्या एवढे घर नसेल किंवा त्यांना असंही वाटलं असेल की, त्यांच्यापेक्षा आम्ही तुझी काळजी जास्त चांगल्या प्रकारे घेऊ. म्हणून बहुधा त्यांनी काळजी चांगली जेथे घेतली जाईल, अशा ठिकाणी ठेवले असावे. तुझ्या आईने तुला पोटात असताना योग्य काळजी घेतली आणि संस्थेनेही तुझी योग्य काळजी घेतली. म्हणूनच तुझ्यासारखं चांगलं मूल आम्हाला मिळालं. त्यांनी तुझी त्याकाळात जी बहुमूल्य काळजी घेतली त्याबाबत आम्ही त्यांचे शतशः आभारी आहोत,' अशा तऱ्हेने संवाद साधल्यास मूल त्याच्या खऱ्या आई-वडिलांचा राग धरत नाही आणि त्यांचेबद्दल तो केव्हाही प्रश्न विचारू शकतो. त्याच्या खऱ्या आई-वडिलांना जर मुलाने भेटण्याची इच्छा प्रगट केली, तर आपण त्यासाठी हरतऱ्हेने प्रयत्न करायला हवेत.*

काही पालक त्यांना पहिले मूल झाल्यानंतर दुसरे मूल दत्तक घ्यावे म्हणून ठरवितात. ज्या मुलाला कौटुंबिक जिव्हाळा मिळू शकत नाही, अशा एखाद्या मुलाला आपण सांभाळावे, असे काही पालकांना वाटते. हे एक महान परोपकाराचे काम असते. अशा कुटुंबात या मुलाला आपपरभावाची वागणूक मिळणार नाही, याची काळजी घ्यायला हवी. त्याला सर्वप्रकारे समान संधी मिळेल, याकडेही लक्ष हवे. अन्न, कपडा, निवारा, शिक्षण तसेच वैद्यकीय सुविधा त्याला योग्यप्रकारे मिळतील, याचीही काळजी घ्यावी. आजी-आजोबांनीही या मुलाबाबतीत आपपरभाव टाळावा.

आपण दत्तक घेतलेल्या मुलांची योग्यप्रकारे काळजी घेऊ शकतो, याचा पूर्णपणे विचार करूनच त्याबाबत निर्णय घ्यावा. मुले दत्तक घेणे हे पालकांना सुलभ जावे, यासाठी बऱ्याच संस्था कार्यरत असतात. अशा मुलांचे तरुणपणी संगोपन करणे, हे एक आव्हानच असते, कारण याच काळात मुले आपल्या हक्काबाबत व सुविधांबाबत जागृत होतात. याच काळादरम्यान बरेच पालक पुढीलप्रमाणे विचार करतात, *'आपण त्याचेसाठी इतकं सगळं करतो, तरी त्याची याला जाण नाही,'* यावेळी आपण हे लक्षात ठेवावे की, *'मुलाने मी तुच्याकडे येतो'* म्हणून तुम्हाला विचारलेले नसते. त्याला वाढवण्याचा निर्णय आपलाच आहे. त्याच्या सुप्तगुणांना प्रोत्साहन मिळेल आणि ते मूल असामान्य नागरिक बनेल, अशी स्वप्ने उराशी बाळगून आपण त्याच्यावर प्रेम करायला हवे.

कुटुंब कोणत्याही प्रकारचे असो, मुलांवर प्रेम करून अधिकारवाणीने पालकत्व निभावणे, हे महत्त्वाचे होय. अशाप्रकारे मुलाचे बालपण आनंदात जाते आणि घरातील वयोवृद्ध मंडळी आणि पालक यांच्याबरोबर त्यांचा काळ सुखाचा जातो. पालकांच्या सुखी व संपन्न वैवाहिक जीवनामुळेही मुलाला एक प्रकारचे समाधान लाभते. सहचाऱ्यावर निरपेक्ष प्रेम, आजी-आजोबांबाबत जिव्हाळा, तसेच घरातील लहानांना समजून घेण्याची वृत्ती असेल, तर मुलांसमोर अशा पालकांचा चांगला आदर्श राहतो. त्यामुळे योग्य प्रकारची कौशल्ये अंगी बिंबवणे आणि आनंदी व समाधानी जीवन व्यतीत करणे मुलाला शक्य होते. मुलांशी सुखद व स्पष्ट संवाद राखल्यास पालक व मुलांमध्ये उत्तम संबंध तयार होतात.

प्रकरण

१०

झोप

जीवनात झोपेला अनन्यसाधारण महत्त्व आहे. मेंदूचे काम योग्य प्रकारे चालू राहण्यासाठी झोपेची गरज असते. मेंदूला योग्यप्रकारे आराम मिळाला, तर नवनवीन गोष्टी शिकण्याचे आणि चौकसपणाचे सामर्थ्य वाढते. दिवसभराच्या कामाच्या व्यापातून झोपेमुळेच मेंदू व्यवस्थितपणे बाहेर येतो. पाच ज्ञानेंद्रियांमार्फत आपण बरीच माहिती गोळा करीत असतो. काही गोष्टी लक्षात राहाव्या, म्हणून आपण त्यांचा अभ्यास करतो. प्रफुल्लित करणारे विविध अनुभव आपणाला मिळत असतात. त्याचप्रमाणे भावी आयुष्याच्या दृष्टीने महत्त्वाचे नसणारे काही अप्रिय प्रसंगही घडत असतात. रात्री व्यवस्थित झोप मिळाल्यास आपल्या मेंदूच्या आठवणीच्या कप्प्यात महत्त्वाच्या गोष्टी साठविल्या जातात. बाकीच्या उथळ गोष्टींना या कप्प्यात थारा मिळत नाही.

शिकण्याच्या क्रियेला झोप पूरक असते. सर्व माहिती साचेबंद करून, पूर्वीच्या माहितीशी योग्य प्रकारे पडताळणी करून साठविली जाते. उदा. फुलपाखराच्या जीवनातील चार अवस्था आपण इयत्ता तिसरीत शिकतो. तसेच प्राणिशास्त्राचे पदव्युत्तर शिक्षण घेतानाही आपण वेगळ्या संदर्भात त्याच गोष्टी शिकत असतो. त्यावेळी ही नवीन माहिती इयत्ता तिसरीत साठवून ठेवलेल्या ठिकाणीच साठविण्यात येते. या गोष्टी झोपेत घडत असतात.

झोपेमध्येही माणूस दक्ष असतो. शरीरावर व मनावर होणाऱ्या झोपेच्या परिणामांबद्दल अजून बरंच काही अज्ञान आहे. झोप हीसुद्धा एक प्रकारची वर्तणूक आहे. पालकत्वाच्या शैलीनुसार मुलाला झोपेची सवय लागत असते.

झोपेची आवश्यकता किती वेळ असते आणि त्याचे विविध पैलू कोणते?

नवजात अर्भक १६ ते २४ तास झोपणे अपेक्षित असते. दोन ते चार तास झोपल्यावर ते एक ते दोन तास जागे राहते. त्याला बहुधा तीन महिन्यांपर्यंत रात्र व दिवसाचे भान नसते.

चार महिन्यांनंतर मूल चौदा ते पंधरा तास झोपते. मुलांना कडेवर घेऊन, इकडे-तिकडे फिरवून, पाळण्यात घालून किंवा अंगावरचे दूध देऊन, ते झोपविण्याची पालक खबरदारी घेतात. काही विशिष्ट गोष्टी झोपेच्या आधी केल्याशिवाय मुलांना झोप लागत नाही आणि त्या गोष्टींची मुलांना सवयच लागते. अशाप्रकारे आपल्याला हव्या असणाऱ्या गोष्टी मुले करून घेतात. रात्री मूल उठले, तर ठरावीक गोष्टी केल्याशिवाय मूल झोपी जात नाही. पालकांनी जर रात्री दिवे चालू ठेवले, तर मुलांना झोप यायला वेळ लागतो. त्याचप्रमाणे दिवसा जर शांत वातावरण असेल आणि काळोख असेल, तर मुलांना रात्रच असल्याचा भास होतो त्यामुळे ती दिवसा जास्त काळ झोपतात.

एक ते तीन वर्षांची मुले बारा ते चौदा तास झोपतात. त्यातील दोन-चार तास झोप दिवसा घेतात. दिवसा, विशेषत: दुपारी जर जास्त काळ मूल झोपले, तर रात्री त्याला झोप यायला वेळ लागतो. झोप येण्यासाठी गोष्टी सांगितल्यास चांगलेच. त्यामुळे झोपही येते आणि मुलाशी संबंध दृढ होतात. यादरम्यान पालकांनी मुलाजवळ झोपणे अपेक्षित असते. स्वत:तच रमणारी मुले, झोप आल्यावर अथवा दमल्यावर स्वत:च झोपून जातात. काही मुले झोपताना आई-वडिलांना जवळ झोपण्याचा आग्रह धरतात. इतकेच नव्हे, तर झोपण्यापूर्वी नेहमीच्या गोष्टी करायला लावतात. मग पालकांना सलग झोप मिळत नाही आणि पालकांची मन:स्थिती बिघडते. त्यामुळे पालकत्वाची भूमिका योग्य प्रकारे निभावली जात नाही.

जेव्हा पालकांची सहनशक्ती संपते, त्यावेळी मुलांना झोपविण्यासाठी पालक दमदाटी किंवा मारझोड करतात. मुलाला दाखवण्यात येणाऱ्या भीतीचे प्रकार, 'रस्त्यातून पोलीस फिरत असतो आणि तो न झोपणाऱ्या मुलांना पकडून नेतो. राक्षस खिडकीतून लक्ष ठेवून आहे ' वगैरे. या सर्वांमुळे पोलीस, राक्षस, रस्ता, खिडकी या सर्वांची भीती वाटते आणि सर्वात महत्त्वाचे म्हणजे या सर्वांची भीती दाखविणाऱ्या पालकांबद्दलही मुलांना भीती वाटते. घरात मुलांना झोपवून आई-बाबा बाहेर जातात हे मुलांना माहीत असेल, तर ही मुले झोपण्यासाठी टंगळमंगळ करतात. मुलांचा पालकांवरील विश्वास संपतो आणि एकप्रकारच्या काळजीने त्यांना घेरले जाते.

तीन ते सहा वर्षांच्या मुलांना ११ ते १२ तास झोपेची गरज असते. हळूहळू ती दुपारची झोपेनाशी होतात. पाच वर्षांपर्यंतची मुले दुपारी झोपण्याचे थांबतात. आपल्याला दुपारी झोपावयास मिळावे म्हणून काही पालक मुलांना दमदाटी करून झोपायला लावतात.

सहा ते दहा वर्षांची मुले शाळेच्या व सुट्टीच्या दिवशी वेगवेगळी दिनक्रम पाळतात. अर्थात, हे झोपेचे नियम पालकांच्या प्रवृत्तीवर अवलंबून असतात. खास गोष्टी आत्मसात करण्यासाठी मुलांच्या झोपेवर गदा येते. मुलांना योग्य प्रकारे झोप न मिळाल्यास त्यांची मन:स्थिती बिघडते, शिकण्यामध्ये अडचणी निर्माण होतात, तसेच प्रतिकारशक्ती कमी झाल्यामुळे अशा मुलांची प्रकृतीही बिघडते.

तारुणपणी खरे तर मुलांनी नऊ तास झोपणे अपेक्षित असते; पण सात तासांपेक्षा कमीच झोपायला मिळते. वयात येणाऱ्या तरुणांना उशिरा झोप लागते. काही मुलामुलींना तर रात्री एक वाजेपर्यंत झोप लागत नाही. जीवनशैली, अभ्यासक्रम आणि भटकंती इत्यादी गोष्टींमुळे त्यांना कमी वेळ झोप मिळते. त्यामुळे मग दिवसा झोप येते. उत्साह वाटत नाही. कोणत्याही गोष्टीकडे लक्ष लागत नाही. भावनाविवशतेमध्ये वाढ होते. या सर्व गोष्टींमुळे या मुलांमध्ये समाजातील वावर, शाळेतील वर्तन आणि प्रत्यक्ष शिक्षण यात अडचणी निर्माण होतात.

मुलांमध्ये व तरुणांमध्ये झोपेबाबत घ्यायची दक्षता :

१) शक्यतो झोपण्याची व उठण्याची वेळ ठरलेली असावी.

२) शाळेच्या दिवशी व सुट्टीच्या दिवशी, झोपण्याची वेळ व उठण्याची वेळ बदलू नये.

३) झोपायच्या आधी गोष्टी सांगून किंवा संगीत लावून वातावरण शांत व प्रसन्न करावे. शक्यतो उशांची उडवाउडवी करणे थांबवावे आणि दूरदर्शनवरील उत्तेजित करणारे कार्यक्रम दाखवू नयेत. मुलांना भूक असेल, तर झोपेआधी खाऊ द्यावे. कारण भुकेमुळे झोप येत नाही. चहा, कॉफी, थंडपेय व चॉकलेटयुक्त पेये झोपेआधी देऊ नयेत. मैदानी खेळ व व्यायाम यामुळे झोप लवकर येते. मुलांचा शयनकक्ष (झोपेची खोली) हवेशीर असावा व तेथील तापमानही योग्य असावे. तेथे दूरदर्शन, दूरध्वनी, संगणकासारख्या गोष्टी असता कामा नयेत.

४) मुलाजवळ ठरावीक वयानंतर झोपण्याची सवय ठेवू नये.

वरील सर्व गोष्टींमुळे मुलांना झोप येण्यास मदत होते. सकाळी त्यांना

कशाप्रकारे उठवावे? अलीकडे पालकांनी आखून दिलेल्या दिनचर्येनुसार मुलांना वागायला आवडत नाही. त्यांना सकाळी उठवणे हे त्यामुळे कठीण काम असते. काही शाळा सकाळी लवकर चालू होतात, म्हणून घरातून लवकर निघावे लागते. एका हाकेला मुलांनी जागे व्हावे, अशी बऱ्याच पालकांची अपेक्षा असते.

झोपेच्या चार अवस्था समजून घेऊ या – जागेपणा व झोप यामधील संक्रमणावस्था ही पहिली अवस्था. दुसरी अवस्था झोप लागल्यावर दहा मिनिटांत सुरू होते. यादरम्यान माणसाला शांत झोप लागलेली असते; पण त्याला सहज उठवता येते. तिसरी व चौथी अवस्था गाढ निद्रेच्या असतात. चौथ्या अवस्थेत गाढ निद्रा लागलेली असते आणि उठवणे सहज शक्य नसते. मोठ्या आवाजामुळेच जाग येऊ शकते; पण उठवल्यानंतरही मूल पेंगुळलेले आणि गोंधळलेले असते.

झोपच्या चारही अवस्था झाल्यानंतर नेत्रपटलांच्या आत बुबुळांची जोरात हालचाल चालू होते. यावेळी मूल आवाजांना प्रतिक्रिया देत नाही; पण त्याच्या नावाने हाक मारल्यासच जागे होते. या अवस्थेतून बाहेर आल्यानंतर मूल पूर्णपणे जागे होते. याच अवस्थेत स्वप्ने पडतात.

चार अवस्थांदरम्यान डोळ्यांची व पापण्यांची जोरात हालचाल होऊ शकते. रात्रीच्या सुरुवातीला गाढ निद्रेच्या तिसऱ्या व चौथ्या अवस्थेत मूल असते. उत्तररात्री डोळ्यांची हालचाल आणि एक व दोन अवस्था चालू असतात. सकाळी मुले पहिल्या किंवा दुसऱ्या सहज जागे करण्याच्या अवस्थेत असल्याने त्यांना प्रेमभरे हाक मारून उठवावे. आपल्या नावाने प्रेमळ हाक मारल्यास मुले हसत-हसत जागी होतात.

पुढीलप्रमाणे संवाद केल्यास झोप लवकर येण्यास मदत होते, ''तुला झोपलेला पाहून मला समाधान वाटतं. तुला उठवू नये असंच वाटतं. तू आमची अमानत आहेस. तूच आमचा आनंद आहेस. तुझ्यामुळंच आमचं जिणं सुकर होतं. तू उठलास की, आपण मौजमजा करायला मोकळे, तुझे मित्र तुझी शाळेत वाटत पाहत असतील.'' खरंच अशाप्रकारचे आनंदी व प्रेमळ शब्द ऐकावयास कोणालाही आवडतील. त्यातच मुलांना निरपेक्ष प्रेम, पापे घेणे, मिठीत घेणे अतिशय आवडते. झोपेमुळे मनाला शांती मिळते. जागे झाल्यानंतर घरातील वातावरण आनंदी व प्रेमळ असेल, तर मुलाला सुरक्षित वाटते. झोपेमुळे बाळ व पालक यांचा उत्साह वाढला पाहिजे.

प्रकरण
११ | आव्हानांना सामोरे जाण्याचे कसब

अलीकडे आपल्या जीवनशैलीत बराच बदल झाला आहे. मुलांना विविध आव्हानांना सामोरे जावे लागत आहे. या आव्हानांना आपली मुले योग्य प्रकारे सामोरे जात आहेत का? जीवनातील प्रिय आणि अप्रिय घटनांना योग्य प्रकारे सामोरे जाण्याचे कौशल्य आपण त्यांना शिकवून पालकत्वाची जबाबदारी योग्यप्रकारे पार पाडत आहोत का?

अचानक बदललेल्या परिस्थितीला सामोरे जाण्याचे सामर्थ्य काही मुलांमध्ये नसते. अशी मुले एकतर घरातून पळून जातात किंवा आत्महत्येचा प्रयत्न करतात. मुलांना परिस्थितीला सामोरे जाण्याचे कसब जर बालपणापासून शिकविले, तर वरील भयानक प्रसंग आपण टाळू शकतो.

पहिल्या वर्षापासून मुलांना कोणकोणत्या विविध आव्हानांना तोंड द्यावे लागते आणि या आव्हानांना सहजपणे सामोरे जाण्यासाठी पालकांनी मुलांना कशाप्रकारे मदत करावी, हे आपण आता पाहणार आहोत. नकारात्मक आणि यशाच्या शिखरावर नेऊन बसवणाऱ्या सकारात्मक या दोन्ही प्रकारच्या घटनांना सामोरे जाण्याचे कसब मुलांच्या अंगी बिंबवणे गरजेचे असते. थोडक्यात, जीवनात समाधानी व आनंदी कसे राहावे, याची शिकवण मुलांना देणे महत्त्वाचे आहे.

सहा महिन्यांपर्यंतचा काळ :

चिरचिरेपणा, नापसंती, अन्न खाण्याची टाळाटाळ, तसेच सभोवतालच्या माणसांकडे दुर्लक्ष, इत्यादी क्रिया करून आपल्यासमोरील आव्हानांना सहा महिन्यांखालील मूल सामोरे जाते.

आपण आता कचेरीतील कामासाठी ३६ तास दोन महिन्यांच्या मुलापासून दूर

राहायला लागणाऱ्या आईचे उदाहरण घेऊ या. हे मूल अर्थातच पूर्णपणे आईच्या दुधावर होते. या काळात हे मूल घाबरलेले होते. काळजीवाहकाने दिलेले दूध त्याने घेतले नाही. आई परत आल्यानंतरही या मुलाने आईचे दूध लगेच स्वीकारले नाही.

आईच्या दुधापासून वंचित झाल्यानेच नव्हे, तर आईचे प्रेम व मायेची ऊब यांना पारखे झाल्याने मूल गोंधळून जाते. आईचे दूध हे इतर दुधांपेक्षा गोड असते. कारण आईच्या दुधात लॅक्टोजचे प्रमाण जास्त असते. तसेच आईचे दूध ओढणे व इतर दूध पिणे, यांमध्ये फरक पडतो. दोन महिन्यांपर्यंत मूल आईचे दूध ओढण्यात सराईत झालेले असते. त्यामुळे वेगळ्या प्रकारे दूध घेणे त्याच्या पचनी पडत नाही.

मुलांना आईच्या उबेची सवय झालेली असते. इतकेच काय, तिचा गंधही मुले ओळखतात. आईच्या विरहाने मुलावर मोठे संकट कोसळल्यासारखे होते आणि त्याच्या दिनक्रमात मोठे बदल होतात. मूल सलगपणे झोपत नाही आणि त्यातही झोपेदरम्यान घाबरते. परिणामत: त्याचा झोपेचा वेळ कमी होतो. बरेचदा मुले झोपेत रडतात. काही वेळा सतत रडत राहतात आणि दमल्यावर रडणे थांबवतात.

आई परत आल्यावर बाळाला लगेच दूध देते; पण बाळ दूध लगेच घेत नाही आणि आपली नाराजी व्यक्त करते. स्तनपान करण्यास संभ्रम निर्माण झाल्यामुळे किंवा स्तनपान करायला न मिळाल्याने सावधगिरीचा उपाय म्हणून मूल नाराजी प्रकट करत असावे.

अंगावरचे दूध सतत मिळावे म्हणून बाळाला आपल्याबरोबर नेणे, हाच त्यावर एकमेव उपाय होय. मदतनीस म्हणून आई प्रवासादरम्यान आणखी एका माणसाला बरोबर घेऊ शकते. आई मुलाला दूध सतत देऊ शकते. त्यामुळे दूध साठून राहिल्यामुळे होणारा त्रास आईला सहन करावा लागत नाही. कामावरील बायकांची ही अडचण बरेच मालक ओळखतात व त्याप्रमाणे त्यांना सवलती देतात.

सहा महिने ते एक वर्षापर्यंतचा काळ :

सहा महिन्यांनंतर मुलांना बऱ्याच ताणतणावांना सामोरे जावे लागते. आईपासून लांब राहायला लागणे, ही सर्वांत कष्टाची गोष्ट.

काम करणाऱ्या बऱ्याच मातांना साधारणत: सहा महिन्यांनंतर कामावर हजर राहावे लागते. आई मुलाला सोडून जाते हे घरातील माणसांना पाहावत नाही आणि त्यामुळे त्यांची फारच पंचाईत होते. कामावर जाताना बऱ्याच आया मुलाला दूर घेऊन जायला सांगतात. त्यामुळे आई दूर गेल्याचे बाळाला कळत नाही. आई व बाबा अचानक गायब होऊ शकत नाहीत, हे मुलाने मनात पक्के घेतलेले असते. मग

बाळ पालकांना सगळ्या खोल्यात शोधण्याचा प्रयत्न करते. काही मुले थोड्यावेळाने सावरतात, तर काही सारखी चिडचिड करत बसतात.

पालकांनी दररोज सकाळी मुलांना अंघोळ घालून टापटीप ठेवण्याची सवय लावावी. त्यामुळे मुलालाही त्याचा दिनक्रम समजून येतो. पालकांनी मुलासमोरच कामासाठी निघावे. जाताना मुलाचा पापा घेऊन त्याला 'अच्छा' करावा. त्यामुळे पालक बाहेर गेले, हे मूल समजते आणि पालकांना घरात शोधत राहत नाही. घरी आल्याबरोबर पालकांनी लवकरच मुलाशी संवाद साधून दिवसभर झालेल्या घटनांबाबत मुलाशी गप्पागोष्टी कराव्यात. सकाळी घरातून पसार झालेले पालक पुन्हा भेटल्याचा आनंद मुलांना मिळतो. पालक घरी आल्यावर आपल्यावर प्रेम व जवळीक करून आपल्याबरोबर बोलण्यास तत्पर असतात. या भावनेने मूल सुखावते.

बाहेर जाताना पालकांनी मुलांना अंधारात ठेवले व जाताना मुलाचा निरोप घेतला नाही, तर मुलांशी जवळीक साधण्यावर विपरीत परिणाम होतो. मुलांना बाहेर जाताना अंधारात ठेवले, तर मुलाला आपले पालक हरवल्यासारखे वाटतात. मग पालक परत आल्यावर त्यांना मूल चिकटून बसते व काही केल्या सोडत नाही. पहिल्या एक वर्षात ज्याप्रकारे मुलांशी जवळीक तयार होते, त्यावर पुढील आयुष्यात मुलांशी संबंध कसे असणार, हे अवलंबून असते.

या वयातच एखादी गोष्ट मागितली आणि ती त्याला मिळाली नाही, तर मूल निराश होते व हे नैराश्य हाताळताना तणावाचे वातावरण निर्माण होते. अशाप्रसंगी मुलाचे चित्त दुसरीकडे वळविण्यामध्ये पालक सराईत असतील, तर ही विफलता फार काळ टिकून राहत नाही. लवकरच बाळ आनंदी होते. नैराश्य व विफलता जास्त वेळ राहिल्यास मुलांना राग अनावर होतो व कधी कधी त्याचा विस्फोट होतो.

मुलांना जागेपणी जास्त काळ आनंदी ठेवण्याचा पालकांचा प्रयत्न झाला, तरच मुले आनंदी राहण्याचा प्रयत्न करतात आणि अशाच आनंदी वातावरणाची बाळाला सवय लागते. मुले नाराज किंवा निराश झाली, तर स्वतःच लक्ष दुसरीकडे वळवतात. अर्थात या गोष्टीचा त्यांना काही प्रसंगांशी सामना करण्यासाठी उपयोग होतो.

एक ते तीन वर्षांचा कालखंड (धडपडणारी मुले) :

स्तनपान बंद करून बाहेरच्या वातावरणात खेळायला जाणे, अशासारख्या विविध आव्हानांना मुलांना या काळात सामोरे जावे लागते. काही मुलांना स्तनपानाची इतकी सवय लागते, की दोन वर्षांनंतरही ही सवय सोडू इच्छित नसतात.

स्तनपान चालू ठेवण्यास अपाय नसतो; पण दोन वर्षांचेदरम्यान हे थांबवलेले बरे. कारण स्तनपान न थांबल्यामुळे मूल योग्य प्रकारे आहार घेत नाही. आईच्या व मुलाच्या स्वातंत्र्यामध्ये बाधा येते. तसेच जर आईला दुसरे मूल हवे असेल, तर त्याचाही ती विचार करू शकते.

आईचे दूध सोडून दुसरे दूध पिण्यास नकार देणाऱ्या दोन ते अडीच वर्षांच्या मुलाचा आपण विचार करू या. मुलाची झोपायची वेळ झाली की, त्याला स्तनपान हवेच असते. मग वेळ व ठिकाणाचे बाळाला भान नसते. बाळाच्या सततच्या मागणीला व रडण्याला बळी पडून आई मुलाला शरण जाते. काही वेळा मूल आईच्या दुधासाठी हट्टाची परिसीमा गाठते.

वरील उदाहरणातील पालक शिथिल प्रवृत्तीचे आहेत आणि त्या मुलापुढे शरण जाणारे आहेत, हे स्पष्टच आहे. अर्थात, अशा वागण्याच्या परिणामाबद्दल पालक अनभिज्ञ असतात. स्तनपान या वयात थांबविण्याचे कारण पालकांना सांगून त्यानुरूप वागण्यास प्रवृत्त करायला हवे.

पालक जर शिथिल प्रवृत्तीचे असतील, तर बाटलीने दूध पिणारी मुले बाटलीच्या इतकी आधीन होतात की, ती बाटलीशिवाय दूध पितच नाहीत. काही वेळा बाटली सोडण्याचा दिवस ठरवावा लागतो. त्या दिवशी बाटली कागदात बांधून कचऱ्याच्या डब्यात मुलासमोर टाकावी किंवा मुलाला टाकायला सांगावी. हा कचऱ्याचा डबा नगरपालिकेच्या कचऱ्याच्या गाडीत मुलासमोर खाली करावा. या सर्व गोष्टींमुळे आपली बाटली टाकली आहे, हे मुलास समजते. तसेच आपल्याला आता कधीही बाटली मिळणार नाही, याची जाणीव मुलाला होते. एक-दोन दिवसांत मूल सावरते व त्याचे पुढील मार्गक्रमण चालू होते.

या सर्व घटनांमुळे एखाद्या अमूल्य गोष्टीचा विरह सहन करायची मुलाला शक्ती मिळते. त्या गोष्टीशिवाय जगण्याची सवयही त्यामुळे मुलाला लागते.

या वयातील मुलांना शाळेत जाणे, हेही फार मोठे आव्हानच असते. घरातील स्वर्गीय वातावरण व कनवाळू पालक यांचा विरह मुलांना सहन करणे कठीण असते. त्यातच पालकांनाही मुलाच्या शाळेत जाण्याची काळजी असेल, तर त्यामुळे मुलाचा न जाण्याकडे कल वाढतो. मग मूल भयंकर रडण्यात या सर्वांची परिणती होते.

शाळेमध्ये मजा करण्यासाठी व खेळण्यासाठी जायचे असते. तसेच तेथे अनेक मुले व माणसे भेटतात असे शाळेचे चित्र पालकांनी मुलासमोर रेखाटावे. मूल शाळेत जाताना रडणार असेच बऱ्याच कुटुंबात पालकांनी गृहीत धरलेले असते. मग हे पालक पुढीलप्रमाणे समजूत काढतात, ''शाळा चांगली असते. तेथे बरेच शिकायला

मिळते. तू शहाणा मुलगा आहेस. तू शाळेत जाताना रडणार नाहीस.'' थोडक्यात, शाळेत जाताना रडायला या पालकांनी परवानाच दिलाय. मग पुढे हे पालक असे सांगतात, ''जर तू शाळेत वेळेवर गेला नाहीस, तर गुरुजी तुला रागावतील.'' मग शाळा म्हणजे शिक्षकाचे ओरडणे हे समीकरण मुलाच्या डोक्यात घट्ट बसते. बाळ शाळेत जायला आणखीनच का-कू करते.

कोणत्याही नवीन घटनेकडे पालकांनी सकारात्मक दृष्टीने पाहिले पाहिजे. नवीन आव्हानांना सामोरे जाताना त्यातील आनंद अनुभवून बदल फायदेशीर कसा होईल, याकडे आपले लक्ष असावे. त्यामुळे उर्वरित आयुष्यातही मुलाची आव्हानांना सामोरे जाण्याची मानसिक तयारी होते व योग्य प्रमाणात जोखीम घ्यायला मूल मागेपुढे पाहत नाही.

शाळेत जाणारी मुले :

सकाळपासून संध्याकाळपर्यंत शाळेत जाणाऱ्या मुलांना बऱ्याच आव्हानांना तोंड द्यावे लागते. पालक, शिक्षक, इतर वयस्कर माणसे, मित्र, अशा वेगवेगळ्या व्यक्तींना त्यांना सामोरे जायचे असते. दमदाटी किंवा टीका सहन करणे, योग्य प्रगती न होणे, मौल्यवान वस्तू हरवणे, मैत्रीमध्ये ताटातूट होणे आणि शिक्षा होणे इत्यादी गोष्टींचाही त्यांना सामना करायचा असतो.

विविध ताणतणावादरम्यान पालक कोणता पवित्रा घेतात, त्यावरच वरील सर्व गोष्टींना मूल कशाप्रकारे हाताळते, ते अवलंबून असते. शिक्षकांनी प्रगतिपुस्तक दिल्यानंतर जर गुण कमी असतील, तर काय घडते, याचा विचार केल्यास मुलाचे वागणे पालकांच्या प्रतिक्रियेवर अवलंबून असते, असे आढळून येते.

मुलाने किती परिश्रम घेतले, यापेक्षा गुण किती मिळाले, यालाच जर पालक महत्त्व देत असतील, तर पालक कमी गुण मिळाल्याने निराश होतात व त्यात त्यांना कमीपणा वाटतो. चांगले गुण न मिळाल्यास पालकांनी मुलाची खरडपट्टी काढली, तर आपल्यामुळे पालकांना त्रास होतो, असेच मुलाचे मत होते. मुलाच्या मनात न्यूनगंड निर्माण होतो आणि आपण कौतुकास पात्र नाही, असेच मुलाला वाटते. आपल्या कुवतीबद्दल मूल साशंक होते, त्याचा आत्मविश्वास ढळतो आणि परिश्रम करू नयेत, असे त्याचे मत होते. आपल्याला किती गुण मिळतात, त्यावरच आपली लायकी अवलंबून आहे, असा मुलाचा ग्रह होतो.

मुलाला एखाद्या विषयात काही कारणामुळे कमी मार्क मिळाले, तर आपण आव्हानांना योग्य प्रकारे सामोरे जाऊ शकत नाही, असा त्याचा समज होतो. त्यामुळे

कोणत्याही आव्हानाला सामोरे जाण्यास मूल कचरते. खास करून पुढे काय होणार, हे सांगणे कठीण असते. त्या ठिकाणी मूल फार ढेपाळून जाते.

गुण कमी मिळणे, या घटनेकडे मूल अपेक्षित घटना म्हणून पाहते. आपण प्रयत्न योग्यप्रकारे केले होते, याची त्याला जाणीव असते. त्यामुळे आपल्याला यश मिळणार आहे, याची मुलाला खात्री असते. प्रयत्न करणे आणि वेळ या आपल्या हातात असणाऱ्या गोष्टी आहेत, हे समजल्यावर तो शिकण्यासाठी आणखी प्रयत्न करतो. त्याचा भर प्रयत्नावर असतो. त्यामुळे कमी गुण मिळाल्याचा फारसा परिणाम मुलावर होत नाही.

योग्यप्रकारे मित्र मिळणे आणि त्यांनी स्वीकारणे, हे दुसरे मोठे आव्हान. शाळेमध्ये असताना काही मुलांशी मैत्री होत असते, तर काहींशी तुटत असते. एकमेकांशी देण्याघेण्याचा व्यवहार कसा आहे, त्यावर मैत्री अवलंबून असते. याबद्दल ताळमेळ दोन्ही बाजूंनी ठेवला गेला नाही, तर संबंध संपतात. त्या मैत्रीसंबंधी मुलांना सर्व माहिती घरी कोणालातरी सांगायची असते. त्याबद्दल पालकांचे मत त्याला अजमावयाचे असते. त्यावरच पुढील मैत्रीपूर्ण संबंध कसे ठेवायचे, याची मूल अटकळ बांधत असते.

आजारी असल्याने शाळेत गैरहजर राहिलेल्या मुलांचा विचार करू या. पुन्हा शाळेत हजेरी लावल्यानंतर आपल्या मित्राकडून झालेला वर्गपाठ उतरवून घेण्याचा मूल प्रयत्न करते. इतर मुले वर्गपाठाची टाचणे देण्यास टाळाटाळ करत असतील, तर मुलाला आपली फसगत झाल्यासारखे वाटते. याबद्दलची माहिती मूल पालकांना सांगते. मग पालक सांगतील त्याप्रमाणे मूल या मुलांशी मैत्री ठेवते. पालक त्याला म्हणाले, ‘‘घाबरू नको. आपण दुसऱ्या मित्राकडून वह्या घेऊ.’’ मग मूल जास्त विचार न करता दुसऱ्या मित्राकडून वह्या मिळवते आणि आपले काम पूर्ण करते. आधीच्या मित्राबरोबर मैत्री तशीच राहते; पण जर पालकच म्हणाले, ‘‘तो तुझा मित्र फारच स्वार्थी आहे. तुझ्यासारखा चांगला मित्र मिळण्याच्या लायकीचा तो नाही.’’ यामुळे मुलांना असे वाटू लागते, की आपल्याला जो मदत करत नाही त्याला दोष देणे हे स्वाभाविक असते आणि अशी माणसे त्याच्या आयुष्यात नगण्य आहेत. त्यामुळे मैत्री करणे व ती अबाधित ठेवणे, या दोन्हींबाबत मुलाची कुवत कमी होते.

काही वेळा मुलांना सहलीला जावे लागते. अशावेळी शिक्षक मुलांना आपल्याजवळच्या मित्राचा हात धरून चालायला सांगतात. यामध्ये प्रत्येक मुलाबरोबर कोणीतरी जोडीदार असावा, हा हेतू असतो. जवळचा मानावा असा

मित्रच काही मुलांना नसतो. पालक मुलांना कोणत्या सूचना देतात, यावरच या सर्व ठिकाणी मूल वागत असते.

"कोणालाही मित्र म्हणून मानण्यास हरकत नसते. आपण सहलीला जातो तेव्हा जवळचा मित्र असणे गरजेचे असते, असे नाही. आपल्याबरोबर मौजमजा करण्यासाठी बरेच जण असतात," अशा सूचना काही पालक देतात.

"एका ठरावीक मुलाचा हात पकडून ठेव व दिवसभर त्याला पकडून ठेव. त्या दिवसाकरिता तो तुझा मित्र, हे त्याला सांग. त्याला चॉकलेट, वेफर्स खायला दे, म्हणजे तो तुला सोडणार नाही," अशी सूचना काही पालक मुलांना देतात.

पहिल्या प्रकारच्या पालकांची मुले कोणाबरोबरही मैत्री ठेवून मौजमजा करतात. कुणा एकाबरोबर मैत्री न केल्याने कोणाशीही ही मुले भविष्यात मैत्रीने वागू शकतात. दुसऱ्या प्रकारच्या पालकांच्या मुलांचा असा समज होतो की, मैत्री ही स्वार्थासाठीच ठेवायची असते. तसेच काही दिल्यानेच मैत्री होते. जर काही बक्षिसी दिली नाही, तर मैत्री योग्यप्रकारे टिकून राहणार नाही.

तारुण्यावस्थेतही अशाप्रसंगी पूर्वी पालकांनी ज्या सूचना दिलेल्या असतात, त्याप्रमाणे मुले वागतात. त्यामुळे काही मुले परीक्षेत जर योग्य गुण मिळाले नाहीत, तर तो स्वतःचा पराभव असे समजतात व हे अपयश सहज पचवू शकत नाहीत. मग शिक्षण चालू ठेवण्यापेक्षा त्यातून पळ काढण्याची भूमिका काही मुले स्वीकारतात, तर काही आत्महत्येचा मार्ग चोखाळतात.

तारुण्यावस्थेत मुले ठरावीक मित्र सोडून राहू शकत नाहीत. अशी गोष्ट साधारणतः १४ ते १६ व्या वर्षी होते; कारण या वयातच मुलांचा पालकांशी थोडा दुरावा निर्माण होतो. मग या अवस्थेत मुले विरुद्धलिंगी व्यक्तीशी मैत्री करतात. ही मैत्री टिकावी म्हणून ते काहीही करण्यास तयार होतात. ही मैत्री काही कारणाने तुटली, तर दुसऱ्याशी मैत्री परत जुळवणे त्यांना फारच कठीण काम वाटते.

ज्या मुलांना लहानपणापासून बरेच मित्र-मैत्रिणी असतात ते एकाच्याच मैत्रीत कधीच गुरफटत नाहीत. जर एखाद्याच्या जास्तच मैत्रीत पडले, तरीही इतरांशीही चांगले मैत्रीपूर्ण संबंध ठेवून असतात. जिवलग मित्राशी काही कारणाने फाटले, तरीही त्यांना इतर मित्र असतातच. त्यामुळे ती मैत्री तुटण्याच्या दुःखाला ते योग्यप्रकारे सामोरे जातात.

आयुष्यात छोट्या-मोठ्या संकटांना कसे तोंड द्यायचे, हे मुलांना पालकच शिकवतात.

यश पचविणे :

आनंदी, प्रेमळ, योग्यप्रकारे संगोपन केलेले बाळ असणे, हेच पहिल्या वर्षातील यश होय. पालक मुलांना संवाद करणे, हालचाल करणे, यासारखी पायाभूत कौशल्ये शिकवत असतात. त्यामुळे पहिल्या वर्षात आई-वडील व मूल यांच्यात सकारात्मक संबंध निर्माण होतात. मुलाला सर्व बाबींमध्ये प्रोत्साहन मिळत असते. अलीकडे काही मुलांना काळजीवाहकाकडे ठेवण्यात येते. आई-वडिलांप्रमाणे मुलाचे प्रेमभरे संगोपन हे काळजीवाहक करत नाहीतच. या मुलांना जेव्हा पालक भेटतात तेव्हा ती चिरचिरेपणा व खोडकरपणा करतात. पालक दिवसभराच्या श्रमामुळे थकलेले असतात. अशा परिस्थितीत जर आई-बाबांनी मुलांना वेळ दिला नाही, तर मुले उदासीन होतात. त्यांच्या शिकण्यावर परिणाम होतो. मुलांना बोलायला उशीर होतो व त्यांची वाढ खुंटते. हसरे व आनंदी मूल जिज्ञासू असते. ते लक्षपूर्वक ऐकते. मुलाची वाढ जोमाने होण्यासाठी हे असे वातावरण गरजेचे आहे.

पालक आणि इतर वयस्कर माणसांशी संवाद ही एक ते तीन वर्षांच्या मुलांसाठी महत्त्वाची गोष्ट आहे. बडबडणाऱ्या मुलांचे जास्त कौतुक होत असते. इतर माणसांशी मुले जर योग्यप्रकारे संवाद साधत असतील, तर त्याला प्रोत्साहन दिले जाते. पालकांना सहन होईल इतपत मुलांच्या जिज्ञासू वृत्तीचे कौतुक होते. याच वयात मूल नको त्या ठिकाणी जाण्याचा प्रयत्न करते. मुलांना योग्य वाटेल, अशाच ठिकाणी मुले जाऊ शकतात. काही पालक मुलांना सतत प्रोत्साहन देत असतात, तर काही सतत काळजीत असतात आणि मुलाला नकारात्मक गोष्टी सांगून, त्याच्या जिज्ञासू वृत्तीला मारक ठरतात. त्यामुळे मुलाच्या काळजी व भीतीत भर पडते. काही पालक मुलांच्या मनात सुरक्षिततेची जाणीव निर्माण व्हावी, म्हणून अंधाराची, माणसांची, झाडांची, कीटकांचीही भीती घालत असतात. एखाद्या गोष्टीची योग्यप्रकारे माहिती न देता भीती घालणे, हे सर्वस्वी चुकीचे असते. तीन वर्षांनंतर मुलाने आजूबाजूच्या माणसांशी योग्य प्रकारे संवाद साधणे अपेक्षित असते. तसेच त्याने आपल्याला झेपणाऱ्या गोष्टी करणे अपेक्षित असते.

मुलाने एखादे काम योग्यप्रकारे पूर्ण करावे, म्हणून पालक जर प्रोत्साहन देत असतील, तर मूल ते काम योग्य वेळेत व पुरेशी ताकद वापरून पूर्ण करण्यावर भर देते. मूल यशस्वी झाल्यावर पालकांनी जर त्याचे कौतुक केले, तर अशाप्रकारे पुढील आयुष्यात कौतुकास्पद होण्यासाठी प्रयत्न करते. मुलाच्या यशाने भारावून जाणारे पालक मुलाला हुशारी वापरण्यासाठी प्रोत्साहित करतात. आपल्या मुलाच्या यशाचे लोकांमध्येही पालक कौतुक करतात. पण आपल्या मुलाच्या हुशारीचा लोक द्वेष

करतील, म्हणून काही पालक कौतुक करण्याचे टाळतात. मुलाच्या यशाचे कौतुक करण्यास काही पालक कुचराई करतात. आपण जास्त कौतुक केले, तर मुलाच्या डोक्यात हवा जाईल, असा काही पालकांचा समज असतो.

मूल आत्मविश्वासू असते किंवा नसते, हे सर्वस्वी मुलाच्या जाणिवेवर अवलंबून असते. वारंवार आत्मपरीक्षण करायला लावून पालक मुलाला त्याचे सामर्थ्य व त्याची हुशारी याबद्दल जाणीव करून देऊ शकतात. आत्मनिरीक्षणामुळे त्याला आपल्यातील कमजोरी कळून येते. योग्य सूचना व प्रोत्साहन याद्वारे मूल आपले कर्तृत्व वाढवू शकते. ठरावीक कौशल्याचा विकास त्यामुळे शक्य होतो. मूल जर ठरावीक कौशल्याचा विकास करण्यासाठी जागरूक नसेल, तर कितीही पुढे ढकलण्याचा प्रयत्न केला तरी त्याचा उपयोग होत नाही. ठरावीक कामामध्ये मुलाला रस नसल्यामुळेच कोणत्याही प्रकारची तयारी न करता मूल परीक्षेला जाते. पण जर एखाद्या विषयात रस असेल, तर त्या विषयाचे संपूर्ण ज्ञान आत्मसात करण्यासाठी मूल जबरदस्त मेहनत घेते. त्या विषयात यशस्वी होण्याचा त्याने ध्यास घेतलेला असतो. ज्या गोष्टीत मुलांना रस आहे, त्यानुसार पालकांनी मुलाला प्रोत्साहन दिले, तर ठरावीक लक्ष्य गाठणे सहज शक्य होते. मुलांना खरे व खोटे केलेले कौतुक समजते.

आपल्याला ज्या मुलांना इतके यश मिळाले नाही, त्यांच्याबद्दल जाणून घेण्याबाबत मुलांना शिकवावे. अशा मुलांमध्ये असलेल्या खास गोष्टी जाणून घेऊन, त्या गोष्टीतील त्यांच्या हुशारीचे कौतुक करण्याची सवय मुलांना लावावी. इतर मुले यशस्वी होताना दिसतात. त्यांचे हे यश स्वीकारून त्याचे कौतुक करायला मुलांना शिकवावे. दुसऱ्या मुलाच्या यशाचा आनंद व्यक्त करणे व तो आपल्या पचनी पाडण्यासाठी पालकांनी मुलांना मदत करावी. यामुळेच सर्वांशी मैत्रीपूर्ण संबंध राहण्याची शक्यता असते. आपले मूल दुसऱ्याचे यश स्वीकारेल का, याबाबत काही पालक साशंक असतात. ''खरे तर ती बक्षीसपात्र नाही. शिक्षकांना ती आवडते, त्यामुळे पक्षपात झाला. बक्षीस स्वीकारताना चांगला पोषाख तिने करायला हवा होता, तोही तिने केला नव्हता.'' अशा टीकाटिपणी काही पालक करतात. पालकांचा हा दृष्टिकोन चुकीचा असतो. कारण त्यामुळे दुसरे मूल यशस्वी होण्याची कारणमीमांसा शोधण्याचा योग्य प्रयत्न आपले मूल करत नाही.

''त्या मुलाकडे बघ, त्याने चांगले यश संपादन केले, नाही तर तू! तो तुझ्यासारखाच, तुझ्याप्रमाणे अभ्यास करतो. त्याने हुशारी सिद्ध केली, तर तू मागे राहिलास,'' असे बोलून काही पालक आपल्या मुलाचा अपमान करतात. अशा

तुलनेमुळे चुकीच्या प्रकारे मूल स्पर्धा करू लागते. दुसऱ्या मुलाला स्पर्धेसाठी लागणाऱ्या साधनांची वाट लावते, त्या मुलाला चोप देते किंवा न्यूनगंड निर्माण झाल्याने स्पर्धेतून मूल अंगच काढून घेते. ''तुला जर शाळेतून बक्षीस मिळाले नाही, तर काही हरकत नाही, मीच तुला बक्षीस देईन.'' असेही काही पालक मुलांना आश्वासन देतात.

अशा वागण्यामुळे मूल काही काळ गप्प बसते; पण त्यामुळे दुसऱ्याच्या यशाचे कौतुक करायला शिकत नाही. खरं तर दुसऱ्या मुलाला बक्षीस का मिळाले, याचा विचार करायला आपण मुलाला शिकवले पाहिजे. ''मी कशाप्रकारे सुधारणा केल्यास मला बक्षीस मिळेल, कोणत्या गोष्टीत मला जास्त लक्ष घालायला हवे,'' अशा प्रश्नांद्वारे मुलाला आपण आत्मपरीक्षण करायला लावले पाहिजे. त्याचप्रमाणे मित्राच्या यशाबद्दल आनंद मानायलाही शिकवले पाहिजे. त्यासाठी खालीलप्रमाणे विचार करायला सांगावे, ''तुझ्या मित्राला बक्षीस मिळाल्यामुळे तुला कसं वाटतंय? तुला जर पुढच्यावेळी बक्षीस मिळाले, तर तुझ्या मित्रालाही तुझ्याबद्दल अभिमान वाटेल?'' चांगल्या मित्राला आपल्या मित्राच्या यशाची जाण असते. प्रत्येक मुलाने दुसऱ्याच्या यशाच्या आनंदात सहभागी असायला हवे. त्याचवेळी आपल्या कमतरतांची जाण असणे गरजेचे आहे. त्यावर मात करून आपण चांगले यश कसे मिळवू, त्याचा विचार केला पाहिजे. दुसऱ्याच्या यशाचा कधीच हेवा करू नये, याची जाण मुलाला पालकांनी करून द्यावी.

मुलाला सातत्याने जर यश मिळत असेल, तर ते टिकविण्यासाठी सतत प्रयत्न चालू ठेवण्यासाठी पालकांनी उद्युक्त करावे. ते टिकविण्यासाठी वरच्या स्तरावरील कौशल्ये आत्मसात करण्यासाठी मुलाने अधिकाधिक प्रयत्न करावे. त्याचबरोबर मुलाच्या कमजोरीचा बारकाईने अभ्यास करून त्यावर मात कशी करता येईल, याचा गंभीरपणे विचार करण्यास मुलाला शिकवावे. एखाद्या गोष्टीचा गंभीरपणे विचार करायला शिकल्यामुळे स्वतःबद्दलची मुलाची जाण योग्य प्रकारे होते. त्याचबरोबर इतरांबद्दल जाणही त्याला येते. त्यामुळे आपली कौशल्येही तावून सुलाखून घेता येतात.

एखाद्या विषयाचे अद्ययावत ज्ञान होण्यासाठी मुलांना नवनवीन तंत्र आत्मसात करायला लागते. या गोष्टी मांडण्यासाठी नवीन तंत्र मुलांनी अवगत करून घ्यावे. या नवीन नवीन तंत्रामुळे शिक्षकांनाही निर्णयाची मांडणी ऐकण्यास आनंद होतो.

काही वेळा मुलांना एकाच वेळी अनेक आव्हानांना सामोरे जावे लागते. उदा. एक तरुण त्याच्या महत्त्वाच्या परीक्षेदरम्यान मुलीच्या प्रेमात पडतो. हा तरुण

अभ्यासक्रमात यश संपादन करत असतो; पण त्याचवेळी या नातेसंबंधामुळे हुरळून जातो. मग त्यांचे अभ्यासात लक्ष लागत नाही. या तरुणाने गंभीर विचार करून आपली प्राथमिकता ठरविली पाहिजे. त्यानुसार त्याने आपली वर्तणूक ठेवावी. विविध पर्याय व परिणामांचा विचार या गोष्टी प्राथमिकता ठरविण्यास उपयोगी पडतात. आपल्या सध्याच्या गरजा आणि वस्तुनिष्ठ विचार या बाबी लक्षात घेणे गरजेचे असतेच. याला 'निर्णयक्षमता' आणि 'अडचणींवर मात करण्याचे कौशल्य' म्हणतात.

'माझ्या बुद्धीला चालना देणाऱ्या मित्राची मला गरज आहे. सामान्य बुद्धीच्या दोस्ताशी मी संवाद करू शकत नाही,' अशी उत्तम यश मिळविणाऱ्या मुलांची तक्रार असते. त्याच्याशी जमवून घेणारी बुद्धिमान मुले नाहीत, अशी त्यांची भुणभुण असते. अशावेळी सर्वसामान्य मुलांमधील चांगल्या बाबी विचारात घ्यायला, या बुद्धिमान मुलांना पालकांनी तयार करावे. प्रत्येक माणसाचे मूल्यमापन त्याच्या यशावरच करणे, बरे नाही. मुलाचे संवाद करण्याचे कौशल्य त्याच्या हुशारीवरच अवलंबून असते, असे नाही. सर्व विद्यार्थ्यांशी उत्तम नातेसंबंध जोपासण्यासाठी मुलांना प्रोत्साहन देणे गरजेचे असते. सर्वांशी मैत्रीपूर्ण संबंध निर्माण होण्यासाठी परिणामकारक संवाद साधण्याची कला मुलांच्या अंगी बाणविण्यास पालकांनी मदत करावी. प्रत्येक मुलामध्ये दुसऱ्याला देण्यासारखे काही तरी असतेच. प्रत्येकामधील चांगली गोष्ट ओळखायला यायला हवी. तीही त्रयस्थ या नात्याने, पूर्वग्रहदूषितपणा न होता. जेणेकरून आपण ती गोष्ट सहज आत्मसात करून सर्वांशी समान भावनेने पाहू शकतो. प्रत्येकातील चांगली गोष्ट पालकांनी लक्षात आणून द्यावी. या गोष्टीची सवय मुलात अगदी बालपणापासून लावावी. त्यामुळे तरुणपणी मित्रामधील चांगल्या गोष्टी ओळखण्याचे तंत्र मूल आत्मसात करते.

एखाद्या परीक्षेत मूल सर्व देशात पहिले आले, तर त्याचा आनंद त्याने साजरा केलाच पाहिजे. अशावेळी डोळ्यातून आनंदाश्रू आल्याने गोंधळ निर्माण होऊ शकतो. अशा यशाबद्दल समाधान व्यक्त केले जाते. काही वेळा एवढ्या मोठ्या यशावर मुलाचा विश्वासच बसत नाही. भावनेच्या भरात या यशाचे श्रेय मूल सर्वतोपरी इतरांनाच देते. स्वतःचे प्रयत्न व त्यासाठी इतरांनी केलेली मदत, यामुळेच असे घवघवीत यश मिळाले, याचे भान मुलांनी ठेवणे इष्ट असते. यशस्वी झाल्यानंतर भावनांचा योग्य प्रकारे सामना करून असेच यश कायम राहायला हवे, याची जबाबदारी मुलावर राहते, याचे भान राहायला हवे.

आगामी सर्व परीक्षांमध्ये उत्तम यश मिळावे, अशी सर्व पालकांची मुलाकडून अपेक्षा असते. त्याचा अर्थातच मुलावर ताण पडतो. मूल पुढील परीक्षेसाठी जय्यत

तयारी करणे चालू ठेवते. भावनिकतेमध्ये अडकून राहत नाही. मुलांना मिळालेल्या यशाबद्दल चर्चा व्हावी. काय व्हायला हवे होते, यावर नाही. अशाप्रकारच्या वागणुकीमुळे मुलावरचा ताण कमी होतो.

वरील परिच्छेदामध्ये आपण अभ्यासक्रमातील यशाचा विचार केला. मुलांना सकारात्मक व नकारात्मक अशा विविध आव्हानांचा भावनिक सामना करावा लागतो. उदा. अचानक कुणाशी तरी मैत्री जुळणे किंवा तुटणे. वरील काही परिच्छेदात वर्णन केलेली कौशल्ये मुलांनी आत्मसात करण्यासाठी पालकांनी प्रयत्न करावा. ही कौशल्ये जागतिक आरोग्य संघटनेने मुलांच्या सर्वांगीण विकास होण्यासाठी सुचविली आहेत. ती सर्व मुलांसाठी गरजेची असतात. ही कौशल्ये आत्मसात करण्यासाठी अगदी बालपणापासून मुलांना पंचतंत्र व इतर नीतिकथा सांगाव्यात, तसेच मान्यवरांनी त्यांच्या अडचणीवर मात करण्यासाठी या कौशल्यांचा वापर कसा केला, तेही सांगावे.

आव्हानांना तोंड देणे आणि आपल्या मनातील गोष्टी अमलात आणणे, यांसाठी ज्या गोष्टींचा उपयोग होतो, त्यांना जीवनकौशल्य म्हणतात. एखाद्या गोष्टीचा योग्य निर्णय घेणे, परिणामकारकपणे संवाद साधणे, तसेच जीवन आरोग्यदायी व उत्पादनक्षम होण्यासाठी कोणत्याही गोष्टीला तोंड देणे व स्वयंव्यवस्थापन करणे या गोष्टी आत्मसात करण्यासाठी मानसिक व सामाजिक कार्यक्षमतांची गरज असते. तीच जीवनकौशल्ये होत. प्राप्त परिस्थितीत त्यानुरूप वागण्याची सवय म्हणजेच अनुकूलन. सकारात्मक वागणुकीसाठी सकारात्मक विचारांची गरज असते. अडचणीच्या परिस्थितीतही संधी शोधून, आव्हानांना तोंड देण्याची क्षमता निर्माण झाली पाहिजे.

स्वतःबद्दलची पूर्ण जाण, परिचित ठाव, गंभीर विचार, कल्पक विचार, निर्णयक्षमता, अडचणींवर तोडगा, परस्पर नातेसंबंध, परिणामकारक संवाद, भावनांवर ताबा आणि बिकट परिस्थितीला सामोरे जाण्याची क्षमता ही जागतिक संघटनेने सुचविलेली महत्त्वाची जीवनकौशल्ये. शक्तिशाली तरुण निर्माण होण्यासाठी ही कौशल्ये गरजेची आहेत. बालपणापासून ही जीवनकौशल्ये आत्मसात केल्यास तारुण्यावस्थेत आव्हानांना स्वतंत्रपणे तोंड देणे मुलांना शक्य होते.

जीवनकौशल्ये मुलांच्या अंगी बिंबवल्याशिवाय पालकत्वाची जबाबदारी निभावता येत नाही. यामुळे मूल किंवा तरुण आपल्यासमोरील आव्हानांना योग्यप्रकारे सामोरे जाऊ शकतो.

अपयशाचा सामना :

मुलाला आणि तरुणांना जीवनात अपयशाला सामोरे जावे लागते. कधी कधी मौल्यवान वस्तू हरवतात, तर कधी कधी आदरणीय माणसांचे निधन होते. मनापासून आवडणारी गोष्ट गमावण्याचे दुःख बालमनाला चटका लावून जाते. पालकांनी या बाबतीत मुलाची भावना जाणून घ्यावी. हे दुःख स्वीकारायची बालमनाची तयारी करावी.

सात वर्षांच्या मुलीची पेन्सिलीची पेटी शाळेत हरवली. याची हकीगत तिने पालकांना रडत रडत सांगितली. तिला पेन्सिलीची पेटी हरवल्याचे जास्त दुःख नव्हते; पण तिच्याजवळ दोन वर्षे असलेले खोडरबर गमावल्याचे जास्त दुःख होते. ते तिला तिच्या बालवाडीतील मित्राने भेट दिले होते आणि मित्र आता परदेशात राहायला गेला होता. त्यामुळे ती सारखी रडत होती. ''आपण तसेच रबर खरेदी करू, असे अनेक रबर घेऊ,'' असे सांगून पालकांनी तिची मनधरणी करण्याचा प्रयत्न केला. मग ती आणखीनच रडू लागली. खरे तर पालकांनी तिला पुढीलप्रमाणे समजावयाला हवे होते, ''खरंच ते रबर तुझ्यादृष्टीने मौल्यवान होते. तुझ्या मित्राने दिलेले रबर मिळवणे कठीण आहे. खरंच हे दुःखदायक आहे. कोणी घेतले असेल बरे? आपण शिक्षकांकडे ती पेटी मिळाली आहे का, विचारू या? कदाचित आपल्याला मिळू शकेल,'' असे सांगितल्यामुळे पालक आपल्याला समजून घेतात, आपल्या भावनांची कदर करतात, असे तिला वाटेल.

एखाद्याचा मृत्यू झाल्याने त्याचा मुलावर काय परिणाम होतो? पाळीव प्राणी, तसेच नातेवाईक किंवा पालक यांपैकी कोणाचे तरी निधन होते. कधी स्वतः मूल जीवघेण्या आजाराने हैराण असते. त्याला कधीही मरण येऊ शकते. मुलांना मरणाबद्दल कल्पना असते का, याबद्दल पालक साशंक असतात. मुलांना योग्यप्रकारे वयोमानानुरूप समजून दिल्यास मरणाबद्दल योग्य समज येऊ शकते.

आपण मुंग्यांची रांग पाहिली आहेच. काही वेळा मेलेल्या मुंग्यांना जिवंत मुंग्या नेताना आपण पाहतो. हे पाहत असताना, मरणाबद्दल समजावून सांगावे, ''मुंग्या कशा एका रांगेत जातात पहा. एक मुंगी मेली आहे आणि तिला इतर मुंग्या सुरक्षित ठिकाणी नेत आहेत. त्या मेलेल्या मुंगीला जिवंत मुंग्यांनी नेले नसते, तर ती तेथेच पडून राहिली असती. इतर मुंग्यांनी तिला सुरक्षित ठिकाणी नेण्याचे कष्ट घेतले. मेलेल्या मुंगीने जिवंतपणी केलेली चांगली कामे लक्षात ठेवून, तिला मानाने व प्रेमाने निरोप दिला. या मेलेल्या मुंगीला जिवंतपणी मुलगा, मुलगी तसेच मित्र असणारच. मेलेल्या मुंगीला तिची विटंबना न होईल अशा ठिकाणी जिवंत मुंग्या नेतात.

त्याचप्रमाणे आपण मेल्यावर आपले शरीर विटंबना न होईल अशा ठिकाणी नेतात.''

आपल्या घरी झुरळे मेल्यावर आपण ती कोठे टाकतो, त्याबद्दल सांगावे, ''झुरळे मेली की आपण ती एकत्र करतो व कचऱ्याच्या डब्यात टाकतो. जिवंत झुरळे मेलेल्या झुरळांना योग्यप्रकारे मान देऊन उचलत नाहीत. आपण ज्याच्यावर प्रेम करतो, त्या व्यक्तीला आपण अशी वागणूक देत नाही. आपण त्यांना प्रेमभरे निरोप देतो. म्हणूनच आपण दुःखद प्रसंगी सर्वांना बोलावतो. मृत व्यक्तीने केलेल्या चांगल्या गोष्टी आठवून, त्याच्या निधनाबद्दल आपण शोक व्यक्त करतो.'' एक ते दोन वर्षांच्या मुलांशी घरात कोणाचे निधन होईल, तेव्हा असा संवाद करावा.

''मृत माणूस परत येईल का?'' बरेचदा असा प्रश्न मुले विचारताना आपण पाहतो. ''ते कधीच परत येणार नाहीत. या जगाचा त्यांनी निरोप घेतला. ते आता आपल्यात नाहीत. त्यांना आपण कधी पाहू शकणार नाही'' अशा शब्दांतून त्यांना समज द्यावी.

सात वर्षांचा मुलगा, आई व आजी-आजोबांबरोबर राहत होता. तीन वर्षांपूर्वी त्याचे वडील वारले. त्यांना भेटण्याचा त्याने हेका धरला होता. रात्री घराचा मुख्य दरवाजा बंद करायला तो विरोध करायचा. ''दरवाजा बंद करू नका, बाबा रात्री परत येतील. ते देवळात दर्शनाला गेले आहेत. त्यांची प्रार्थना संपल्यावर ते परत येतील. ते आज रात्री परततील,'' असे तो म्हणायचा.

बरेचदा आपण मुलांना सांगतो, ''वडील देवाकडे आपल्यासाठी प्रार्थना करायला गेलेत. ते काही वेळाने येतील'' अशाप्रकारच्या संवादाचा बालमनावर विपरीत परिणाम होतो हे वरील उदाहरणावरून स्पष्ट होते.

वयोमानानुसार योग्यप्रकारे समजावून दिल्यास मुलांना मरणाची कल्पना येते. एखाद्या आवडत्या माणसाचा बराच काळ वियोग एक ते तीन वर्षांचे मूल सहन करू शकत नाही. ते जेवत नाही. ज्या खोलीत तो माणूस झोपायचा त्या खोलीतच बसून राहते, त्या माणसाने दिलेली भेटवस्तू कायम हातात धरून राहते; पण रडतेच असे नाही. भावनांचा निचरा होण्यासाठी मूल रडलेच पाहिजे, असे काही वयोवृद्ध माणसांना वाटते; पण मुलाने रडावे, म्हणून जबरदस्ती करू नये. नकारात्मक विचार मनातून काढून टाकण्यासाठी मुले आपले मन इतर गोष्टीत रमवतात आणि पुढील जीवनाची वाटचाल करतात.

पालकांनी व वयस्कर माणसांनी नेहमीप्रमाणेच वागावे. मृत व्यक्तीबद्दल बोलणे थांबवू नये. अतिउत्साहानेही मुलाशी वागण्याची गरज नसते किंवा मुलांना दुसऱ्या माणसाचा लळाही लावण्याची गरज नसते. मुलांना त्यांच्या मनाप्रमाणे दुःख

व्यक्त करू द्यावे. इतर माणसे आपल्याकडे लक्ष देत असतील, तेव्हा मुले रडत नाहीत. त्यांना तसेच वागू द्यावे.

एखाद्या माणसाचा विरह झाला की, आपण जे बोलतो त्याचा मुलावर दूरगामी परिणाम होतो. ''आता तू आईला/बाबांना त्रास देऊ नको. त्यांच्याशी नीट वाग. तू तुझे दुःख खेळून विसरू शकतोस; पण त्यांनी दुःख कसं विसरायचं? त्यांना आता सर्व आयुष्य एकट्यानंच काढायचंय'' असे काहीबाही त्या मुलाशी घरातील वडीलधारी माणसे बोलतात. अर्थात यावेळी ते हे विसरतात की, मुलालाही एका पालकाचा विरह कायम सहन करावा लागणार आहे. आयुष्यातील प्रत्येक महत्त्वाचा निर्णय घेताना व इतर प्रसंगादरम्यान त्याला स्वतःच्या गमावलेल्या पालकाची आठवण येणारच.

पालकाचे निधन झाल्यावर मूल काही दिवस शांत असते; पण नंतर त्याला काळोख, विशिष्ट आवाज किंवा काही माणसांची भीती वाटू लागते. मुलांना पूर्वी कधी तरी काळोख, भूत व मरण, यांच्या गोष्टी वडीलधाऱ्यांनी सांगितल्याचाच हा परिणाम. मुलांशी प्रेमपूर्वक आपुलकीच्या भावनेने संवाद साधावा. हयात पालकाने आत्मविश्वास ढळू देता नये. मुलांच्या संगोपनाची व कौटुंबिक गोष्टींची जबाबदारी घ्यावी. यासाठी मुलाची मदत घेऊ नये किंवा त्याच्यावर अवलंबून राहू नये.

आवडत्या माणसाचा विरह झाल्यानंतर जर वातावरणातही मोठा बदल झाला, तर मुलांना भावनिक धक्का बसतो. उत्पन्न कमी झाल्याने काही वेळा घर बदलावे लागते. या सर्व गोष्टी मुलांना अत्यंत प्रेमाने समजावून सांगाव्यात.

विरह सहन करण्याचे तरुणांचे मार्ग वेगळे असतात. रडत न बसता ते घरातून काही काळ आपल्या मित्राकडे जातात. बरीच तरुण मुले आपल्या भावना दडपून टाकायला शिकतात. खेळात मन रमवून आनंद मिळवतात. काही वेळा नैराश्य आल्यास झोपून जातात. तरुण मुले आतल्या आत कुढत असतात, हे पालकांनी लक्षात घ्यावे. वडील वारल्यास आईने तरुण मुलावर किंवा आई वारल्यास बाबांनी आपल्या तरुण मुलीवर अवलंबून राहू नये.

बरीच मुले व तरुण आपल्या जवळच्या माणसाच्या निधनामुळे उदासीन होतात. ती 'एक क्षुल्लक घटना' म्हणून सोडून देणे योग्य नाही. त्या माणसाचा कायमचा विरह झालेला असतो. मुलाला योग्यप्रकारे समजून घेतल्यास दुःखाचा योग्यप्रकारे निचरा होतो. एखादी गोष्ट नाकारणे, रागावणे, सौदा करणे, उदासीन होणे आणि नंतर त्या गोष्टीचा स्वीकार करणे, या दुःख प्रदर्शित करण्याच्या विविध

अवस्था होत. या प्रत्येक अवस्था मूल कशाप्रकारे व्यक्त करते, हे घरातील इतर माणसांवर अवलंबून असते.

आपल्या आवडत्या माणसाच्या कायमच्या विरहाचा स्वीकार केल्यावर मुले जबाबदार होतात आणि मयत माणसाच्या इच्छा पूर्ण करण्याचा प्रयत्न करतात. काही मुले बराच काळ शोकाकुल अवस्थेत राहतात. या धक्क्यातून सावरण्यासाठी त्यांना बराच वेळ लागतो. अशावेळी मानसव्यंगोपचार तज्ज्ञांची मदत घेणे इष्ट.

आपल्या आयुष्यात निर्माण झालेल्या पोकळीचे भान मुलांना व तरुणांना असते. सतत त्याची आठवण करून दिल्यास अचानक विस्फोट होऊ शकतो.

शोकाकुल अवस्थेतून सावरण्यासाठी मुलांना थोडा वेळ लागतो. म्हणूनच मयत माणसाच्या जागी दुसरा माणूस आणणे, हे तितकेसे योग्य नव्हे. वयस्कर माणसांनाही दुःखातून सावरण्यासाठी वेळ लागतोच, त्यामुळे मुलांना वेळ लागणे स्वाभाविकच आहे.

आपले भावंड निवर्तल्याचे दुःख मुलांना व तरुणांना फारच तीव्रतेने जाणवते; कारण त्यांच्याशी भूतकाळातच नव्हे, तर भविष्यकाळातही नातेसंबंध पार पाडायचे असतात. भावंडांचा विरह हा कधीच भरून न निघणारा, तसेच फारच क्लेशकारक असतो. यासाठी मुलाला योग्यप्रकारे समजून घेणे महत्त्वाचे असते.

तरुणाच्या आयुष्यातील आवडत्या माणसाचा वियोग मरणामुळेच होतो, असे नाही. अचानक झालेल्या भांडणामुळेही नातेसंबंध तुटतात. प्रणयात्मक व मैत्रीपूर्ण नातेसंबंधाचे महत्त्व तरुणाच्या दृष्टीने अनन्यसाधारण असते. या संबंधामधील ताटातूट सहन करणे फारच कठीण असते. अशावेळी जर त्याला एकांतात किंवा मित्राबरोबर सुरक्षित वाटत नसेल, तर परिस्थिती फारच हाताबाहेर जाते.

काही मुले स्वतःचा आनंद स्वतःच मिळवत असतात. ती आपल्याच विश्वात रममाण असतात. ही मुले वाचनामध्ये आपला वेळ घालवतात. त्यांना वेळ घालविण्यासाठी इतर माणसांची गरज पडत नाही. या मुलांना मित्र असतात; पण या मित्रपरिवारात ते फार अडकत नाहीत. त्यांच्या लाघवी व्यक्तिमत्त्वामुळे बऱ्याच जणांना त्यांच्याबरोबर मैत्री करावीशी वाटते; पण योग्य प्रतिसादाअभावी अशी मैत्री कायम राहत नाही. या मुलांची ही कमजोरी त्यांच्या निदर्शनास आणून देऊन त्यावर मात करण्यासाठी तज्ज्ञांचा सल्ला घ्यायला हरकत नाही.

सोळा वर्षांची मेघा ही अकरावीत शिकणारी मुलगी. तिच्याहून चार वर्षांनी मोठा असलेला तिचा भाऊ अभियांत्रिकीच्या दुसऱ्या वर्षात होता. दहावीत त्याला गणित व विज्ञान या विषयात पैकीच्या पैकी मार्क मिळाले होते. तिचे आई-बाबा

मेघाची तुलना तिच्या भावाशी करायचे. त्यामुळे तिला न्यूनगंड येत असे. दहावीमध्ये तिला गणित व विज्ञानात पंचाऐंशी टक्के गुण मिळाले. "तुझ्यामुळे आम्हाला खाली मान घालावी लागते. तुझ्या भावामुळे आपल्या कुटुंबाला खूप मान मिळाला. तो आमचा वारस आहे. तू आमची कोणीच नाहीस," अशा शब्दांत पालकांनी तिची कानउघाडणी केली.

दोन महिन्यांत भावाला अपघात झाला आणि त्यात त्याचे निधन झाले. त्याचा मृतदेह शवविच्छेदनानंतर घरी आणण्यात आला. मेघा त्याच्या देहाला हात लावून नमस्कार करावयास गेली, तेव्हा पालकांनी एकच गल्ला केला, "त्याला स्पर्श करू नको. कुटुंबाची मान खाली घालणाऱ्याने त्याला हातही लावू नये."

दोन तासांनी मेघाने गळफास लावून आत्महत्या केल्याचे आढळून आले. मुले आणि तरुण फारच भावनाशील असतात. काही ठरावीक पातळीपर्यंत संकटे व टोमणे सहन करतात. ठरावीक मर्यादेनंतर विशेषत: पालकांकडून ती टीका किंवा मानहानी मुले सहन करू शकत नाहीत. वरील उदाहरणात मुलीकडून चांगल्या प्रगतीची पालकांना अपेक्षा असल्यामुळे मुलीला प्राण गमवावे लागले.

मुलांवर संतापणे हे काही कुटुंबात नेहमीचेच असते. नकारात्मक भावना पालकांनी योग्यप्रकारे हाताळायला हव्यात. तसे केल्यानेच मुले व पालक त्या भावनांचा योग्यप्रकारे सामना करू शकतात. पाच वर्षांच्या मुलीने पाण्याची बाटली आठवड्यातून दोन वेळा शाळेत हरवली. दप्तरात बाटली नसल्याचे आईला आढळले. आईने मुलीला दरवाजात उभे करून दम देऊ लागली, "पाण्याची बाटली आणशील तेव्हाच तुला घरात प्रवेश मिळेल. पाण्याची बाटली हरवण्याची ही तुझी दुसरी वेळ आहे. तू काळजी का घेत नाहीस? पाण्याची बाटली आण, तेव्हाच तुला जेवायला मिळेल. आपल्याकडे पैसे झाडाला लागतात, असं तुला वाटतं का? बाटली खरेदीवरच वडिलांचा सर्व पैसा खर्च होतोय. मी तर कमावत नाही, मग हा सगळा खर्च बाबांना कसा परवडेल? जर परत पाण्याची बाटली हरवलीस, तर मरेपर्यंत मारीन. आज तू काहीच बोलत नाहीस, म्हणून मी मारतेय. माझ्या रागाचा दररोज तू अंत पाहतेस. एवढे शिकून मला घरी बसावे लागतेय आणि त्यात तुझ्यासारखी मुलगी. माझ्या डोकेदुखीचे तूच कारण आहेस. आता खा मार," असे म्हणून आईने तिला भरपूर मारायला सुरुवात केली. सुरुवातीला मुलगी रडू लागली; पण नंतर मुलीने भीती काबूत आणली व मुकाट्याने ती मार सहन करू लागली.

बऱ्याच कुटुंबात असे नेहमीच चालू असते. आपण वरील उदाहरणातील आईच्या रागाच्या कारणांचा विचार करू या. हा तिचा राग मनापासून होता काय?

मुलीने पाण्याची बाटली हरवली, हे रागाचे कारण होते? की दुसरे काही कारण होते? आईचे रागावण्याचे मूळ कारण काय होते, हा तिचा राग मुलीवर, स्वत:वर की दुसऱ्या कोणा माणसावर होता? आणखी काही तणावाची कारणे होती काय? आई खरोखरच रागावली आहे, की तिच्या मनात आणखी काही येत होते? बाटली कशी हरवली? त्याची आईने मुलीजवळ चौकशी केली का? हा प्रश्न आई वेगळ्याप्रकारे हाताळू शकली असती का? हा प्रश्न कशाप्रकारे हाताळल्यास कायमस्वरूपी मार्ग सापडला असता?

पालकांनी राग काबूत ठेवणे महत्त्वाचे असते. मुलेही पालकांच्या पावलावर पाऊल ठेवतात. रागाच्या भरात पालक अकारण मुलाचा भावनिक व शारीरिक छळ करतात. मुलाच्या ते कायम लक्षात राहते. खरे तर पालक मुलाचे आधारस्तंभ असतात तेच मुलाच्या शारीरिक व भावनिक स्वास्थ्याला जबाबदार असतात.

आपला राग पालकांनी कशाप्रकारे हाताळावा? आपण रागावलोय हे प्रथम ओळखावे. राग काही काळापुरता राहत असतो, हे समजून घ्यावे. ''मी पुढील काही काळ स्वत:वर ताबा ठेवायला हवा. नाहीतर राग हाताबाहेर जायचा.'' असा स्वत:शी संवाद साधावा. एक ते दहा आकडे मोजणे, एक ग्लास पाणी पिणे किंवा फिरायला जाणे इत्यादी गोष्टी केल्यास आपल्या रागाचे कारण शोधता येते.

व्यवसायातील ताणतणाव व व्यक्तिगत अडचणी यांचा मुलाबरोबरच्या आपल्या वागणुकीवर परिणाम होतो. कचेरीतील तणावामुळे घरामध्ये तणाव निर्माण होऊ शकतो. कचेरीत वडिलांची साहेबाने खरडपट्टी केली असेल आणि घरी आल्यावर त्यांच्याजवळ मुलाने जर वहीची मागणी केली तर वडील म्हणतात, ''मला जरा तरी शांती द्याल का? सारखं काहीना काही मागत असता.'' कचेरीत काय घडलं आहे याचा मुलाला काहीच पत्ता नसतो, त्यामुळे असे मुलांना बोलणे सयुक्तिक नाही.

आपल्याला आलेला राग हा वैफल्यातून, नैराश्यातून, दु:खातून, भीतीमुळे किंवा काळजीमुळे आला आहे का, याचा वडिलांनी विचार केलेला बरा. असे आत्मनिरीक्षण केल्यास भावना ओळखणे सोपे जाऊन त्याप्रमाणे वागणे शक्य होते. आपल्या मनातील भावना सर्वांना समजतील अशाप्रकारे स्पष्ट केल्यास जवळच्या नातलगांना त्या समजू शकतात. मुले प्रामाणिकपणाची कदर करतात आणि त्यांना योग्यप्रकारे समजावून दिल्यास त्याप्रमाणे वागण्याचा प्रयत्न ती करतात.

आपण रागावल्यास मुलामध्ये अपेक्षित बदल घडून येईल का? मूल हे अजाण, भाबडे व लहान असते म्हणूनच मुलावर आपण रागावू नये. मुलांना पालकाच्या निवडीचे स्वातंत्र्य नसते. त्याची परवानगी न घेता आपण त्यांना जगात

आणले आहे. म्हणूनच त्याचा शारीरिक व मानसिक छळ करणे हे टाळले पाहिजे. रागाच्या भरात आपण मुलांचा छळ करण्याची शक्यता असते.

कोणत्याही गोष्टीला कसे सामोरे जायचे, याचे ज्ञान मुले पालकांकडून घेत असतात. प्रोत्साहन देणे, प्रेम करणे आणि मुलांना योग्य प्रकारे समजून घेणे यामुळे कोणाचीतरी मदत घेऊन किंवा मदतीशिवाय मुले आव्हानांना सामोरे जातात. पालकांनी मुलांना नेहमी मदतीचा हात द्यावा व गोष्टी समजून देण्याचा प्रयत्न करावा. आपण बोललेल्या प्रत्येक शब्दाचा मुलावर परिणाम होत असतो, याचे भान असले पाहिजे. जगातील तणावाला सामोरे जाण्यासाठी मुलांना जीवनमूल्यांचे योग्य ज्ञान द्यावे. पालकांबद्दल मुलांच्या मनात भीती असू नये. जीवनातील सर्व आव्हाने मुले धीटपणे, आनंदाने आणि यशस्वीपणे पेलतील, अशा प्रकारे पालकांनी योग्य आधार देऊन मुलांना तयार करायला हवे.

प्रकरण
१२

विविध प्रसारमाध्यम साक्षरता

प्रेक्षकांशी व्यक्तिगत किंवा एकत्रितपणे संवाद साधण्यासाठी प्रसारमाध्यमांचा वापर केला जातो. दूरदर्शन, इंटरनेट, दृक्श्राव्य माध्यमे, आकाशवाणी, वर्तमानपत्रे, पुस्तके आणि मासिके ही प्रसारमाध्यमे होत. प्रसारमाध्यमातून काही कार्यक्रम माहिती देण्यासाठी प्रसारित केले जातात. बरेचसे कार्यक्रम प्रायोजकांशी प्रेक्षकांचा संवाद साधण्यासाठीच असतात.

१९७५ मध्ये भारतात दूरदर्शन प्रक्षेपण सुरू झाले. सुरुवातीला फक्त राष्ट्रीय वाहिनीच उपलब्ध होती. हळूहळू त्याची वाढ होऊन आता तर वाहिन्यांची संख्या फारच मोठी झाली आहे. आता दूरदर्शन प्रत्येक घरात आहेत. घरामध्ये शौचालय एकवेळ नसेल, पण दूरदर्शन संच असतोच.

विविध प्रसारमाध्यमे समाजाचे महत्त्वाचे अंग आहे. त्यांचा मुलांवर व तरुणांवर मोठा परिणाम होत असतो. त्यांचा मुलांच्या व बाळांच्या वाढत्या मेंदूवर बराच परिणाम होतो आणि याकडे पालक, शिक्षक, संशोधक आणि आरोग्य व्यावसायिक यांनी लक्ष द्यायलाच हवे. घरात किंवा घराबाहेर सर्व ठिकाणी या माध्यमांचा परिणाम मुलांच्या विचार करण्याच्या प्रक्रियेवर होतो.

या लेखात मुलावर पडणारा प्रसारमाध्यमांचा प्रभाव, तसेच पालकांची याबाबतची भूमिका, याचा विचार केला आहे. मुलांचा बऱ्याच प्रसारमाध्यमांशी संबंध येतो. पण दूरदर्शन आज घराघरात पोचल्याने, त्याचाच मुख्यत्वेकरून आपण विचार करणार आहोत. इंटरनेटबद्दल काही प्रमाणात विचार केलेला आहे. तसेच भ्रमण दूरध्वनी, संगणक खेळ, आयपॉड, संगीताची दृक्श्राव्य माध्यमे इत्यादी गोष्टींचाही थोड्या-फार प्रमाणात विचार केला आहे.

रुग्णाच्या मनोरंजनासाठी रुग्णालयात दूरदर्शन असतोच. त्यामुळे जन्मापासूनच मुलाचा दूरदर्शनशी संबंध येतो. सुरुवातीला मूल दूरदर्शन पाहत नसते; पण त्याचा अप्रत्यक्षपणे त्याच्याशी संबंध येतो. दूरदर्शन असलेल्या खोलीत मोठी माणसेच मुलांना नकळत नेतात. अशा तऱ्हेने मुलांचा दूरदर्शनमधील संगीताशी किंवा संवादांशी अप्रत्यक्षरीत्या संबंध येतो. पालकांची त्यामुळे करमणूक होते हे खरे असले तरी मुलांशी संवाद साधण्याचा वेळ कमी होतोच.

आता बाळाच्या मेंदूचा विकास कसा होतो ते पाहू– नुकत्याच जन्मलेल्या बाळाचा मेंदू अपरिपक्व असतो. दोन वर्षांमध्ये बाळाच्या मेंदूचा आकार तिप्पट होतो. जन्मत: बाळाच्या मेंदूचे वजन ३३३ ग्रॅम असते. दोन वर्षांनंतर एक कि.ग्रॅम होते. बाह्यप्रेरणा/ उत्तेजना यामुळेच हे शक्य होते. प्रेरणा व उत्तेजना या गोष्टी पालक व काळजीवाहकांकडून पूर्वी मिळत असत; पण आता त्या दूरदर्शनमार्फत मिळत असतात. म्हणूनच दूरदर्शन हा इलेक्ट्रॉनिक काळजीवाहक म्हणून संबोधला जातो.

बाळाला दूरदर्शन पाहायची सवय कशी लागते? प्रसूतीनंतर काही महिने मूल आईजवळच असते. काही दिवसांनी आई घरात फिरू लागते. अशावेळी मुलाला आपल्या खोलीत ठेवून त्याचेकडे लक्ष देणे सोपे जाते. ५–६ आठवड्याच्या मुलाला हलणाऱ्या गोष्टी पाहायला आवडतात. याच दरम्यान दूरदर्शनमधील चित्रांकडे, प्रकाशाकडे बाळ सहजच आकृष्ट होते. मग याच गोष्टींकडे मुलाचे सतत लक्ष जाते. जर दूरदर्शन नसेल, तर नजरेने आणि बोलून आई मुलाशी संवाद साधते. या गोष्टी दूरदर्शनमुळे कमी होतात. विरंगुळा म्हणून पालक दूरदर्शन पाहतात, पण त्यामुळे मुलाशी संवादामध्ये बाधा येते याचे त्यांना भान राहत नाही.

वयोमानाप्रमाणे मुलाची हालचाल वाढते. मग त्याला एका ठिकाणी डांबून ठेवण्यासाठी दूरदर्शनचा वापर होतो. वयोमानानुसार भूकही मंदावते. तरीही पालकांना हवे तेवढे अन्न मुलांनी खावे, म्हणून दूरदर्शनचा प्रलोभनासाठी वापर होतो. अशाप्रकारे दूरदर्शन बाळाच्या दैनंदिन जीवनाचा अविभाज्य घटक होतो.

दोन वर्षांची एक मुलगी काही गोष्टी बरोबर दाखवी; पण एक शब्दही बोलत नव्हती. एक बाई या मुलीला २० महिन्यांपासून सांभाळायची. पालक घराबाहेर गेल्यावर ही बाई दूरदर्शन लावून ठेवायची. ही बाई सर्व कामे दूरदर्शन चालू ठेवून उरकत असे. पालक उशिरा घरी येत. त्यामुळे त्यांना मुलासाठी जास्त वेळ देणे शक्य नसे. खरे तर मुलाशी संवाद साधण्यासाठी मार्गदर्शन व्हावे म्हणून बऱ्याच सीडी पालकांनी मिळविल्या. कामावरून परतल्यावर त्या सीडी हे पालक पाहत असत.

अगदी बालपणीच दूरदर्शनशी संबंध आल्यास त्याचा मुलाच्या भाषाकौशल्यावर परिणाम होतो. आईचे प्रेमळ लाडिक बोलणे ऐकूनच, मूल सुरुवातीचे शब्द उच्चारायला शिकते. आईने मुलावर टाकलेल्या दृष्टिक्षेपामुळेही मूल बोलायला शिकत असते. दृक्‌श्राव्य माध्यमामुळे मुले लवकर बोलायला शिकतात, असा काहींचा दावा असला, तरी त्यामुळे भाषाकौशल्याचा विकास होत नसतोच. उलट जास्त वेळ दूरदर्शन पाहिल्यामुळे मूल उशिरा बोलायला शिकते.

जास्त वेळ दूरदर्शन पाहिल्यामुळे वाचनाची आवडही कमी होते. याची दोन कारणे संभवतात. बहुधा पालक मुलांमध्ये वाचनाची आवड निर्माण करीत नाहीत किंवा दूरदर्शनमुळे मुलांच्या चेतासंस्थेत (Nervous) बिघाड होतो. मुलांना दूरदर्शनचे व्यसन लागते व ती दूरदर्शनसमोर कायम बसून राहतात. मुले एका जागी स्थिर राहतात व आपल्याला त्यांच्यावर लक्ष द्यावे लागत नाही, म्हणून पालक फार खूश असतात. वाचन करणे, चित्र काढणे इत्यादी गोष्टींचा वापर मनोरंजनासाठी फार अल्प प्रमाणात होतो.

आपले आयुष्य संथ गतीने चालू असते; पण दूरदर्शनवरील चित्रांची हालचाल वेगाने होते. त्यामुळे त्याचा मुलावर जबरदस्त परिणाम होतो. दूरदर्शनवरील एका चित्रावरून दुसऱ्या चित्रावर लक्ष केंद्रित करण्यासाठी मुलांना त्रास होतो. प्रत्येक चित्रावर फारच थोडावेळ लक्ष केंद्रित करायला वेळ मिळतो. त्यामुळे एखाद्या गोष्टीमध्ये समरस होण्याचे सामर्थ्य कमी होते. नेहमीच्या संथ जीवनाचा कंटाळा येतो. मुलाला अशावेळी गतिमान गोष्टीची सवय लागते. लहानपणापासून दूरदर्शन पाहण्याची सवय असलेली मुले साधारणत: सात वर्षांनंतर एखाद्या गोष्टीकडे योग्यप्रकारे ध्यान देऊ शकत नाहीत आणि ती चंचल होतात.

शालेय जीवनामुळे शाळा संपल्यावरच मुले दूरदर्शन पाहू शकतात. काही मुले तर दिवसभर दूरदर्शनच पाहत असतात. त्यांना दूरदर्शन बंद केल्यास राग येतो. ज्यावेळी आपल्याला कंटाळा येतो, तेव्हाच आपण मनोरंजनासाठी नवनवीन गोष्टींचा शोध घेतो. त्यायोगेच आपल्या मेंदूला कल्पक विचार सुचतात. दूरदर्शनवर कायमचे कार्यक्रम पाहत राहिल्याने मेंदूला विचार करायला वेळच मिळत नाही. त्यामुळे मुलांचे कल्पक विचार खुंटून जातात.

काही मुले दूरदर्शन पाहत-पाहत गृहपाठ करतात. त्यामुळे नवनवीन कल्पना आत्मसात करणे कठीण जाते. परिणामत: ही मुले अभ्यासात मागे पडतात.

घरातील सर्व माणसे एकत्र दूरदर्शन पाहतात. तरीही त्यांच्यात संवाद होत

नाही. घरातील वडीलधाऱ्यांतील संवाद कमी झाल्याने परस्परसंबंधावर त्याचा परिणाम होतो.

मुंबईतील मुले आठवड्याला सरासरी साडेसतरा तास दूरदर्शन पाहतात आणि संगणकीय खेळ खेळतात. फक्त दहा टक्के मुलेच मनोरंजन म्हणून वाचन करतात. दूरदर्शनवर मुले शैक्षणिक कार्यक्रम पाहत नाहीत. ८९ टक्के मुले व्यंगचित्रे असलेल्या वाहिन्या पाहणे पसंत करतात.

दूरदर्शन जास्त काळ पाहणारी मुले आक्रमक आणि चंचल होतात, असे आढळून आले आहे. जी मुले दूरदर्शनवर हिंसक कार्यक्रम पाहतात त्या मुलांची वर्तणूक आक्रमक, गुन्हेगारी स्वरूपाची होते. तसेच भावी आयुष्यात ही मुले सराईत गुन्हेगार होऊ शकतात.

दूरदर्शनवर पाहिलेल्या आक्रमक, हिंसक घटनांचा प्रयोग मी माझ्या आठ वर्षांच्या बहिणीवर करतो, असे १४ वर्षांच्या मुलाने कबूल केले. ''माझी बहीण मला आवडते; कारण ती या सर्व गोष्टीत मला साहाय्य करते'' असेही तो म्हणतो.

हिंसक कार्यक्रम पाहिल्यावर मुले भावनाविवश होतात. प्रखर प्रकाश, विविध रंग, भराभर केलेल्या हालचाली, इत्यादी गोष्टींचा मेंदूच्या ठरावीक भाग उत्तेजित होतो. अशाप्रकारे वरचेवर उत्तेजन होत राहिल्यास मेंदू याच गोष्टीचा सतत विचार करतो आणि त्यामुळेच अशा मुलांची भावनाविवशता वाढते.

दूरदर्शनवरील कार्यक्रमाचे कोणी ना कोणी प्रायोजक असतात. ते त्यांच्या उत्पादनाची जाहिरात करीत असतात. जाहिरातदारांचा लोकांशी संपर्क साधण्यासाठीच कार्यक्रम सादर केले जातात. जास्तीत जास्त लोकांपर्यंत आपली जाहिरात पोचावी, असेच कार्यक्रम तयार केले जातात. दूरदर्शनचा ३० टक्के वेळ जाहिरातींवर खर्च होतो. या जाहिराती अन्न, पोषक पेये, खेळणी, विविध खेळ, कपडे आणि मोठमोठी हॉटेल यासंबंधीच्या असतात. फळांसारख्या नैसर्गिक खाण्याच्या जाहिराती क्वचित दाखवल्या जातात. जाहिरातींमधील माहिती कशाप्रकारे समजून घ्यावी, याची मुलांना जाण करून द्यायला हवी. जाहिरातीचा दर्जा काय आहे आणि त्यामध्ये काय दाखवितात, ते पालकांनी जाणून घ्यायला हवे.

जी मुले विशेषत: तरुण दीर्घकाळ दूरदर्शन पाहत असतात, ती लठ्ठ होतात. दूरदर्शनमुळे मुलांच्या शारीरिक हालचाली कमी होतात. त्यामुळे उष्मांकाचा (कॅलरीचा) वापर होत नाही. सवलतीच्या दरात मिळणारे आणि उच्च उष्मांकाचे पदार्थ दूरदर्शन पाहत असताना ही मुले खातात. या खाद्यपदार्थांवर फुकट मिळत

असणाऱ्या गोष्टीच्या प्रलोभनापोटी याची मोठ्या प्रमाणात खरेदी केले जाते. त्यामुळे मोठ्या प्रमाणात त्याचे सेवन केले जाते. जास्त काळ दूरदर्शन पाहिल्यास प्रत्येक तासाला २ टक्के इतका लठ्ठपणा वाढतो.

दूरदर्शनवर दाखवल्या जाणाऱ्या लैंगिक कार्यक्रमांमुळे तरुणांमध्ये अधिक लवकर लैंगिकता जोपासली जाते. दूरदर्शनवर सांगण्यात येणाऱ्या गोष्टींची उकल पालकांनी मुलांना योग्य प्रकारे करून दिली पाहिजे.

दूरदर्शनवर गाणी दाखवतात, त्यावेळी त्यातील नायक व नायिका एकमेकांना मिठ्या मारताना दाखवितात. त्यामुळे पालक दूरदर्शन बंद करतात. अशावेळी पालकांनी काय करावे? अशा संधीचा फायदा घेऊन पालकांनी मुलांना योग्यप्रकारे सावध करावे. कोणीही सुज्ञ माणसे अशाप्रकारे उघडपणे एकमेकास मिठ्या मारत नाहीत, हे या चित्राच्या माध्यमातून मुलांच्या मनावर बिंबवावे.

काही मुलांना संगणकीय खेळ खेळण्याचे व्यसन असते. पालकाचे अनुकरण केल्यानेच त्यांना या खेळाचे व्यसन लागते. ''संगणकीय खेळांचा माझ्याकडे भरपूर साठा असावा, असे मला वाटते. मला हे खेळ भरपूर खेळावयाचे आहेत.'' अशी प्रतिक्रिया एका पालकाने व्यक्त केली होती. पुढे तो म्हणाला, ''सध्या माझ्याकडे थोडेच खेळ आहेत. मी व माझे मुलगे पुष्कळ वेळा खेळतो. त्यामुळे फारच मजा येते.'' या सर्व गोष्टींमुळे संवाद कमी होऊन, जीवनशैली नेहमीप्रमाणे संथ न राहता वेगवान होते. सर्व गोष्टींकडे योग्यप्रकारे लक्ष दिले जात नाही. हिंसकता, आक्रमकता वाढते.

'इंटरनेट' हे ज्ञानाचे भांडार होय. माऊसने बटण दाबताच ज्ञानाचे भांडार उपलब्ध होते. म्हणूनच इंटरनेट ही क्रांतीच आहे. त्यामुळे आपले ज्ञान प्रगल्भ होते. तसेच माहिती मिळविण्यासाठी त्याचा मुलांना उपयोग होतो. काही कुटुंबांमध्ये २४ तास इंटरनेट पाहिला जातो. मुले सहज इंटरनेटची जोडणी करू शकतात. १० ते २० वर्षांची मुले इंटरनेटच्या माध्यमातून संवाद करतात. ही मुले इंटरनेटच्या माध्यमातून अनोळखी माणसाशी संपर्क साधतात. काही वेळा ही माणसे त्रास देतात. काही तरुण आपली व्यक्तिगत माहिती इंटरनेटमध्ये साठवतात. मग अनोळखी माणसे ही माहिती मिळवितात व त्याचा गैरवापर करतात.

इंटरनेट हा आधुनिक आविष्कार आहे. त्यामुळे समाजातील विविध घटकांना एकत्र आणता येते. हे विविध घटक एकमेकांशी संपर्क साधतात. जगातील कोणत्याही भागातील माणसांशी त्यामुळे संपर्क साधता येतो. व्यवसाय

वाढविण्यासाठी इंटरनेटचा जसा उपयोग होतो, तसाच त्याचा मोठ्या प्रमाणात दुरुपयोगही केला जातो.

शाळेत जाणाऱ्या मुलांना इंटरनेटवरून विविध व्यक्तींशी संपर्क ठेवायला आवडतो. असे बरेच मित्र ते जोडतात आणि त्यांच्याशी बातचित करण्यात बराच वेळ घालवतात. त्यामुळे जीवनातील इतर गोष्टींत ते भाग घेऊ शकत नाहीत. तसेच झोपेचा वेळही कमी होतो. झोप कमी घेतल्याने शाळेतील गृहपाठ व अभ्यास ही मुले योग्यप्रकारे करू शकत नाहीत.

पालकांनी इंटरनेटच्या कोणत्या धोक्यांची जाणीव ठेवावी?

खासगी गोष्टींमध्ये ढवळाढवळ – आपल्या पालकांच्या परवानगीशिवाय कोणतीही खासगी माहिती, आपण दुसऱ्यांना कळवू नये. (आपले नाव, पत्ता, वय, शाळेचे नाव या गोष्टींचा खासगी माहितीत अंतर्भाव असतो.)

अनुचित माहिती उपलब्ध होणे – इंटरनेटमार्फत विविध प्रकारची माहिती मिळविता येते. लैंगिक, हिंसक व आक्रमक गोष्टींबद्दल माहिती सहज उपलब्ध होते. बॉम्ब बनवणे, अपायकारक औषधे बनविणे इत्यादींची माहिती इंटरनेटवरून मिळू शकते.

छळणूक : इंटरनेटच्या माध्यमातून मुलांना व तरुणांना त्रास देणारे बरेच नादान व क्रूर लोक असतात.

आर्थिक लाभ : 'क्रेडिट कार्ड' वापरून खरेदी करण्यास पालकांनी मुलांना रोखलेच पाहिजे.

लैंगिक छळवणूक : अश्लील, बीभत्स व असभ्य अशा प्रकारची चित्रे किंवा मजकूर जर इंटरनेटवरून मुलांना पाठविला गेला, तर त्याबद्दल योग्य ठिकाणी तक्रार करावी.

शोधक यंत्रामार्फत हेरगिरी : अशाप्रकारे मुलाच्या सुरक्षिततेमध्ये धोका निर्माण होतो.

मुलांच्या उमेदीचे खच्चीकरण : इंटरनेटच्या अमर्याद वापरामुळे मुलांचा बराच वेळ फुकट जातो. त्यामुळे इतर कल्पक गोष्टी करण्यास मुलांना वेळ मिळत नाही. योग्यप्रकारे वेळ न वापरल्यामुळे मुलाची प्रगती खुंटते. अंगी असलेली विविध कौशल्ये वापरण्यास मूल असमर्थ होते.

इंटरनेटचा वापर : इंटरनेटचा वापर कसा व किती करावा, यावर पालकांचे लक्ष असावे. पालकांनी त्याबद्दल मुलांना मार्गदर्शन करावे.

वर्तमानपत्रातील बराचसा मजकूर नट-नट्यासंदर्भात असतो. मुलांचे वाचन सुधारावे, म्हणून आपण मुलाला वर्तमानपत्र वाचावयास लावतो. त्यामुळे सकाळी सकाळी मुले काय वाचतात, तर मृत्यू, खून, दरोडे, अपघात, नक्षलवाद्यांचे हल्ले यांच्या बातम्या! या सर्व बातम्यांनी मुलाचा दिवस सुरू होतो. पूर्वी मासिकात कौटुंबिक जिव्हाळ्याचे विषय असायचे. आता या मासिकात लैंगिक विषयांचे लेख असतात. त्यात आत्महत्यांवर लेखमालाही असतात.

भ्रमणध्वनीचे जाळे आता सर्व जगात पसरले आहे. भ्रमणध्वनीच्या यंत्रात इंटरनेट, रेडिओ, संगीत इत्यादी गोष्टी असतात. या सर्व गोष्टी त्यामध्ये असल्याने तरुण मुलांना या दूरध्वनीचे आकर्षण असते. त्यामुळे दिवसभरातील भरपूर वेळ भ्रमणध्वनीवरून गप्पा मारणे व खेळ खेळणे यात जातो. मुलांनी योग्य प्रकारे माध्यमांचा वापर करावा, यासाठी आपण काय करावे?

संगणक आणि दूरदर्शन घराघरांत शिरण्याआधी चित्रपट (सिनेमा) स्वरूपातच दृक्श्राव्य माध्यम उपलब्ध होते. सिनेमा पाहण्यासाठी मुलांसोबत आई-वडील असत. सिनेमामधील हिंसक घटना पाहताना पालक बरोबर असल्याने मुलांना भीती वाटायची नाही. आकर्षक व आश्चर्यकारक वाटणारी सिनेमामधील दृश्ये पालक मुलांना योग्यप्रकारे समजावून सांगत. उदा. सिनेमातील नायक जर चालत्या वाहनावरील खलनायकावर हल्ला करत असेल, तर हे सर्व फोटोग्राफीतील योग्य कसबामुळे शक्य होत असते, याची समज पालक मुलांना देत. तसेच बाराव्या मजल्यावरून उडी मारून काही इजा न होणे शक्यच नसते, हेही मुलांना समजावून सांगितले जाई. थोडक्यात, सिनेमातील प्रसंग हे कपोलकल्पित असतात. त्यांचा वास्तवाशी संबंध नसतो, हे मुलांना समजे. सिनेमा हे थोड्या वेळचेच मनोरंजनाचे साधन असते.

हीच गोष्ट माहितीपर चित्रपट आणि जाहिरातीबाबत असते. कोणतीही नवीन गोष्ट खरेदी करताना, पालक मुलांना त्याचे फायदे व तोटे समजावून सांगत. त्यानुसार मुले विचारपूर्वक निर्णय घेत असत.

पण, अलीकडे सर्वच गोष्टी बदलल्या आहेत. दूरदर्शनचा उपयोग मुलांना सांभाळणारा इलेक्ट्रॉनिक काळजीवाहक म्हणून केला जातो. मुले तासन्तास व्यंगचित्राचे कार्यक्रम पाहत असतात. काही पालक शैक्षणिक कार्यक्रम पाहायला

मुलांना परवानगी देतात. मुलाची दृष्टी आणि हात यांचे योग्यप्रकारे संतुलन व्हावे, म्हणून संगणकीय खेळ मुलांना खेळण्यास दिले जातात. हे सर्व करताना जाहिराती अव्याहतपणे पाहिल्या जातात. मूल कोणते कार्यक्रम पाहते, हे पाहण्यासाठी तसेच त्यासंबंधी माहिती सांगण्यासाठी मुलाजवळ कोणीच असत नाही.

मग हा गुंता कसा काय सोडवायचा? मूल जे कार्यक्रम पाहणार आहे ते आधी पडताळून पाहणे शक्य असते का? कार्यक्रम तयार करताना निर्मात्यांनी मुलांचा विचार करूनच तो तयार करावा. तरीही आपण दूरदर्शन पाहणे बंद करतो काय?

"तू दूरदर्शन पाहू नको," हे म्हणणे सोपे आहे. पालकांनी कार्यक्रम पाहण्यासंबंधी मुलावर योग्य नियंत्रण ठेवणे काही प्रमाणात शक्य आहे. पालक तसेच इतर वयस्कर मंडळींनी मुलाचा विकास योग्य प्रकारे होईल, त्यानुसारच दूरदर्शनचा उपयोग करावा आणि स्वत:वर बंधन घालावे.

या इलेक्ट्रॉनिक माध्यमांचे कार्य कशाप्रकारे चालते, त्यांचा उपयोग व परिणाम काय, याबद्दल योग्य माहिती मुलांना असणे, म्हणजेच 'माध्यम साक्षरता'. माध्यमांचे काम कशाप्रकारे चालते, त्यांचे व्यवस्थापन कसे असते आणि हे सर्व प्रत्यक्षात कसे आणले जाते, हे समजून घेण्याने मुलांना आनंद मिळाला पाहिजे.

माध्यमामध्ये कार्यक्रम तयार करून सादर करण्याची क्षमता मुलांमध्ये निर्माण करणे, हेही माध्यम साक्षरतेचे लक्ष्य असते. माध्यमांचा आपल्यावर कसा परिणाम होतो, तसेच आपल्यावर छाप पाडण्यात ही माध्यमे कशा प्रकारे बाकबगार असतात, हे मुलांना लक्षात आणून द्यायला हवे.

योग्यप्रकारे संवाद साधणे आणि काळजीपूर्वक विचार करणे या गोष्टी मुलांच्या अंगी बिंबवणे अत्यंत गरजेचे आहे. त्यामुळेच मुलांना दूरदर्शनवरील कार्यक्रमांचे योग्य प्रकारे विश्लेषण करता येते. या मुलांबरोबर सर्व कार्यक्रम आपण पाहावे, जेणेकरून कार्यक्रमाचे रसग्रहण मुलांना आपण योग्यप्रकारे करू शकतो. कार्यक्रमातील विविध गोष्टी समजावून देऊ शकतो. आपण जर मुलांबरोबर कार्यक्रम पाहू शकत नसलो, तर मुलांना मनोरंजनासाठी दुसऱ्या गोष्टींचा पर्याय ठेवावा. कार्यक्रमाचे विश्लेषण स्वतंत्रपणे करण्याची सवय मुलांना लावावी. अर्थात एखाद्या कार्यक्रमाबद्दलची त्यांची व तुमची मते मिळतीजुळती असतीलच असे नाही. स्वाभिमान न दुखावता मुलांना कार्यक्रमामध्ये नेमके काय सांगायचे आहे, ते सांगावे.

कार्यक्रमातून दिलेल्या संदेशाची चर्चा करून तो समजून घ्यावा. या संदेशातून माध्यम चालकांना आपल्याला काय माहिती द्यायची आहे, त्यांची उत्पादने विकत

घेण्यासाठी हा आटापिटा आहे का, की नुसते मनोरंजन करायचे आहे, याची चर्चा व्हावी. कार्यक्रमात संदेश देण्यामागे माध्यमाच्या मालकांचा काही ना काही हेतू असतोच. लोकांना आपल्याकडे आकृष्ट करण्यासाठी ते खास भाषा वापरतात. वर्तमानपत्रेही मथळा अधिक ठळक अक्षरात छापतात. ज्याद्वारे ग्राहकांचे त्यांचेकडे लक्ष वेधले जाते. माध्यमे ठरावीक संगीत वापरतात. त्यामुळे लोक भावनाविवश होतात.

माध्यम साक्षरता म्हणजे विविध कार्यक्रमांचे विश्लेषण व मूल्यांकन करून नवीन कार्यक्रमांची निर्मिती करावयास शिकणे हे होय. या गोष्टी खालीलप्रमाणे विविध प्रकारे आपण करू शकतो.

कार्यक्रम कोणी तयार केला?

'माझ्या' मुलाला आकृष्ट करण्यासाठी कोणते कौशल्य वापरले आहे?

या कार्यक्रमातील संदेशाचा अर्थ 'मी' कसा लावला?

'माझे' मूल त्यातून कोणता अर्थ काढील?

या संदेशाद्वारे कोणती भूमिका मुले घेतील? तसेच त्याद्वारे माहिती व कौशल्ये यांच्याबाबत काय समजते? 'माझ्या' मुलाला त्यातील न समजणाऱ्या गोष्टी कोणत्या?

या संदेशाचा हेतू काय?

याचा 'माझ्या' मुलावर कशाप्रकारे प्रभाव पडणार आहे?

अशा प्रकारे कार्यक्रमासंदर्भात विविध शंका प्रौढ माणसांनी उपस्थित करायला हव्यात. तसेच मुलांना कार्यक्रम एकट्याने पाहायला देऊ नयेत.

माध्यम साक्षरता म्हणजे – १) माध्यमांचे अवखळपणे अवलोकन नव्हे, २) माध्यमांबद्दल शिकवणे किंवा त्या माध्यमातून शिकणे नव्हे, ३) कार्यक्रम बनवण्यावर प्रतिबंध आणणे नव्हे.

माध्यमातून मिळणाऱ्या माहितीचे योग्यप्रकारे विश्लेषण करणे, हाच माध्यम साक्षरतेचा हेतू असतो.

विविध माध्यमांद्वारे तयार केलेले संदेश अतिशय कल्पक अशा भाषेत असतात, हे आपण मुलांच्या लक्षात आणून द्यायला हवे. प्रत्येक जण या संदेशाचा आपापल्या परीने अर्थ काढत असतो. हे संदेश फायदा मिळविण्यासाठीच तयार केलेले असतात, हे निश्चित. 'काळजीपूर्वक निरीक्षण करा आणि गंभीरतेने विचार करा' हे सूत्र माध्यमांसंदर्भात समाजात रुजले पाहिजे.

भावनिक परिपक्वता आणि सकारात्मक सामाजिक वागणूक, यांचा विकास होण्यासाठी इलेक्ट्रॉनिक माध्यमे महत्त्वाची भूमिका निभावत असतात. त्यासाठी पालकाचे योग्य मार्गदर्शन गरजेचे असते. मनोरंजनाच्या साधनांऐवजी इलेक्ट्रॉनिक माध्यमांचा वापर होऊ नये. आपली पुढची पिढी शारीरिक, मानसिक, भावनिक तसेच आत्मिक या सर्व दृष्टीने तंदुरुस्त झाली पाहिजे, ही पालकांची व प्रौढांची जबाबदारी आहे. एकंदरीत, माणसाच्या वागणुकीबद्दल मुले अनभिज्ञ असतात. म्हणूनच माध्यमांतील विविध संदेशांचे विश्लेषण करण्यासाठी मुलांना पालकांचे मार्गदर्शन अपेक्षित असते. मुलांसाठी अपायकारक अशा माध्यमांची आपण खरेदी केली नाही, तर त्यांचे उत्पादन निश्चित कमी होणार. मुलांना योग्य प्रकारे विचार करायची आपण सवय लावल्यास, तीही चांगले कार्यक्रमच पाहतील. त्यामुळे अपायकारक कार्यक्रमांपासून दोन हात लांब राहतील. माध्यमांद्वारा संवाद साधण्याबरोबरच मुलांशी व्यक्तिगत पातळीवर संवाद साधणे महत्त्वाचे असते. वाचनामुळे विचारांना चालना मिळते. म्हणून वाचनाची सवय मुलांना लावावी. पालकांनी इलेक्ट्रॉनिक माध्यमांची ही बाजू समजून घेतल्यास, समाजातील प्रत्येक जण या माध्यमांचा वापर योग्य प्रकारे करायला लागेल.

प्रकरण

१३ मुलांबद्दल प्रेम व जिव्हाळा

आपल्याला मूल होणार, हे समजल्यावर पालकांना आनंद होतो. आपल्या घरी नवा पाहुणा येणार, या कल्पनेने ते आनंदित होतात तसेच ते गर्भावर प्रेम करू लागतात. हा गर्भ लगेचच कुटुंबाचा भाग होऊन जातो. पालकांची योग्य ती शारीरिक तयारी नसली तरी बाळाच्या संगोपनासाठी अधीर झालेले असतात. गर्भाला आवश्यक गोष्टींचा पुरवठा आईकडून तिच्या नकळत होत असतो. सर्व जीवनावश्यक पदार्थ मुलाला आईकडून नाळेमार्फत पुरविले जातात. मूल आईवर पूर्णत: अवलंबून असते. गर्भाशयातील उबदार वातावरणात ते सुरक्षितपणे वाढत असते. त्यामुळे आपल्याला असेच उबदार वातावरण जन्मानंतरही मिळेल याची मुलांना खात्री असते.

अशा या उबदार व सुखदायी वातावरणातून जन्मानंतर मूल सर्वस्वी अनोळखी अशा जगात प्रवेश करते. या मोकळ्या वातावरणात आपण कसे जुळवून घ्यावयाचे, याबद्दल बाळ पूर्णपणे अनभिज्ञ असते आणि या भीतीमुळेच मूल जन्मल्यानंतर रडू लागते. नवजात अर्भकाच्या रडण्याबद्दल सर्वांची एकच प्रतिक्रिया असते. या रडणाऱ्या बाळाला लगेच कडेवर घेऊन थोपटून सांगावेसे वाटणे, "हे जग फार वाईट नाही. तुझी प्रेमाने काळजी घेऊन तुझी वाढ योग्य प्रकारे होईल, याची आम्ही पालक दक्षता घेऊ." आई-वडिलांच्या मुलाकडून यावेळी फार अपेक्षा नसतात. तरीही काही लोक मुलाचे लिंग व रंग याला महत्त्व देताना दिसतातच.

जन्म झाल्यानंतर मुलाचे संगोपन निरपेक्षपणे व जिव्हाळ्याने केले जाते. मूल कसेही असले तरी अमूल्य ठेवा, म्हणूनच त्याचा स्वीकार होतो. काही दिवसांतच मुलाचा स्वभाव पालकांना कळून येतो. नवीन वातावरणाशीही बाळ सहजपणे जुळवून घेऊ लागते. त्यामुळेच ते दूध प्यायला शिकते आणि शी व शू झाल्यास रडू लागते.

पालकांच्या प्रेरणेनेच बाळ आपल्या गरजा प्रकट करू लागते. उदा. बाळाला

उचलून घ्यायला हवे असते, तेव्हा ते रडते. अशावेळी बाळाला उचलून घेतले की, त्याला पालकाबद्दल विश्वास वाटतो. काही दिवसांनी हेच बाळ उचलून घेऊनसुद्धा, रडायचे थांबत नाही. तेव्हा पालकांना काळजी वाटते. बाळही त्यामुळे आणखी रडू लागते; पण हळूहळू आई व बाळ एकमेकांना समजून घेतात. ''मी नीटपणे वागलो नाही, तर मला नेहमीसारखे प्रेम व मायेची ऊब मिळणार नाही. जर योग्यप्रकारे काळजी घ्यावी, असे वाटत असेल, तर मलाही ठरावीक प्रकारे वागले पाहिजे. माझ्या आई-वडिलांना मी खूश ठेवले पाहिजे. आई-वडिलांना काळजी वाटेल असे मी वागता नये'' असा विचार बालमन करू लागते.

अशाप्रकारे बाळ व पालक यांच्यात प्रेमसंबंधातूनच बाळाचे-पालकाचे संबंध दृढ होतात. भांड्यातील अन्न संपविल्यास आई-वडील आनंदी होतात, याची जाणीव त्याला होते. बाळ रडून किंवा हसून पालकांचे लक्ष आपल्याकडे वेधून घेते. आई-वडिलांनी दिलेल्या सूचनांचे पालन करू लागते. पालकांना खूश करण्यासाठी 'नमस्ते' म्हणते, तसेच प्रश्नाची उत्तरेही बाळ देऊ लागते.

आई-वडिलांच्या लेखी आपण चांगले आहोत हे सिद्ध करण्यासाठी १ ते ३ वर्षांच्या बाळाला ठरावीक दिनक्रमाचे अनुकरण करावे लागते, तर काही गोष्टी सोडाव्या लागतात. त्यामुळे त्याची योग्यप्रकारे काळजी घेतली जाते. बाळ व पालक यांचा स्वभाव कधी कधी जुळत नाही. अशा वेळी पालक नाउमेद होतात आणि नाराजी व्यक्त करण्यासाठी जाहीरपणे काही प्रतिक्रिया व्यक्त करतात.

आपले बाळ योग्यप्रकारे वागते का, इकडे पालकांचे लक्ष असते. जर बाळाची वागणूक त्याच्या मनाप्रमाणे नसेल, तर पालक त्याला सुधारावयाचा प्रयत्न करतात. कारण त्यांच्या बाळाला कोणीही नावे ठेवलेले त्यांना आवडत नाही. मग हे प्रेमळ पालक गंभीर होतात. मुलाशी होणाऱ्या त्यांच्या संवादामध्ये फरक पडतो. हे पालक आता मुलाला शिस्त लावण्याचा प्रयत्न करतात व हे करताना मुलावर विविध निर्बंध लादतात, शिक्षा देतात, त्याची कानउघडणी करतात.

''तुम्ही मुलाशी अलीकडे असे का वागता?'' असे प्रश्न पालकाला केल्यास ''आमचे आमच्या मुलावर प्रेम आहे म्हणून.'' असे उत्तर मिळते. पूर्वी कडेवर घेऊन, प्रेमभरे मुलाचे लाड करणे आता लुप्त झालेले असते. आता पालक मुलावर रागावतात, मारतात, पट्ट्याने मारतात कधी कधी तर पळीने डाग देतात. अशाप्रकारे वागल्यामुळे आता पालकांचे मुलावरचे प्रेम हे नावापुरतेच राहते. हे पालक 'प्रेम' या शब्दाची चेष्टाच करत असतात. मूल आपली मालमत्ता आहे, असे समजल्यामुळेच पालक असे वागू शकतात.

मुलावरचे प्रेम बाळाला दम देऊन, काळजी करून किंवा रागावून व्यक्त न करता खरोखर प्रेमच केले पाहिजे. मूल पालकांची नक्कल करते तसेच पालक ज्याप्रकारे त्याच्यावर प्रेम करतात, त्याचप्रमाणे ते इतरांवर प्रेम करते. या दोन कारणांसाठीच आपण मुलाशी प्रेमपूर्वक वागणूक ठेवावी. थोडक्यात, ज्या प्रमाणात आपण मुलावर प्रेम करतो, त्या प्रमाणातच आपल्याला मुलाकडून प्रेम मिळते.

मुलाच्या स्वच्छतेची, आरोग्याची तसेच आहाराची चांगल्याप्रकारे काळजी घेतली म्हणजे आपले मुलावर जास्त प्रेम आहे, अशी काही पालकांची समजूत असते. पण या सर्व गोष्टींची काळजी घेताना मुलाशी संवाद करण्यासाठी वेळच राहत नाही. काही पालकांना असे वाटते की, मुलाची रात्रंदिवस काळजी केली म्हणजे आपले मुलावर प्रेम सिद्ध होते. या काळजीपोटी हे पालक स्वतःची झोप हरवून बसतात. ''आम्ही आमच्या बाळाला उत्तम शाळेत प्रवेश मिळवून दिला, त्याला उत्तमोत्तम खेळणी आणली, त्याला स्वच्छ, प्रदूषणमुक्त वातावरणात ठेवले, तरीही आमचे मूल खूश दिसत नाही. त्याला काहीही विकत घेण्याची परवानगी असते. तसेच त्याला सर्व प्रकारची चैनीची साधने आम्ही दिली आहेत. तरीही आमचे मूल समाधानी नाही,'' अशी काही पालकांची तक्रार असते. आपण मुलाची काळजी घेतली, त्याला मनाप्रमाणे वागू दिले, त्याच्याकडे दुर्लक्ष केले म्हणजे आपण मुलावर भरपूर प्रेम केले असा पालकांचा गैरसमज होतो.

काही गोष्टी केल्याने पालकांचे आपल्यावर प्रेम आहे, असे बाळाला वाटते; पण पालकाचे उलटेच मत असते. त्यांना या गोष्टींचा व प्रेमाचा काही संबंध नाही असेच वाटते.

बाळाला खालील गोष्टींची पालकांकडून अपेक्षा असते :

- उबदार वातावरण,
- पालक केव्हाही उपलब्ध असणे,
- बाळाकडे प्रेमपूर्वक लक्ष,
- आनंदमय वातावरणात संगोपन,
- खेळणे, गप्पा मारणे, तक्रार करणे, विविध गोष्टींबाबत चर्चा करणे, इत्यादी गोष्टींसाठी पालकांनी वेळ द्यावा,
- गरज असेल त्यावेळी आपले म्हणणे ऐकून घेणे,
- आपल्या सर्व गोष्टींमध्ये जास्त लुडबुड न करता गरजेपुरते लक्ष घालणे,
- भावनिक व शारीरिकदृष्ट्या कमजोर झालेले असताना आधार देणे,

- असुरक्षित वाटत असताना मदतीचा हात देणे,
- आपल्याला वाटेल तेव्हा मिठी मारायला किंवा मिठीत घ्यायला हक्काचा माणूस असणे,
- जवळीक साधण्यासाठी, पापा घेण्यासाठी माणूस असणे,
- आपल्या चुका दुरुस्त करण्यासाठी मार्गदर्शन करणे,
- कोणी आपल्याशी निंदनीय व दोषास्पद वागून उगाच खोडी काढल्यास, आपल्या बाजूस ठामपणे उभे राहणे,
- बाहेरच्या जगात विमुक्तपणे वागायला परवानगी देऊन परिणामाला सामोरे जाणे,
- गरज असेल, तेव्हा बसण्यासाठी हक्काची मांडी देणे,
- आपण केलेल्या चुका स्पष्टपणे मांडणे व त्याबद्दल खरडपट्टी न काढणे,
- तिऱ्हाईतांबद्दल तिरस्कार, राग, भीती, अपराधी भाव, असुरक्षितता, मत्सर व्यक्त केल्याबद्दल दमदाटी न करणे,
- आपल्याला कोणत्याही प्रकारे कसोटी न लावता स्वायत्तता देणे.

पालकांनी मुलाशी योग्य संवाद साधून किंवा देहबोलीने आपलेसे करावे. अशा प्रकारे आपण वागल्यामुळे मुलाचे स्वतंत्र व प्रौढ व्यक्तिमत्त्वात रूपांतर होते. हे प्रौढ झालेले मूल नंतर पालकांशी त्याच प्रकारे वर्तन करते आणि पालकांना त्यामुळे भावनिक सुख मिळते. पालक जसे पेरतात तसेच उगवते. मुलाच्या पहिल्या वीस वर्षांतील पालकांनी केलेल्या संस्कारांना बरेच महत्त्व असते. मुलांवर 'ती आपली स्वत:ची आहेत', म्हणून प्रेम केले पाहिजे, 'ती चांगली आहेत' म्हणून नव्हे.

बाळाचे उत्तम अशा प्रौढ व्यक्तिमत्त्वात रूपांतर होण्यासाठी पालकांनी त्याच्यासाठी वेळ, सर्वस्व दिले पाहिजे. त्याचेकडे योग्य प्रकारे लक्ष ठेवले पाहिजे. त्यामुळे आपले बाळावरचे प्रेम निश्चित सिद्ध होते. प्रेम हे मुलाच्या वाढीसाठी पूरक असते. आपल्या प्रेमामुळे मुलाचे परावलंबित्व वाढू नये किंवा मुलाचे अति लाडही होऊ नयेत. मुलावरील प्रेम, ही एक सहज घडणारी गोष्ट असते आणि त्याला सीमा नसतात. निरपेक्ष प्रेमामुळे मुलाला प्रेरणा मिळते आणि त्याचा विकास पूर्ण क्षमतेने होतो. पालकावरील विश्वासापोटी मूल म्हणते, "माझे आई-वडील माझ्या पाठीशी खंबीरपणे उभे आहेत." पालकांच्या अशा वागणुकीमुळे मुलामधील लपलेली कौशल्ये प्रकट होण्यास वाव मिळतो. आपल्या मनात कोणावर तरी प्रेम करण्याची ऊर्मी असते. ती पुरी करण्यासाठी आपण मुलावर प्रेमाचा वर्षाव करायला हवा. त्यामुळे मुलांचा उत्तम विकास होतोच. तसेच आपल्याला कोणीतरी आपले असे हक्काचे माणूस असल्याचा भाव वाढीस लागतो आणि जीवन आनंदमय होते.

प्रकरण १४

लैंगिक शिक्षण

लैंगिकता ही माणसाच्या जीवनातील अत्यंत महत्त्वाची गरज आहे. ही गरज भागविण्यासाठी माणसाला दुसऱ्या माणसाची जरुरी असते. मानवी जीवनात जन्मापासून मरेपर्यंत प्रेम व जिव्हाळ्याची देवाण-घेवाण चालू असते. स्त्री-पुरुष या लिंगभेदांकडे एकूणच माणसाचा पाहण्याचा दृष्टिकोन, त्यासंबंधी त्याचे विचार या सर्वांनाच लैंगिकता असे म्हटले जाते. विरुद्ध लिंगाच्या व्यक्तीकडे एखादी व्यक्ती ओळख, विचार, भावना, वागणूक, नातेसंबंध, जिव्हाळा, स्पर्शसुख, काळजी घेणे, सहकार्य व जवळीक या गोष्टीसंबंधात कशाप्रकारे पाहते, याचा लैंगिकतेमध्ये अंतर्भाव असतो. लैंगिकता म्हणजे परलिंगी व्यक्तीशी केलेली वागणूक, एवढेच नाही, तर या विषयाबद्दलच्या माणसाच्या कल्पना, ज्ञान, दृष्टिकोन, भावनिकता या विषयामध्ये त्याची भूमिका व समाजातील रीतिरिवाज या सर्व गोष्टींचा लैंगिकतेमध्ये विचार करायला हवा.

माणसाचे लिंग जन्मत:च ठरविले जाते. अगदी छोट्या मुलग्याचे शिश्न ताठ होते, तर मुलीच्या योनीभागातून चिकट द्रव स्रवतो (पाझरतो). दोन ते सहा वर्षांचे दरम्यान लैंगिक समाधानासाठी मुले लिंगाशी चाळा करताना आढळतात. सहा वर्षांनंतर परलिंगी व्यक्तीच्या शरीररचनेबद्दल मुलांच्या मनात कुतूहल निर्माण होते.

आपण स्त्री किंवा पुरुष आहोत याची प्रत्येकाला जाणीव असते. साधारणत: छोट्या मुलांना आपण 'मुलगा' किंवा 'मुलगी' कोण आहोत, याची जाणीव अठराव्या महिन्यात होते. अठरा ते तीस महिन्यांदरम्यान मुलग्यांना आपण मोठेपणी 'पुरुष' होणार व मुलींना आपण 'स्त्री' होणार याची जाणीव होते. थोडक्यात, आपण कोणत्या लिंगाचे आहोत हे स्पष्ट होते. काही वेळा या वयात मुलांनी जर मुलीचा पोशाख घातला, तर मुलगी होता येते असे वाटते. पण तीस महिन्यांनंतर त्यांना अशा

बाह्य गोष्टी बदलल्याने आपले लिंग बदलत नाही, हे कळून चुकते आणि 'मुलगा' किंवा 'मुलगी' ही कायम राहणारी गोष्ट असते, याची जाणीव होते. सहा ते बारा वयादरम्यान मुलांचे आपल्या लिंगभेदावर जास्त लक्ष नसते. आपल्यातील कमजोरीशी सामना करण्यावर या वयात त्याला जास्त स्वारस्य असते.

आपल्या शरीराबद्दल माहिती मिळविण्याची मुलांना जबरदस्त जिज्ञासा असते. दोन वर्षांच्या मुलांना गुप्त अवयवासकट शरीराच्या सर्व भागांची ओळख करून द्यावी. पालक डोके, कान, नाक इत्यादी अवयवांची ओळख करून देतात; पण गुप्त अवयवांची (लिंग) ओळख करून देणे टाळतात. गुप्त अवयव हाताळल्यास वेगळेच स्पर्शसुख मिळते, म्हणून सहा महिन्याचे मूल गुप्त अवयव हाताळत असते. दूरदर्शन पाहत असताना दोन ते सहा वर्षांची मुले त्यांचे गुप्त अवयव हाताळताना दिसतात. अशा गोष्टीकडे पालकांनी दुर्लक्ष करावे; कारण आनंद मिळविण्यासाठीच मुले अशा गोष्टी करतात. 'अशा गोष्टी आपण एकटे असू तेव्हाच कराव्यात. सर्वांसमक्ष करू नयेत,' अशी समज पालकांनी मुलांना शांतपणे द्यावी. या गोष्टी करणे हे किळसवाणे असते, अशी मुलांची लहानपणीच धारणा करून दिल्यास लैंगिक क्रियेबद्दल एकूणच त्यांच्या मनात किळस निर्माण होते व भावी आयुष्यात अशा मुलांमध्ये लैंगिक समस्या बळावतात. हस्तमैथुन ही मुलांच्या लैंगिक जीवनातील एक सर्वसाधारण क्रिया आहे आणि त्याबद्दल त्यांच्यामध्ये अपराधी भावना उत्पन्न होता कामा नये.

तारुण्यात प्रवेश करताना होणाऱ्या तारुण्यसुलभ बदलांची माहिती पालकांनी मुलांना करून द्यावी. सर्व मुलामुलींना मासिक पाळीसंबंधी शास्त्रीय माहिती द्यावी. मासिक पाळीचे दरम्यान गर्भाशयातील आवरणाचा वरचा पापुद्रा स्तर बाहेर टाकला जातो. यात किळसवाणे काहीच नसते. समागम, गरोदरपणा, गर्भविरोध याबद्दलची माहिती द्यावी. तसेच एचआयव्हीसारख्या रोगांपासून आपले संरक्षण कसे करावे, इत्यादी माहितीबरोबरच जननेंद्रियासंबंधी सर्व माहिती पालकांनी मुलांना करून द्यावी. पालक जननेंद्रियासंबंधी माहिती मुलांना सांगू शकत नसतील, तर बालरोगतज्ज्ञ हे काम करू शकतात. मुलांना अशी माहिती हे तज्ज्ञ व्यक्तिगतरीत्या किंवा मुलांच्या गटांना देऊ शकतात.

काही वेळा शालेय जीवन सुरू व्हायच्या आधी मुले-मुली एकमेकांना मिठ्या मारतात किंवा पापे घेताना दिसतात. मोठ्या माणसांची अशी वागणूक पाहिल्याशिवाय मुले या वयात अशाप्रकारे वागत नाहीत. मुलांनी प्रौढ माणसांना त्यांचेसमोर अशाप्रकारे वागताना पाहिले असणार.

दहा ते तेरा वयामध्ये मुलगे व मुली वेगवेगळे खेळतात आणि त्यांच्या त्यांच्यातच लैंगिक विषयावर गप्पा मारतात. याचा अर्थ या मुलांमध्ये आपापसात लैंगिक आकर्षण असते, असे नव्हे. चौदा ते सतरा वयादरम्यान मुलामुलींना एकमेकांबद्दल जास्त आकर्षण असते. याच वयात या मुलांना विविध लैंगिक चाळे सुचतात. याच वयात त्यांच्याबरोबर या सर्व गोष्टींबद्दल सखोल चर्चा करायला हवी. सतरा वर्षांनंतर समलिंगी किंवा परलिंगी व्यक्तीबरोबर घट्ट मैत्री होते किंवा परलिंगी व्यक्तीशी घट्ट प्रेमसंबंध जुळतात.

सतरा-अठरा वयानंतर मुले कामामध्ये व्यस्त असतात. अशावेळी मुली व मुलगे एकत्र भेटतात, काही वेळा एकमेकांशी एकएकटे भेटतात. क्वचित अशावेळी लैंगिक जवळीक निर्माण होते व शरीरसंबंध येऊ शकतो. घरातील एखाद्या खास माणसाचे उदा. आई अथवा वडील यांचे निधन झाल्यास या भीतीपोटी भावनात्मक प्रेमसंबंध जुळून येतात. अशावेळी त्या माणसाच्या सहवासात मुलाला अथवा मुलीला राहावेसे वाटते. मग काही वेळा मैत्री तुटेल, या भयापोटी शरीरसंबंधाची शक्यता असते.

सतरा ते वीस वर्षांची मुले आपल्या बाळाचे संगोपन करण्याचे दृष्टीने मानसिकदृष्ट्या परिपक्व नसतात. पालक, शिक्षक आणि डॉक्टर यांनी मुलांना पुनरुत्पादनासंबंधी सर्व माहिती वयोमानानुसार दिली पाहिजे. दहा वर्षांनंतर याबाबतीत मुलाने विचारलेल्या सर्व प्रश्नांची मुद्देसूद उत्तरे दिली पाहिजेत. अशाप्रकारे योग्य माहिती पुरविल्यास मुले नको त्या वयात, नको ते चाळे करीत नाहीत आणि नको त्या गोष्टी होणे टाळता येते. लग्नाआधी होणारे लैंगिक संबंध टाळता येतात.

लग्नाआधी झालेले लैंगिक संबंध, गर्भारपण, गर्भपात, मूल होणे, गुप्तरोग होणे तसेच वर्णसंकर इत्यादी गोष्टींमुळे शारीरिक व भावनिक त्रास सहन करावा लागतो. अपराधी भावना सतत वाढीस लागून वैवाहिक जीवन सुखी होण्याची शक्यता कमी होते. म्हणूनच कितीही गर्भप्रतिबंधक साधने बाजारात आली आणि त्यांच्या जाहिराती दूरदर्शनवर आल्या, तरीही या वयात ब्रह्मचर्य पाळणे हेच योग्य होय.

लैंगिक संबंधाच्या परिणामांचे यथार्थ ज्ञान सर्व तरुणांना असणे गरजेचे आहे. त्यामुळे विरुद्धलिंगी व्यक्तीशी वागणूक जबाबदारपूर्वक होते, तसेच त्याला ते योग्य मानही देतात. लग्न लवकर झाल्यास किंवा प्रौढांकडून लैंगिक छळवणूक झाल्यास लैंगिक जीवनाची सुरुवात लवकर होते, अशा वेळी आपले संरक्षण कसे करावे, याची माहिती मुलांना मिळणे आवश्यक असते.

लैंगिक शिक्षण दिल्याने लैंगिक गुन्हेगारी किंवा अतिरेक न होता माणूस याबाबतीत अधिक जबाबदारीने वागायला शिकतो.

अपरिपक्वतेमुळे काही वेळा तरुणाकडून बेजबाबदार लैंगिक वर्तणूक दिसून येते. अशावेळी पालकांनी जबाबदारीने वागून मुलाला भावनिक आधार द्यावा. त्याच्यावर रागावण्यात किंवा दूषणे देण्यात काहीच अर्थ नसतो.

योग्य प्रकारे लैंगिकता अंगी बाणविण्यासाठी बालपणात व तारुण्यात विरुद्धलिंगी व्यक्तींशी योग्य प्रकारे संवादाची सवय हवी. मुला-मुलींमध्ये जर मैत्रीपूर्ण संबंध निर्माण होत असतील, तर त्याला परवानगी देऊन प्रोत्साहन द्यावे. मैत्रीपूर्ण संबंध ठेवणारे व लैंगिकतेसाठी संबंध ठेवणारे मित्र मुले ओळखू शकतात. मैत्रीपूर्ण संबंध सहज असतात. हे मित्र एकमेकांना चिडवतात, मारतात, एकमेकांची टर उडवतात, एकमेकांचे कौतुक करतात. पण ज्या मुलाला मुलीमध्ये लैंगिक आकर्षण असते, ते संवाद करताना सावध असतात. तसेच कौतुक किंवा मतभेद व्यक्त करताना ते सावध असतात. या कारणाने आपले संबंध तुटू नयेत, असे त्यांना वाटत असते. विरुद्धलिंगी व्यक्तीकडून आदर मिळवणे, ही कला आहे आणि ती लहानपणापासून अवगत करायला हवी. एकमेकांबद्दल आदर ठेवून कसा संवाद करायचा, हे पालकांकडून शिकायला मिळते. विरुद्धलिंगी व्यक्तींची मैत्री असेल, तर स्त्री स्वभावाचे व पुरुष स्वभावाचे विविध पैलू योग्य अंतर ठेवून व गैरसमज न होता समजू शकतात. कधी कधी मतभेद होतात; पण त्यावर तोडगा निघतो आणि मैत्री अबाधित राहते. विरुद्धलिंगी व्यक्तीशी मैत्री ही इतर मैत्रीसारखीच हवी. त्यामध्ये लैंगिक आकर्षण असू नये.

बाळपणात मुली व मुलगे नि:संकोचपणे मैत्री करतात. जसजसे मुली व मुलगे वयात येऊ लागतात तसतसे ते एकमेकांचा द्वेष करतात. मग हळूहळू विरुद्धलिंगी व्यक्तीचा सहवास मुलामुलींना हवाहवासा वाटतो. सुरुवातीला शारीरिक आकर्षण असते. त्याचे पर्यवसान भावनिक मैत्रीमध्ये होते. कधीकधी त्याचे रूपांतर प्रेमसंबंधात होते. मग हे प्रेम टिकवून, त्याचे विवाहामध्ये पर्यवसान होण्यास बऱ्याच आव्हानांना सामोरे जावे लागते. रूढिप्रिय समाजामध्ये मुलामुलींच्या मैत्रीला परवानगी असते; पण मुलगा किंवा मुलगी यांच्या एकास एक मैत्रीपूर्ण संबंधांना परवानगी नसते. अशा मैत्रीबद्दल शंका घेतली जाते. अर्थात पालक, शिक्षक, शेजारी किंवा इतर लोकांनी जर या मैत्रीपूर्ण संबंधात संशय घेतला नाही, तर ही मैत्री अबाधित राहू शकते. पण एकंदरीत अशी एकास एक विरुद्धलिंगी मैत्री कायम ठेवताना बऱ्याच आव्हानांना तोंड द्यावे लागते.

अशावेळी समोर येणारी विविध आव्हाने :

भावनिकतेमधून निर्माण झालेली आव्हाने – असे मैत्रीपूर्ण संबंध निर्माण झालेला मुलगा व मुलीमध्ये या नात्याबद्दल संशय असतात. या मैत्रीपूर्ण संबंधाचे प्रेमसंबंधामध्ये रूपांतर होत नाही ना, याबद्दल संशय असतो.

लैंगिक आव्हान – आपल्या समाजात मुलगा व मुलगी यांच्या मैत्रीकडे संशयानेच पाहिले जाते. मग अशी मैत्री करणाऱ्यांच्या मनात प्रश्न येतो, 'आपल्यामध्ये लैंगिक / शारीरिक आकर्षण आहे का? जर असेल, तर त्यापासून अलिप्त कसे राहायचे?'

समानतेचे आव्हान – पितृप्रधान किंवा मातृप्रधान संस्कृतीमध्ये स्त्री व पुरुष यांना समान लेखले जात नाही. एकमेकांशी मैत्री करणारे मुलगा किंवा मुलगी एकमेकांना योग्य तो मान देत असतील, तर गोष्ट वेगळी. जर ती एकमेकांना समान लेखत नसतील, तर मैत्री अबाधित राहत नाही.

सामाजिक आव्हाने – आपल्या मैत्रीबद्दल नातेवाईक, ओळखीचे लोक यांचे काय मत आहे, ही बाब लक्षात घ्यावी लागते. बऱ्याचदा अशी मैत्री प्रेमसंबंध म्हणूनच पाहिली जाते. मग यावर सर्व स्तरांतील लोक टीकाटिपणी करतात आणि त्याचे पर्यवसान मैत्री तुटण्यामध्ये होऊ शकते.

संवादासाठी पोषक वातावरण – विरुद्धलिंगी मैत्रीबाबत बोलण्यासाठी तशी माणसे मिळणे गरजेचे असते. आपल्या मैत्रीपूर्ण संबंधामध्ये इतर कोणत्याही भावना गुंतलेल्या असता नये.

आपली स्वायत्तता अबाधित राहिली की आपण परावलंबी होऊ, याबद्दल दोन्ही सहचर साशंक असतात. स्वायत्तता गमावण्याची शक्यता असेल, तर मैत्री तुटण्याची शक्यता अधिक असते.

आपल्या अपत्याने विरुद्धलिंगी मैत्री करू नये, असेच पालकांना वाटत असते. खरे तर आपल्याकडे मुलगे व मुली एकत्र शिक्षण घेत आहेत. तरीही पालकांची ही मानसिकता आहे. मुले मुली शाळेत एकत्र भेटतात, त्याला पालकांची आडकाठी नाही, पण याच पालकांना त्याच्या मुलाने किंवा मुलीने वर्गातीलच मुलीशी किंवा मुलाशी गप्पा मारलेल्या आवडत नाहीत.

वरील सर्व आव्हानांना सामोरे जायला पालकांनी मुलांना मदत करावी. त्यामुळे मुलामुलीचे एकमेकांशी संबंध चांगले राहू शकतील. दूरदर्शन पाहताना पालकांच्या प्रतिक्रिया, पालकांचे विरुद्धलिंगी व्यक्तीबरोबर वागणे, तसेच घरातील काही माणसांविषयी त्यांना वाटणारे प्रेम किंवा मत्सर, त्यांचे विरुद्धलिंगी व्यक्तीबरोबर

घरामध्ये किंवा व्यवसायामध्ये वागणे, इत्यादी गोष्टींबाबत स्पष्टपणे मुलांशी संवाद केल्यामुळे मुलांच्या लैंगिक विचारसरणीत निकोपपणा येतो. काही माणसे जर आपल्या मुलांना त्रास देत असतील, तर त्यासंबंधी तसेच एकंदरीत विरुद्धलिंगी मित्रांशी संबंध कसे असावेत, यासंबंधी पालकांनी मुलाशी स्पष्टपणे चर्चा करावी. घरात व घराबाहेर विरुद्धलिंगी व्यक्तीबरोबरच संबंध कसे असावेत, यासंबंधीचे आपले विचार मुलांपर्यंत पोचविल्यास मुलांची लैंगिकतेसंबंधी वागणूक योग्यप्रकारे होते. आई-वडिलांचे एकमेकांशी संबंध कशाप्रकारचे आहेत, याकडे मुलांचे लक्ष असते आणि त्याप्रमाणेच त्यांचे मित्र किंवा मैत्रिणीशी नातेसंबंध निर्माण होत असतात. मुलामुलींच्या संबंधाबाबत आपल्या मुलांशी मोकळेपणाने जर चर्चा केली, तर मुलांना व मुलींना आपले विरुद्धलिंगी व्यक्तीशी असलेले प्रेमसंबंध हाताळणे सहज शक्य होते.

मुलाची कोणाशीही मैत्री असली तरी त्याच्यावर निस्सीम प्रेम करायलाच हवे. अशा प्रेमामुळे आपल्या प्रेमप्रकरणाबाबत मूल पालकांशी मोकळेपणाने बोलू शकते. विरुद्धलिंगी मुलाशी मैत्रीबाबत आपले विचार मुलाला मोकळेपणाने सांगणे महत्त्वाचे असते. याबाबत समाजामध्ये विविध रूढी व परंपरा असतात. कुटुंबामध्ये असलेल्या गैरसमजामुळे बरेच प्रेमसंबंध यशस्वीपणे जुळून येऊ शकत नाहीत, हे दुर्दैव.

एकमेकांबद्दल शारीरिक आकर्षण असणे, इतकेच मुलामुलीच्या मैत्रीमध्ये अपेक्षित नसते, याची जाणीव मुलांना करून द्यायला हवी. एकमेकांबद्दल प्रेम, एकमेकांची काळजी घेण्याची तत्परता आणि कणव, या भावनिक गोष्टीच या मैत्रीमध्ये महत्त्वाच्या असतात. ज्या व्यक्तीशी आपले प्रेमसंबंध जुळले आहेत, त्या व्यक्तीबद्दल आपल्याला मान, विश्वास, प्रेम व काळजी, असणे गरजेचे आहे. बऱ्याच चित्रपटात लैंगिक अनुभव चित्रित केलेले असतात; पण त्यांचेबरोबर भावनांचे योग्य प्रमाणात चित्रण नसते. त्यामुळे आपले लक्ष या चित्रपटातील लैंगिक गोष्टीवरच केंद्रित होते. कामुक आणि बीभत्स चित्रे म्हणजे आदर्श लैंगिकता होऊ शकत नाही. मुलाचे लैंगिकतेबद्दल विचार अशाप्रकारे त्याच्या मनात ठसले पाहिजेत, की जर त्याचे पाऊल चुकून बेजबाबदारपणे पडले, तर त्याला त्याबाबत अपराधीपणाची भावना वाटता नये. कारण त्यामुळे होणाऱ्या गरोदरपणा, एड्स, लैंगिक आजार, यांसारख्या विविध परिणामांनाही त्याने सामोरे जायची धमक दाखवायला हवी.

समाजात लैंगिकतेबद्दल बरेच समज-गैरसमज असतात. समाज याबद्दल रूढिप्रिय असतो. त्यामुळे मुले लैंगिक दडपशाहीला बळी पडतात आणि त्यांची

छळणूक व पिळवणूक होऊ शकते. अशा वेळी लैंगिकतेबद्दल योग्य विचार मुलांमध्ये बिंबवण्यातही पालकांची मोठी जबाबदारी असते. सध्या मुलांना विविध मार्गांनी माहिती मिळत असते. त्यामुळे याबाबत योग्यप्रकारे वागणे, हे दोरीवर कसरत करण्यासारखे आहे. पालकांचे लैंगिकतेसंबंधी योग्य विचार असतील, तर त्याचा मुलाच्या भावी आयुष्यात बराच उपयोग होतो.

लैंगिक शिक्षणाबद्दल नाटिका

मुले वयात येताना

(१०-११ वयातील मुलींसाठी)

दहा वर्षांवरील मुलांशी लैंगिकतेसंबंधी संवाद कसा करावा, हे समजण्यासाठी नाटिका सादर केली आहे. या नाटिकेस २० मिनिटे लागतात. यातील संवादामध्ये स्पष्टपणा असला पाहिजे. या नाटिकेत सादर केल्याप्रमाणे मुलांशी शांत वातावरणात, घाई गडबड न करता संवाद साधावा. असे केल्याने मुलांना आत्मनिरीक्षणाला अवसर मिळेल.

आई - (लाडाने) बाळा, तुझी उंची सध्या बरीच वाटतेय, नाही? आता तू जवळजवळ माझ्याइतकीच उंच झालीस. तुझं वजनही वाढलंय नाही का? हे सर्व का होतं, माहीत आहे का?

मुलगी - (निरागसपणे) त्यात समजण्यासारखं कठीण काय आहे? मला तुझ्यासारखं उंच व्हायचंय म्हणून. पण एक सांगू? आई, मला तुझ्यासारखं जाड व्हायचं नाहीये हो!

आई - तुला माहीत आहे का? मुलांची उंची त्याच्या आई-बाबांच्या उंचीवर अवलंबून असते. आम्हा दोघांच्या उंचीच्या जवळपास तुझी उंची वाढेल. अर्थात त्याबाबतही निश्चितपणे सांगता येत नाही. तू उंच होशील किंवा ठेंगूही. पण लठ्ठ होणं न होणं बऱ्याच प्रमाणात तुझ्यावर अवलंबून आहे. अर्थात, सर्वस्वी नव्हे! आपल्या सर्व अवयवांची वाढ होत असते. जसे हाडांची, मेंदूची वाढ होते, चेहरा मोठा होतो. एवढंच काय, तुझ्या गर्भाशयाचीही वाढ होत असते. तुला गर्भाशयाबद्दल काही माहिती आहे?

मुलगी - हो! आम्ही दूरदर्शनवर एक कार्यक्रम पाहिला. त्यामध्ये मूल गर्भाशयात वाढतं असं सांगितलं.

आई - आपण सर्व आईच्या गर्भाशयात वाढतो, अतिशय सुरक्षित व उबदार

वातावरणात! गर्भाशयात आपण खुशाल, वाटेल तसं पोहत होतो, आईचे बोलणे ऐकत होतो आणि आईच्या श्वासागणिक उड्याही मारत होतो. तुलाही भविष्यात मूल होणारच. त्यासाठी तुझे गर्भाशय ठीकठाक असले पाहिजे!

मुलगी – आई तुझे गर्भाशय नीट आहे ना? नाही तर माझेही गर्भाशय योग्य नसेल. मला तुझ्याकडून व्यंग यायला नकोय!

आई – (हसून) अगं माझे ठीक आहेच. आणखी एक गोष्ट तुला सांगायची विसरलेच. आपल्या शरीरात अंडकोश असतो. त्याला इंग्रजीत ovary म्हणतात. आपल्या शरीरात संप्रेरक म्हणजेच हार्मोन्स स्रवतात, हे तुला माहीत नसेल. त्याला इस्ट्रोजन म्हणतात. या संप्रेरकामुळेच स्तनाची वाढ होते. साधारणत: या वयात इस्ट्रोजन मोठ्या प्रमाणात पाझरतो. तुझ्या शरीरातही पाझरायला लागलाय. त्यामुळे तुझ्या स्तनाची वाढ व्हायला लागलीय. हे तुझ्या लक्षात आलेय का? ही वाढ होताना स्तनात वेदना होतात. म्हणूनच, आता तू ब्रेसिअर्स घालायला सुरुवात करायला हवी.

मुलगी – खरंच की, माझेही स्तन दुखायला लागलेत अलीकडे! परवाच वर्गातील एका मुलीचा तिथं धक्का लागला, तेव्हा बरंच दुखलं!

आई – म्हणूनच मी तुला ब्रेसिअर्स घालायला सुचवलं. स्तनांची वाढ होत असताना आपली उंचीही वाढू लागते. तसंच तुझ्या गुप्त इंद्रियाभोवती आणि काखेत केस यायला सुरुवात होते. (मुलगी मान हलवते) आता काही दिवसांनी तुझ्या गुप्त इंद्रियामधून पांढरा, चिकट स्राव कधी कधी पाझरेल. तुझ्या अंडरवेअरला चिकटलेला असेल. नंतर, काही काळ तो पाझरायचा थांबेल आणि अचानक एकेदिवशी तुझ्या योनीमधून रक्तस्राव होऊ लागेल. आपली विष्ठा व लघवी शरीराबाहेर टाकण्यास वेगवेगळी द्वारे असतात, हे तुला माहीत आहेच. आपल्या गुदद्वारातून पचन न झालेले अन्नपदार्थ बाहेर टाकले जातात. स्त्रियांमध्ये आणखी एक द्वार लघवीच्या छिद्रामागे असते. त्याला 'योनी' म्हणतात. आपले गर्भाशय त्याद्वारेच बाहेर उघडते. थोडक्यात गर्भाशयाचे ते द्वार असते. गर्भाशयात वाढत असलेले मूल या द्वारातूनच बाहेर येते.

मुलगी – माझा जन्म अशाच प्रकारे झाला का? हे योनीद्वार गुदद्वाराच्या इतके जवळ असते? सर्वजण या मार्गाद्वारेच जन्माला येतात याचा अर्थ जन्म झाल्या झाल्या त्याला घाणीची आंघोळच होते. (कपाळाला आठ्या)

आई - असं बघ! मूल जन्माला यायच्या आधी एनिमा देऊन गुदद्वारावाटे विष्ठा काढली जाते. त्यामुळे तुझा जन्म झाला, तेव्हा तू स्वच्छच होतीस. मुळीच काळजी करू नकोस.

मुलगी - माझ्या जन्मानंतर लगेच पाळण्यातील फोटो मी पाहिला आहे. माझे वजन जरा जास्तच होते ना? तुला जास्त त्रास झाला का गं?

आई - (हसून) खरंच मला बराच त्रास झाला. डॉक्टरनी मला औषधं दिली होती. प्रसूतीवेळी त्रास होतो, म्हणून रुग्णालयातच प्रसूत होणं बरं. तुला कधी एकदा पाहीन, कुरवाळीन असं मला झालं होतं. त्यामुळे त्या वेदनांचं काहीच वाटलं नाही. मी सहज त्या वेदना सहन करू शकले. तुझ्या रूपात मला मिळालेल्या अमूल्य संपत्तीपुढं त्याचं काहीच वाटत नाही. तुझ्यामुळे मला आयुष्यात इतका आनंद मिळाला म्हणून सांगू! (आई मुलीला आनंदाने मिठी मारून तिचा पापा घेते)

मुलगी - आई मला एक शंका आहे. लग्नानंतर मूल जन्माला येतं, नाही का? मग मूल गर्भाशयात कोण ठेवतं गं?

आई - प्रत्येक मुलीमध्ये बीजांड कोश असतो, हे मी पूर्वीच तुला बोललेय. त्यामध्ये अतिशय छोट्या-छोट्या पेशी असतात. या पेशींचे रूपांतर मुलामध्ये होते. आमच्या लग्नाआधीपासून माझ्या शरीरात तू या लहान पेशीरूपात माझ्या शरीरात होतीसच! तुझ्या वडिलांच्या शरीरातील अशाच एक लहान पेशीचा या पेशीशी संयोग झाला, तेव्हा बाळ तयार झालं. म्हणूनच तू थोडीशी बाबांसारखीही दिसतेस!

मुलगी - बाबांच्या या पेशी तुझ्या शरीरात कशा काय गेल्या?

आई - मी तुला त्याबद्दल सांगेनच. तू प्राण्यांचे नर मादी एकत्र आलेले पाहिलेस का?

मुलगी - पाहिले आहे, माहितीकोशात! परवा रस्त्यावरती कुत्रा व कुत्री एकत्र आलेले मी पाहिले.

आई - त्याचप्रमाणे लग्नानंतर स्त्री-पुरुषांचे मिलन होते. त्याचवेळी वडिलांकडील छोट्या पेशी योनीत सोडल्या जातात.

मुलगी - म्हणजे मूल तयार होताना नग्न व्हावे लागते? अशाप्रकारे तू आणि बाबांनी मला निर्माण केले.

आई - सर्व आई-वडिलांना याच पद्धतीने मुले होतात. निसर्गतः बाळ होण्याची हीच पद्धत आहे.

मुलगी – पण ज्या काळात मुले व्हायला नको असतात त्यावेळी गर्भाशयातून रक्तस्राव का व्हावा? हा रक्तस्राव लग्नानंतर व्हायला हवा, नाही का?

आई – (हसून) तुला काय म्हणायचं आहे ते मला समजलं. पण कोणतीही गोष्ट सरावाशिवाय करता येत नाही हे तुला माहीत आहेच. ११ ते १३ वर्षांच्या दरम्यान गर्भाशय सरावच करायला सुरुवात करते म्हणा ना! प्रत्येक महिन्यात गर्भाशयाचा आतील स्तर जाड होतो. म्हणजे जर मूल तयार झाले, तर या जाड गादीसारख्या स्तरात राहू शकते. अंडकोशातून (ovary) एक अंडे दर महिन्याला तयार होते; पण जर वडिलांच्या पेशीबरोबर मिलन झाले नाही तर मूल तयार होत नाही. मग हे अंडे मरून जाते. मग हे मृत अंडे व गर्भाशयाच्या आतील स्तर योनीतून बाहेर टाकला जातो. हे रक्तमिश्रित असते. यालाच पाळी येणं म्हणतात. अशी पाळी स्त्रियांमध्ये दर महिन्याला येते, अर्थात ११ ते १३ वर्षानंतर! हे चांगल्या आरोग्याचं लक्षण आहे आणि त्याचं स्वागतच करायला हवं. अशाप्रकारे वारंवार दर महिन्याला गर्भाशयाला आतील स्तर बाहेर टाकण्याचा सराव होतो. त्यामुळे मूल गर्भाशयात २८० दिवस राहू शकते.

मुलगी – २३ व्या वर्षापर्यंत माझं लग्न होणार नाही. मग आतापासून पाळी सुरू का होणार? इतकी वर्ष?

आई – निसर्गाची गर्भाशयाला तंदुरुस्त ठेवण्याची ती पद्धत आहे झालं!

मुलगी – कुत्र्यांना दरवर्षी पिल्ले होतात. मग माझ्यानंतर तुला मूल कसं झालं नाही? मग परत मूल होण्यासाठी, तुला परत लग्न करावं लागणार का?

आई – (हसून) लग्न एकदाच होत असते. स्त्री-पुरुष एकमेकांच्या सहवासात राहणार हे जगजाहीर करणं, हे लग्नाचे प्रयोजन! आता परत त्यांचे लग्न होणार नाही. या जोडप्याचं भावी आयुष्य आनंदात जावं, म्हणून आशीर्वाद देण्यासाठी सर्वांना लग्नाला बोलावण्याची परंपरा आहे.

मुलगी – तुमचाही एकमेकांशी संबंध येतच असेल; मग आपल्या घरात आणखी मुले कशी नाहीत?

आई – मूल होणं न होणं आपल्या हातात असतं. कुटुंबनियोजनाच्या पद्धती त्यासाठी अवलंबावयाला लागतात. त्यासाठी विविध पद्धती प्रचलित आहेत. उदा. गोळ्या. तू निरोधची जाहिरात पाहिली आहेसच. तू मला एकदा 'निरोध' म्हणजे काय, हे विचारीत होतीस आठवतं?

मुलगी — म्हणजे गरोदर होणं टाळता येतं तर! मग भारताची लोकसंख्या इतकी का? लोक या कुटुंबनियोजनाच्या पद्धती वापरीत नाहीत काय?

आई — हे सर्व समजून घेणं अडाणी, अशिक्षित माणसाना शक्य नसतं. त्यातच मी ज्याप्रकारे तुला समजावून सांगितलं तसं सर्वांना सांगितलं जात नाही. तुला आता बाळाबद्दल मी माहिती दिली. आता तू तुझ्या शरीरात होणारे बदल पहा. तुला जर शंका असेल, तर माझ्याकडून त्याचे निरसन करून घे. मैत्रिणींना विचारू नकोस. त्यांना सर्व गोष्टींचे यथास्थित ज्ञान नसते. डॉक्टर, शिक्षक किंवा आत्याही तुला माहिती सांगू शकतात. कोणतीही गोष्ट गृहीत धरू नको. तुझ्या प्राणिशास्त्राच्या पुस्तकात याबद्दल माहिती दिलेली असणार आणि तुझ्या वाचनात ती येईलच.

मुलगी — आई, मला तर फार भीती वाटू लागली. रक्तस्राव होताना फार दुखणार तर नाही ना?

आई — काही मुलींना पाळीच्या काळात पोटात, कमरेला दुखते पण फक्त एक ते दोन दिवस. वेदना कमी होण्यासाठी उपाय असतात. ते आपण वापरूच बरं!

नाटिका दुसरी
(१०-११ वयाच्या मुलग्यासाठी)

आई, वडील व मुलगा शाळेतून सांस्कृतिक कार्यक्रम आटोपून परत निघाले आहेत. ''अनुषा अलीकडं बरीच उंच झाली. ती सहावीतली मुलगी वाटत नाही. ती चांगलीच उंच झालीय आणि अंगानंही भरलेय'' असे आई म्हणते. मुलाच्या शंका सुरू होतात.

मुलगा — माझी उंची अलीकडं अजिबात वाढत नाही. मुलीच उंच वाढतायत. त्या आम्हाला सारखं चिडवतात.

आई — मुलीची वाढ या वयात जरा जास्तीच होते. मग काही दिवसांनी ती थांबते. पण तुम्ही मुलगे हळूहळू वाढता आणि तुमची उंची मुलीपेक्षा जास्त होईल आणि तुम्ही चिडवाल की मुलीना!

मुलगा — माझी उंची केव्हा वाढणार? मला ६ फूट उंच व्हायचंय. म्हणजे बास्केटबॉल खेळायला मला सोपे जाईल.

बाबा — तू सहा फूट होशील की नाही, ते माहीत नाही. कारण तुझी उंची आमच्या

उंचीवर अवलंबून असते. पण मुलगे बरेचदा आई-वडिलांच्या उंचीहून जास्त उंचीचे होतात.

मुलगा – हे कधी होणार नकळे? मला तर मी वाढतोय, असं वाटतच नाहीये!

बाबा – उंची वाढण्याआधी तुझ्या शरीरात बरेच बदल घडणार आहेत. तुझ्या मेंदूत पिट्युटरी नावाची ग्रंथी आहे. त्यातून दोन प्रकारची संप्रेरके स्रवतात. ही तुझ्या अंडकोशांना प्रेरणा देतात. मुलींच्या पोटात दोन अंडकोश असतात. त्यांना ओव्हरी म्हणतात. मुलांमध्ये वृषणामध्ये (scrotum) हे अंडकोश (Testise) असतात. तुला ज्या भागातून लघवी होते त्याला शिश्न म्हणतात. तिथे ही वृषणाची पिशवी असते. पुरुषांचे अंडकोश पोटाबाहेर असतात. त्याचे काम व्यवस्थित चालू राहण्यासाठी, त्यांना कमी तापमान लागते. म्हणूनच मी तुला सांगत असतो, की कृत्रिम धाग्याचे अंडरवेअर घालू नको आणि जास्त गरम पाण्याने आंघोळ करू नको; कारण त्यामुळे अंडकोशाचे तापमान वाढते.

मुलगा – मला अंडकोश आहे ते माहीत आहे; पण ते अजून तरी आहेत तसेच आहेत. त्यात काही बदल दिसत नाही.

बाबा – साधारणपणे दहाव्या वर्षानंतर मुलांचे अंडकोश वाढू लागतात. त्याचवेळी वृषण व शिश्नाची वाढ होऊ लागते. काही मुलांमध्ये तर १३ वर्षानंतर वाढ दिसून येते. त्याचवेळी शिश्नाच्या मुळाशी केस दिसू लागतात. मुलींमध्येही असेच केस दिसू लागतात.

मुलगा – तुम्हालापण त्या जागी केस असतात?

बाबा – असतातच की! या अंडकोशात आणखी काय काय घडत असतं! या अंडकोशात शुक्रजंतू नावाच्या नवीन पेशी तयार होऊ लागतात. हे शुक्रजंतू मोठ्या प्रमाणावर तयार होतात. या पेशी शिश्नातून चिकट द्रवाच्या स्वरूपात बाहेर टाकल्या जातात.

मुलगा – हे सर्व होताना दुखतं का? हे सर्व होताना मला समजेल का?

बाबा – या चिकट द्रवाला वीर्य असे म्हणतात. सुरुवातीला हे वीर्य रात्रीच शिश्नातून स्रवतं. शिश्नातून वीर्य स्रवते, तेव्हा शिश्न कडक व मोठे होते. वीर्य बाहेर टाकल्यावर शिश्न मूळ आकाराचे होते. हे वीर्य मुलीच्या योनीत पडल्यास ती मुलगी गरोदर होऊ शकते. उंची वाढली नाही, तरी मुलगा बाप होऊ शकतो म्हणूनच मुलग्यांनी काळजी घ्यायला हवी.

मुलगा – मूल होण्यासाठी लग्न व्हावं लागतंच, असं नाही, याची मला माहिती

आहे. अलीकडं काही वेळा माझं शिश्न अचानक ताठ व टणक होतं आणि त्यावेळी मला गंमत वाटते. मी रागावलो की, कधी कधी शिश्न ताठ होते. मग मी भयभीत होतो.

बाबा - सकाळी झोपेतून उठताना लघवीला लागलेली असते त्यावेळी शिश्न ताठ व टणक होते; पण लघवी केल्यानंतर ते पूर्वीसारखे होते. शिश्न ताठ झाल्यावर प्रत्येक वेळी वीर्यस्राव होतोच, असं नाही. कधी कधी आपण शिश्न हाताळले, की ताठ होते आणि वीर्यस्राव होतो.

मुलगा - बाबा, पण अजूनही मी उंच कधी होणार याचं उत्तर तुम्ही दिले नाहीयेत!

बाबा - तुला जेव्हा रात्री वीर्यस्राव सुरू होईल, त्यानंतर तुझी उंची वाढू लागेल. तुला दाढी-मिशादेखील येतील. यादरम्यान तुझी उंची प्रतिवर्षी ९-१२ सें.मी. वाढेल. मिशा येण्याची ही एक ठरावीक पद्धत असते. प्रथम वरच्या ओठावर केस येतात. तेही तोंडाच्या दोन्ही कोपऱ्यावर आधी केस येतात, मग मधल्या भागावर! त्यानंतर हनुवटीवर व नंतर गालावर केस येतात आणि सर्व चेहऱ्यावर केस येतात. दाढी-मिशा पूर्णपणे उगवायला २-३ वर्षे लागतात.

मुलगा - (नसलेल्या मिशा ओढल्याचे नाटक करत) मला भरपूर दाढी-मिशा येतील का?

बाबा - तुझ्या दाढी-मिशा कशा असतील? माझ्यासारख्या. बहुधा माझ्याप्रमाणेच तुलाही दाढी-मिशा येणार.

मुलगा - बाबा तुमचा आवाजही वेगळा आहे. माझा आवाज केव्हा बदलेल! मला लवकर मोठा (प्रौढ) व्हायचंय. ही वीर्यस्रावाची कटकट सोडली, तर मोठं होणं मला आवडेल.

बाबा - तुला मिशा यायला सुरुवात झाली, की त्याचवेळी तुझ्या आवाजात बदल होईल. सुरुवातीला आवाज भसाडा असतो; पण मग हळूहळू त्यात सुधारणा होते. तुझा कंठसुद्धा मोठा होईल.

मुलगा - मी जर आतापासून दाढी करायला सुरुवात केली, तर माझी दाढी घट्ट येईल?

बाबा - असं काही नसतं. आता तुझा चेहरा नाजूक आहे आणि अजून केस यायला वेळ आहे. प्रत्येक गोष्ट ठरलेल्या वेळीच होत असते.

मुलगा - माझे स्नायू उत्तम व्हायला हवेत. अगदी शाहरुख खानप्रमाणे.

बाबा - (हसून) तुझ्या उंचीची वाढ पूर्ण झाली, की तुझे स्नायू बळकट होऊ

लागतील. कारण अंडकोशातून स्रवणारे संप्रेरक टेस्टोस्टीरॉन याचा स्नायूवर परिणाम होतो. म्हणूनच आता जरी तू व्यायाम केलास, तरी स्नायूमध्ये फार फरक पडणार नाही. आता तुझी कुवत व शक्ती वाढविणारे चालणे, उड्या मारणे, पोहणे, फुटबॉलसारखे खेळ, हे व्यायाम करावेत. त्यामुळे तू सुदृढही राहशील. योगाही करायला हरकत नाही. या गोष्टी नियमित कराव्यात, हृदयासाठी चांगल्या असतात.

मुलगा - माझी उंची कितव्या वर्षापर्यंत वाढेल?

बाबा   - रात्रीचा वीर्यस्राव सुरू झाल्यावर साधारणपणे पुढे तीन वर्षे तुझी उंची वाढेल. आपले जननेंद्रिय पाहून डॉक्टर त्याविषयी अदमास बांधू शकतात. पण हे सर्व योग्यप्रकारे व्हायला हवं असेल, तर तुला योग्यप्रकारचा सकस आहार घेणं गरजेचे आहे. या आहारात सर्व अन्नघटकांच्या समावेश असावा. दूध प्यायल्याने कॅल्शियम मिळते. त्यामुळे हाडे बळकट होतात. या वयात ते २-३ ग्लास दूध प्यावे; पण सर्वांनाच ते शक्य होत नाही.

मुलगा - (दंडातली बेंडकुळीवर हात फिरवून) मला उंच आणि मजबूत व्हायचंय. ते सर्व असू द्या, आता मला भूक भरपूर लागलेय. काही तरी चांगलं खायला हवंय. खेळायला जायचंय मला.

प्रकरण
१५

हानिकारक पदार्थांचा वापर

आपल्या मुलांवर बऱ्याच गोष्टींचा पगडा बसू शकतो. त्यातील काही गोष्टींची पालकांना फार काळजी वाटते. आपल्या मुलाची वागणूक शिस्तीत असावी, तसेच त्याने चांगली नीतिमूल्ये अंगी बाणवावी, असेही पालकांना वाटते. योग्य प्रयत्न केल्यास मूल आपले ध्येय गाठू शकते. तसेच ते भावी आयुष्यात प्रेमळ, प्रेमास पात्र व काळजी घेणारे होऊ शकते. आपला वारसा पुढच्या पिढीत चालू ठेवतात. आपल्या मुलाने नको त्या उचापती कधीच करू नयेत असे आपणास वाटत असते. अपायकारक पदार्थांचे सेवन ही त्याच प्रकारची गोष्ट आहे. या पदार्थांच्या वापरामुळे मूल लक्षपूर्वक काम करू शकत नाही. कोणतीही जबाबदारी निभावू शकत नाही. तसेच त्याची प्रकृतीही बिघडते.

औषधांचा उपयोग व दुरुपयोग यासंबंधी अलीकडे बरेच बोलले जाते. मेजवानीच्या वेळी तंबाखू व दारूचे सेवन केले जाते. काही प्रौढ माणसांना या पदार्थांचे व्यसन असते. या पदार्थांचे सेवन आनंददायी असते, अशी बरेच नट जाहिरात करीत असतात. परिणामत: सर्व पदार्थांची माहिती मुलांना सहज होते.

यामुळेच आपण गोंधळून जातो आणि मनात बरेच प्रश्न निर्माण होतात. या मादक पदार्थांची सवय आपल्या मुलांना लागू नये, म्हणून आपण काय करायला हवे ? या पदार्थांमुळे मुले प्रभावित न होण्यासाठी काय करावे ? हे पदार्थ कोणी सेवन करायला दिल्यास त्यांना 'नाही' म्हणायचे कसे ? हे मादक पदार्थ सर्रास सर्व ठिकाणी मिळतात. अशा परिस्थितीत मुलांना या मादक पदार्थांच्या दुष्परिणामाबद्दल यथासांग माहिती देऊन त्यांची सवय मुलांना लागणार नाही, याबद्दल कशाप्रकारे काळजी घ्यावी ? या सर्व विषयासंबंधी कोणत्या वयात मुलांशी संवाद करावा ?

अशा पदार्थांच्या वापरासंबंधी मुलाशी संवाद कोणत्याही वयात करावयास

हरकत नाही. जसे आगीत हात घातला, तर भाजेल, हे ठरावीक वयातच सांगायचे, असे ठरलेले नसते. मादक पदार्थांचा शरीरावर, मनावर हानिकारक परिणाम होऊ नये, यासाठी मूल जन्मल्यापासून आपण प्रयत्न केले पाहिजेत.

मादक पदार्थांसंबंधी मुले पालकांना अनेक प्रश्न विचारतात. त्याची उत्तरे देण्यासाठी आपण पालकांना या लेखात मदत करणार आहोत. मादक पदार्थांच्या वापरापासून मुलांना लांब ठेवण्यासाठीही पालकांना मदत करणार आहोत. या मादक पदार्थांचे हानिकारक परिणाम सांगून आपल्या मुलांना या पदार्थापासून दूर कसे ठेवावे, त्याचाही सल्ला देणार आहोत. व्यसनाधीन झालेल्या मुलांना त्यातून बाहेर काढण्यासाठी या लेखात चर्चा केलेली नाही, हे कृपया लक्षात असू द्या.

आपल्याला माहिती असलेले नैमित्तिक वापरात असलेले मादक पदार्थ म्हणजे तंबाखू आणि दारू. याबद्दल आपण जास्त विचार करायला हवा. सहज उपलब्ध असल्याने याच पदार्थांचे पटकन व्यसन लागते. हे दोन पदार्थ राजरोस मिळतात आणि मुलाच्या सभोवतीची बरीच माणसे या पदार्थांचे सेवन करतात. इतकेच नव्हे, तर दूरदर्शनवर या पदार्थांची जाहिरातही मुलांना पाहावयास मिळते.

सहज धूम्रपान :

दुसऱ्या माणसाने विडी किंवा सिगारेट ओढल्यामुळे आपल्या घशात नकळत धूर जातो. त्यालाच सहज धूम्रपान म्हणतात. हे दोन प्रकारे होते. धूम्रपान करणारा माणूस सिगारेट किंवा विडी ओढल्यावर धूर सोडतो. तसेच अर्धवट जळक्या थोटकामधून बाहेर पडणारा धूर नाकावाटे आपल्या फुफ्फुसात जातो. या धुराला वातावरणातील तंबाखूचा धूर म्हणतात. या धुरामध्ये ४००० रासायनिक द्रव्ये असतात. बंदिस्त ठिकाणी त्याचा अधिक त्रास होतो. (उदा. सभागृह, गाडी, हॉटेलमधील खोल्या) कारण या ठिकाणी या धुराचे आपल्या घशात जाण्याचे प्रमाण जास्त असते.

गरोदर बाईने कोणत्याही प्रकारे धूम्रपान केल्यास गर्भाच्या रक्तपुरवठ्यावर परिणाम होऊन गर्भाची वाढ खुंटते. त्यामुळे कमी वजनाचे मूल जन्माला येण्याची शक्यता जास्त असते. अशा धूम्रपानामुळे गर्भपात होतो व कधी कधी मृत बालक जन्माला येते.

या वातावरणातील तंबाखूच्या धुराचा मुलांना संसर्ग झाल्यास बाळदमा, श्वसनसंस्थेचे संसर्गजन्य रोग होण्याची शक्यता असते. या धुराचा श्वसनसंस्थेवर परिणाम होतो. या वातावरणातील धुरामुळेच मुलाचा अचानक मृत्यूही संभवतो.

ज्या मुलांचे पालक विडी-सिगारेट ओढतात त्यांची मुले पालकांचा आदर्श समोर ठेवून, स्वत: बालवयातच धूम्रपान करायला लागतात. काही मुलांना या तंबाखूच्या धुराच्या वासाची बालवयातच आवड निर्माण होते आणि ती त्यामुळे लवकरच स्वत: धूम्रपान करू लागतात.

ज्या मुलांचे पालक विडी किंवा सिगारेट ओढत नाहीत, त्यांची मुले बहुधा तंबाखूसेवन अथवा धूम्रपान करीत नाही; पण त्यांच्याकडे येणारा एखादा पाहुणा त्यांना ही गोष्ट करायला भाग पाडू शकतो. अशा धूम्रपान करणाऱ्या पाहुण्यांना किंवा आपल्या मित्रांना घरात धूम्रपान न करण्याची आपण विनंती करावी. या विनंतीला आपले जिवलग दोस्त मान देतात. पण काही दोस्त व पाहुणे फारच हट्टी असतात. त्याची समजूत काढणे कठीण असते. अशांना आपण वेगळ्या खोलीत धूम्रपान करायला सांगावे.

या परिस्थितीचा मुलांशी धूम्रपानासंबंधी चर्चा करण्यासाठी उपयोग करावा. धूम्रपानासाठी पाहुण्याची वेगळी सोय करणे बरोबर नाही, हे मुलांजवळ उघडपणे कबूल करावे; पण केवळ नातेसंबंध टिकविण्यासाठी तसे करणे भाग होते, हेही मुलांना सांगणे उचित. त्या माणसाबद्दल जरूर आस्था आहे; पण त्याचे हे धूम्रपान करणे निषेधार्हच. त्याचवेळी धूम्रपानाच्या दुष्परिणामांची चर्चा व्हायला हरकत नाही.

ज्या माणसाचे धूम्रपानाचे व्यसन लहानपणापासूनच असते, त्यांना ते सोडणे फारच कठीण जाते. अशी व्यसनाधीन माणसे जवळचे नातलग असतील, तर त्यांना या व्यसनापासून परावृत्त करण्यासंबंधी संभाषण मुलांसमोर करावे. हा पाहुणा जबाबदारीने वागणारा असेल, तर त्याला व्यसन कसे लागले? तसेच ते सोडण्यासाठी त्याने केलेले प्रयत्न आणि त्यात आलेले अपयश, या सर्व गोष्टींसंबंधी मुलांना सांगेल. या सर्व संभाषणातून मुलांनाही तो माणूस व्यसन 'मजा' म्हणून करत नसून, 'नाइलाज' म्हणून चालू ठेवत आहे, हे मुलांनाही समजून येईल. व्यसन सोडताना शारीरिक क्लेश होतात. तसेच धूम्रपानाची शरीराला इतकी सवय लागलेली असते की, ही सवय सोडणे कठीण जाते. या पदार्थांचे व्यसन लागले की, ते सोडणे फारच कठीण असते, याची जाणीवही मुलांना होते. या सर्व जाणिवांमुळे अशा माणसाकडे मुले दयाबुद्धीनेच पाहतात. त्याच्याशी सभ्यतेने व कुशलतेने संवाद साधून व्यसन सोडण्यासंबंधी त्यांना विनंती करतात.

या पाहुण्याचे व्यसन सोडण्यासाठी आपण वैद्यकीय तज्ज्ञांची मदत घ्यायला हरकत नाही. अशा प्रकारच्या प्रयत्नांवर मुलांचे लक्ष असते. त्यामुळे अशा माणसाचे व्यसन सुटण्यासाठी काय करावे लागते, याची समजही मुलांना येते.

सर्व व्यसनाधीन पाहुणे सहकार्य करणारे नसतात. मुलांना विडी, सिगारेट आणण्यास सांगतात. आपली मुले हे करण्यास राजी नसतात. या पाहुण्याने मुलांना व्यसनामध्ये साथ द्यायला सांगितल्याचे आढळून आले, तर या सर्व गोष्टींपासून मुलांना लांब ठेवण्यासाठी त्याला आपले घर सोडण्यास सांगायला हवे. तसेच रासायनिक द्रव्यांपासून सुरक्षित ठेवणे आपले कर्तव्य असते.

आता आपण वेगळ्या प्रसंगांचा विचार करू या. आपला मित्र घरात नेहमी सिगारेट किंवा दारू पितो. त्यांचेकडे आपण गेलो आहोत. त्याने आपल्याला ते घेण्याचा आग्रह केला, तर हे पदार्थ घ्यायचे की नाही, हे आपण ठरवायचे असते. आपण या प्रसंगी पालकत्वाचे भान ठेवलेले बरे. ‘‘मी सांगतो तसा वाग. मी वागतो तसे नाही’’ असे म्हटल्यास आपण हुकूमशाही पालक होतो. जर आपण मादक पदार्थांचे सेवन त्या दोस्ताकडे केले, तर मुलांना काय वाटेल, त्याचा विचार केला पाहिजे. मोठे म्हणून कसेही वागायला व काही करायला आपल्याला परवानगी आणि मुलांनी मात्र तसे काही करायचे नाही, हा कुठचा न्याय आणि मग मुलासमोर आदर्श तरी कोणता राहणार?

प्रसंग १ – मुलांमध्ये विकास व जीवनमूल्ये याबद्दल जागृती निर्माण होण्यासाठी एक कार्यक्रम ठेवण्यात आला होता. मुले साधारणतः १०–११ वयोगटातील व ६ वीत शिकणारी होती. ‘‘तुम्ही तुमच्या आवडत्या माणसाला दारू पिताना किंवा सिगारेट ओढताना पाहिले आहे का,’’ असा प्रश्न मुलांना विचारला गेला. त्यावर अर्ध्यापेक्षा अधिक मुलांनी हात वर करून पाहिल्याची कबुली दिली.

प्रश्न : तुमच्या जवळची माणसे कोण? उत्तर : अर्थातच आई व बाबा.

प्रश्न : साधारणपणे आठवड्यातून कितीवेळा ते असे करतात?

उत्तर : प्रत्येक आठवड्याच्या शेवटी.

प्रश्न : तुम्ही या गोष्टीचे सेवन केले आहे का?

उत्तर : होय. आम्ही जेव्हा मागितली, तेव्हा बाबांनीच आम्हाला दारू प्यावयास दिली. आमच्या घरी दारू असल्याने आई व बाबा नसताना आम्हीही दारू पितो. कुठे ठेवलेली असते, ते आम्हाला माहीत असते. म्हणूनच आई–बाबा घरी नसतात, तेव्हा आम्ही दारू पिऊ शकतो.

प्रश्न : तुमच्या बाबांना तुम्ही घेता ते कळत नाही?

उत्तर : आम्ही त्यांना कळू नये, म्हणून बाटल्यांमध्ये पाणी घालतो.

अशाप्रकारे घरीच दारू पिणारे, घरी दारूच्या मेजवान्या झोडणारे पालक असतात. या मेजवानीच्या वेळी मोठी माणसे आणि लहान मुले सर्व जण दारू व अन्न

एकमेकाना देतात. अर्थात थंड पेयेही भरपूर प्रमाणात दिली जातात. या मेजवानीमध्ये घरातील सर्वजण हिरीरीने भाग घेतात.

या मेजवान्यामध्ये मुलांना दारू दिली जात नाही; पण उत्सुकतेपोटी मुलांना ती प्यावीशी वाटते. काही वेळा मुले बाबांकडे त्याची मागणीही करतात. काही मुले चोरून मोठ्या माणसांच्या नकळत दारूचा स्वाद घेतात. या मादक द्रव्याच्या परिणामांबद्दल मुले आपापसात चर्चा करताना दिसतात. मग मुलांकडून दारूचा गैरवापर टाळण्यासाठी पालकांनी काय करावे?

प्रसंग २ – बारा वर्षांची मुलगी बाबांनी ओढून टाकलेली सिगारेटची थोटके गेली सहा महिने ओढतेय. त्याबरोबर बाबांनी ठेवलेली दारू ती दररोज रात्री ५ ग्लास पिते. गेले तीन महिने रोज रात्री ११ नंतर हा कार्यक्रम ती उरकते. या दारूमुळे तिच्यावर काहीच परिणाम झाला नाही. तरुण वयात सुरुवाती सुरुवातीला दारू जास्त प्यायली, तर त्याचा मेंदूवर फार परिणाम होत नाही. कारण या वयात दारू शरीरातून त्वरित बाहेर टाकली जाते. तसेच शरीरातील संप्रेरकामुळे त्यांना अशा मादक द्रव्याचा वरचेवर आस्वाद घ्यावासा वाटतो. म्हणून मादक द्रव्याचा जास्त प्रमाणात वापर करण्याची त्यांना इच्छा होते.

मेंदूचा विकास आणि मादक द्रव्यांचा वापर :

आता आपण मेंदूचा विकास आणि मादक द्रव्याचा वापर याबद्दल जास्त विचार करू या. बालपणात मेंदू विविध भागांबरोबर संबंध निर्माण करीत असतो. नको असलेले बंध ११-१२ व्या वर्षी तोडलेही जातात. भावी आयुष्यात उपयुक्त असलेले आणि कायम वापरात असलेले बंध कायम ठेवले जातात. 'वापरात नसलेल्या गोष्टीचा त्याग करा' या तत्त्वाचे अवलंबन करण्यात येते. मेंदूच्या मागच्या भागापासून हे संबंध तोडण्याचे काम सुरू होते. भावना ताब्यात ठेवणारी केंद्रे, मेंदूतील पुढच्या भागात असतात आणि ती सर्वात उशिरा परिपक्व होतात. भावनेच्या भरात जेव्हा प्रौढ माणूस म्हणतो "हे करू या" त्यावेळी मेंदूच्या पुढचा भाग सांगतो "हे करू नको. त्याचे दूरगामी परिणाम होतील." मेंदूचाच पुढचा भाग साधारपणपणे वीस वर्षांनंतर परिपक्व होतो. तोपर्यंत ही तरुण मंडळी भावनाविवश होतात. याच वयात त्यांनी घेतलेल्या निर्णयांचे पर्यवसान चुकीच्या गोष्टीत होते.

म्हणूनच पालकांनी आपल्या तरुण मुलांचे भावनिक प्रश्न हाताळताना मदतीचा हात कायम पुढे करावा. तसेच भावनांवर काबू ठेवण्यासाठीही त्यांना मदतीची गरज असते. घरामध्ये मादक पदार्थ असतील आणि पालक त्याचे सेवन

करीत असतील, तर त्याचा आस्वाद घेण्याचा मुलांना मोह होणारच. वाढत्या वयात व बालपणी जर असे पदार्थ सेवन केले, तर मेंदूवर परिणाम होतो. स्मरणशक्तीवरही परिणाम होतो. १३ ते १५ व्या वर्षी जर त्याचे सेवन केले, तर त्याचे व्यसन लागण्याची शक्यता जास्त असते.

भावनिक निर्णय घेताना पालकांना हस्तक्षेप का करावा लागतो? पहिल्या दहा वर्षांत मुले पालकांना सहकार्य करतात. पालक सुचवतील त्यांच्याशीच या वयात मैत्री करतात. अर्थात अगतिकतेमुळेच या वयात ती पालकांच्या म्हणण्याप्रमाणे वागतात. पालकांनी सुचविलेल्या गोष्टी करतात. १०-१५ वयाच्या संक्रमण कालखंडात मुले पालकांपासून दूर होऊ लागतात. पालकांनी घेतलेल्या निर्णयाच्या योग्यायोग्यतेबद्दल पालकांशी चर्चा करतात. सुरुवातीस आपले कपडे, अन्न व अभ्यास करण्याच्या वेळासंबंधी त्यांची चर्चा होते. यातून ते स्वत:चे निर्णय स्वत: घ्यायचे शिकत असतात. यामधूनच स्वत:चे निर्णय स्वत: घेणारे प्रौढ व्यक्तिमत्त्व घडत असते.

वाढत्या वयात मुले स्वत:चा विचार करायला लागतात. तसेच 'मी विरुद्ध जग' यासंबंधीही विचार करतात. 'मी कोण आहे? मी पालकांप्रमाणेच असायला हवे, की माझी वेगळी प्रतिमा व्हायला हवी? कुटुंबामध्ये मला काही मान आहे का? शाळा मला साहाय्य करते का? माझा शाळेला अभिमान वाटतो का? शाळेमध्ये माझी चांगला विद्यार्थी म्हणून प्रसिद्धी व्हावी का? माझे मित्र मी काय केल्यास माझ्याबरोबर येतील? चांगले दिसलो तर, की चांगले वागलो तर? की आणखी काही केल्यास? मी कोणकोणत्या विविध गोष्टी केल्या पाहिजेत? मी खूप मेहनत घ्यायला हवी का? मी नेता व्हावे की कोणाचे तरी नेतृत्व मान्य करावे? मी सुखी आहे की दु:खी? मी जर दु:खी असेन तर सुखी होण्यासाठी काय करावे?' अशा विविध प्रश्नांचे काहूर त्यांच्या मनात उत्पन्न होते. या सर्व प्रश्नांतूनच तो स्वत:चा, स्वत:च्या भविष्याचा आणि जगाचा विचार करत असतो.

अशा विविध विचारांचे वादळ मनात घोंगावत असताना १० वर्षांचे मूल १७ वर्षांचा तरुण केव्हाच होतो. मानसिकरीत्या तो पूर्णपणे गोंधळलेला असतो. अशा तरुणाला चांगले मित्र मिळाले आणि स्वत:ची मान उंचावेल अशा गोष्टींमध्ये त्याचे मन गुंतून राहिले तर तो सुखी होतो. मुलांना घरातून प्रेम मिळाले, शाळेकडून प्रोत्साहन मिळाले, तसेच विविध खेळांत किंवा कार्यक्रमांत मित्राबरोबर रममाण झाले, तर आपले मूल आनंदी व सुखी होते. तसेच घरात, शाळेत व समाजात योग्य स्थान मिळते. म्हणून मूल मनोमनी खूश होते आणि यशस्वी होण्यासाठी प्रयत्न करते.

दुर्दैवाने असे न झाल्यास ते निराश होते आणि या १६-१७ वर्षांच्या निराश झालेल्या मुलाला हाताळणे, हे पालकांच्या दृष्टीने मोठे आव्हानच असते. काही तरुण स्वत:ला आनंद मिळेल अशा गोष्टी शोधतात, तर काही एकलकोंडी होऊन दु:खी होतात. काही मुले आत्ममग्न होतात, तर काही आनंद मिळविण्यासाठी बाह्य गोष्टींचा आसरा घेतात. आनंद उपभोगण्यासाठी ही मुले आपल्या आवडीचे पदार्थ भरपूर खातात. संगणकावर खेळ खेळतात. बराचसा वेळ घराबाहेर घालवतात. ईमेल, मोबाईलच्या माध्यमातून मित्राशी गप्पा मारतात किंवा साहसपूर्ण खेळांचा आसरा घेतात. उदा. जोरात गाडी चालवणे, समुद्र सर्फिंग, गिर्यारोहण. काही मुले वृद्धांना मदत करणे, पर्यावरण सुरक्षा इत्यादींसारख्या निरपेक्ष सेवांमध्ये मन रमवतात. अशा निरपेक्ष कामासाठी ते विविध परोपकारी संस्थांकडून आर्थिक मदत मिळवतात.

अर्थात, काही तरुण जुगार खेळू लागतात, तर काही व्हिडीओ गेम सेंटरमध्ये खेळ खेळतात. काही तरुण चित्रपट पाहतात, तर काही जण प्रेमात पडतात आणि प्रेमसंबंधात बुडून जातात. काही हस्तमैथुन करत राहतात, काही लैंगिक चित्रफिती पाहतात किंवा लैंगिक समाधान मिळविण्यासाठी वेश्यागमन करतात. मन उल्हसित होण्यासाठी काही जण मादक द्रव्यांचे सेवन करू लागतात. हे सर्व करताना ते शाळेतील शिक्षकांकडून व पालकांकडून पकडले जात नाहीत. या आपल्या धाडसाबद्दल त्यांना स्वत:चे कौतुक वाटते.

वरील परिच्छेदातील गोष्टींनी मिळालेला आनंद तकलादू, तसेच अल्पकालीन असतो. या मादक पदार्थांच्या सेवनामुळे शरीरात काही रासायनिक पदार्थ तयार होतात. त्यामुळेच मन उल्हसित होते आणि या आनंदाची चटक लागून त्याचे रूपांतर व्यसनाधीनतेत होते. हा आनंदाचा, मानसिक उभारीचा काळ संपल्यावर नैराश्य येते आणि मग आनंद मिळविण्यासाठी मादक पदार्थांचे सेवन परत परत करावेसे वाटते. काही काळानंतर या रासायनिक द्रव्यांची शरीराला इतकी सवय लागते, की 'काहीही करून हे पदार्थ घ्यायला हवेच,' असे शरीर म्हणते. ते पदार्थ न घेतल्यास माणूस सैरभैर होतो. त्यामुळे 'आणखी व्यसन करावे,' असे माणसाला वाटते.

खिन्न व उदास मनोवृत्तीकडे लक्ष न दिल्यास ही मुले व्यसने चालू ठेवतात. त्याचा परिणाम त्यांच्या वागणुकीवर हळूहळू होत असतो. या मुलांच्या शारीरिक, मानसिक, लैंगिक इत्यादी गोष्टींवर परिणाम होतो. नातेसंबंध बिघडतात त्यामुळे दिवसेंदिवस त्यांची दुर्दशा होते. या सर्वांचे पर्यावसान मेंदू कमकुवत होण्यात होते.

आपल्या मुलांना या मादक पदार्थांपासून दूर कसे ठेवावे, याचा आपण विचार

करू या. शाळकरी मुलांना या मादक पदार्थांची जराही भीती वाटत नाही. मादक पदार्थ म्हणजे काय, या जिज्ञासेपोटी या पदार्थांचे ही मुले सेवन करतात. म्हणूनच या पदार्थांबद्दल मुलांना सर्व प्रकारची माहिती योग्यप्रकारे द्यावी व त्यांच्या शंकांचे समाधान करावे. मादक पदार्थ सेवन करण्यासाठी मित्राने केलेला आग्रह कसा नाकारावा, याचेही शिक्षण द्यायला हवे. यासंबंधात वाढत्या वयातील तरुणांनाही सर्व प्रकारची माहिती द्यावी. असे केल्याने त्याच्यातून निरोगी, जबाबदार आणि समतोल असा प्रौढ तयार होईल.

पाहून व ऐकून मुले शिकत असतात. विविध प्रसारमाध्यमांपासून आपल्या मुलांना दूर ठेवणे अशक्य असते. त्यांच्या निरागस मनावर सर्व गोष्टींचा परिणाम होत असतो. आपली एक खास प्रतिमा बनविण्यासाठी एक आदर्श त्यांनी निश्चित केलेला असतो. त्याची वागणूक ते दूरदर्शनवर पाहतात, रेडिओवर ऐकतात. त्याचे तंतोतंत अनुकरण करण्याचा मुले प्रयत्न करतात. त्यातच मोठे-मोठे प्रसिद्ध नट/महानायक अशा भूमिका करतात की त्यात ते दारू पितात, सिगारेट ओढतात, मादक पदार्थांचे सेवन करतात, जुगार खेळतात, लग्नाआधीच लैंगिक सुख अनुभवतात, बलात्कार करतात. एवढे सर्व उपद्व्याप करून या सर्व गोष्टीतून सहीसलामत सुटतात. त्यांना शिक्षा होत नाहीच; पण अपराधी भावनाही त्यांच्या मनात नसते. अशा सर्व वातावरणात मुलांनी या सर्व गोष्टींचे अनुकरण करू नये अशी आपण अपेक्षा करतो. खरे तर व्यसनाधीन होण्यासाठी हे सर्व वातावरण पोषक असते.

अशाप्रकारचे चुकीचे अनुकरण करण्यास स्पष्ट नकार देण्याची ताकद मुलांच्या अंगी निर्माण होईल, हे आपण पाहिले पाहिजे. त्यासाठी प्रभावी निर्णयक्षमता त्याच्या अंगी बाणवणे महत्त्वाचे. पालक मुलांच्या बरोबर नसताना किंवा त्यांचा सल्ला घेणे शक्य नसतानाही त्यांनी योग्य निर्णय घेण्यास शिकले पाहिजे.

मुलांना/तरुणांना मादक पदार्थांचे सेवन करण्यास प्रवृत्त करणारी कारणे :

पौगंडावस्थेतील मुले प्रौढ माणसात रूपांतरित होताना ते 'स्व'च्या शोधात असतात. विशिष्ट मित्रांच्या दबावाखाली, धंद्याची निवड करताना, आपल्यावर प्रभाव असणाऱ्या व्यक्तींची मर्जी सांभाळण्यासाठी आपल्या व्यक्तिमत्त्वाची ही मुले आपली ओळख सिद्ध करण्याचा प्रयत्न करीत असतात. त्यांनी अंगावर घेतलेले प्रत्येक काम उत्तम करावे, अशी सर्वांची अपेक्षा असते. या सर्व गोष्टींमुळे तरुणामध्ये भावनिक तिढा निर्माण होतो, मन चंचल होते. न्यूनगंडाची भावना निर्माण होते. त्यावर

मात करून आनंद मिळविण्यासाठी या तरुणांचा प्रयत्न असतो. अशावेळी त्यांचा मित्राशी दिलखुलास संवाद चालू असतो. त्यातच काही वेळा पालक या तरुणांवर गंभीर टीका करून त्याची कान उघाडणी करतात. त्यांचे मनोबल खच्ची करतात. मग ते आपल्या मित्रांशी संवाद करणे, पसंत करतात. आरोग्याला घातक अशा गोष्टींचा अवलंब करून आनंद मिळविण्याचा प्रयत्न करतात. मादक पदार्थ सेवनाच्या परिणामांची या तरुणांना जाणीव नसते. त्यामुळे या पदार्थांचे सेवन सहज होते. दोष देणारे पालक, शाळेकडून योग्य प्रतिसादाचा अभाव, भग्न कुटुंब, शिक्षणासाठी मर्यादित पर्यायांची उपलब्धता, अशा अनेक गोष्टींमुळेच मुले मादक पदार्थांचे सेवन करू लागतात.

मादक पदार्थ सेवनाची तरुणांमधील स्थिती :

यासाठी पुढील गोष्टींचा विचार करणे आवश्यक आहे.

- मादक पदार्थांचे सेवन मुलग्यांमध्ये जास्त दिसून येते. मुलींमध्येही याचे प्रमाण कमी नाही. देशातील काही भागांत मादक पदार्थांचे सेवन अधिक प्रमाणात दिसून येते. तसेच मादक पदार्थांचे सेवन करण्याचे प्रमाण शहरी भागाप्रमाणेच खेड्यातही दिसून येते.
- ३.३ दशलक्ष तरुण दारू पितात, असा अंदाज आहे.
- दोन तृतीयांश तरुणांनी शाळेतून बाहेर पडण्याआधीच मादक द्रव्यांचे सेवन केलेले असते.
- जी मुले १७ व्या वर्षी व्यसनाधीन झालेली असतात, त्यांनी ११ व्या वर्षी मादक पदार्थांचे सेवन सुरू केलेले असते.
- एकंदर होणाऱ्या आत्महत्यांपैकी एकतृतीयांश आत्महत्या दारूमुळे होतात.
- १३ दशलक्ष लोकांना मादक पदार्थांचे व्यसन असल्याचे दिसते.
- ७३ दशलक्ष माणसे मादक द्रव्यांचे सेवन करतात.
- एकदा मादक पदार्थांचे सेवन सुरू केल्यास त्याचे व्यसनात रूपांतर होण्याची टक्केवारी पुढीलप्रमाणे दारू ८०%, तंबाखू ७०%, अफू ६५%
- मादक द्रव्यांच्या सेवनामुळे असुरक्षित लैंगिक संबंध वाढीस लागतात व त्याचे पर्यावसान एड्सचा संसर्ग होण्यात होते.
- मादक द्रव्य घेण्यासाठी एक सिरींज अनेक जणांनी वापरली तर एड्सचा, हॅपेटायटीस बी व सी चा संसर्ग होतो.

मादक द्रव्याच्या दुरुपयोगाबद्दल माहिती –

ज्या पदार्थांच्या सेवनामुळे माणसामध्ये शारीरिक व मानसिक परिणाम संभवतात, त्यांना मादक पदार्थ म्हणतात. हे मादक पदार्थ औषधे म्हणून किंवा नैसर्गिकरीत्या उपलब्ध असतात. त्यांच्या सेवनामुळे शरीराच्या कार्यप्रणालीत फरक पडतो.

औषधे डॉक्टर देतात किंवा औषधाच्या दुकानात मिळतात. डॉक्टरने सुचविलेली औषधे काही काळासाठीच घ्यावयाची असतात. पण लवकर बरे व्हावे म्हणून काही लोक ही औषधे जास्त मात्रेने व जास्त काळ घेतात. एखादे औषध ज्या कारणासाठी सुचविलेले असते, त्या कारणासाठी न वापरता स्वतःच्या इच्छेनेच दुकानातून आणून, दुसऱ्या कारणासाठी वापरणे, 'यालाच औषधाचा दुरुपयोग करणे' म्हणतात. चुकीचा वापर आणि दुरुपयोग हे औषध वापरण्याच्या हेतूवर अवलंबून असते. एखादे औषध सुचविल्याप्रमाणे न वापरणे, हा औषधाचा चुकीचा वापर होय. जर औषधाचा उपयोग हेतुपुरस्सरपणे सुचविलेल्या गोष्टीसाठी न करता दुसऱ्याच गोष्टीसाठी केला, तर तो औषधाचा दुरुपयोग होय. औषधाचा दुरुपयोग व चुकीचा वापर दोन्हीही चुकीचे आणि प्रकृतीला घातक असतात. या दोन्हींमुळे शरीरावर वाईट परिणाम होऊ शकतो. खोकल्याच्या औषधांचा बराच दुरुपयोग केला जातो.

आजारासाठी न वापरता माणसाची शारीरिक व मानसिक अवस्था बदलण्यासाठी रासायनिक द्रव्ये वापरतात, औषधे नव्हे. अशा रासायनिक द्रव्यांची यादी व त्याची माहिती पुढे दिली आहे. दीर्घकालीन सेवनामुळे त्यांचे व्यसन लागते.

सिगारेट : सिगारेटच्या धुरामधील मुख्य रासायनिक द्रव्य म्हणजे निकोटीन. हे निकोटीन तंबाखूच्या पानात निसर्गतः उपलब्ध असते. प्रत्येक सिगारेटमध्ये ०.१ ते २.४ मि.ग्रॅ. इतके निकोटीन असते. त्यामुळे व्यसन लागते आणि माणसाला परत परत सिगारेट ओढावीशी वाटते. ४००० च्या वर रासायनिक द्रव्ये प्रत्येक सिगारेटमध्ये असतात. सिगारेटचा धूर ओढल्यानंतर ८ सेकंदात मेंदूपर्यंत निकोटीन पोचते. त्याचा हृदयावर व रक्तदाबावर परिणाम होतो. तीव्र स्वरूपातील निकोटीन जास्तच हानिकारक असते. एक थेंब अतिशय शुद्ध निकोटीन प्राशन केल्यास माणूस दगावू शकतो. ते प्राणनाशक असल्यानेच त्याचा कीटकनाशक म्हणून वापर करतात.

दारू : एथिल अल्कोहोल किंवा इथॅनॉल म्हणजेच दारू. दारूचे परिणाम संक्षिप्तदृष्ट्या खालीलप्रमाणे सांगता येतील. सुरुवातीला थोड्या प्रमाणात दारू प्यायल्याने आकलन शक्ती व प्रतिसाद देण्याच्या शक्तीवर परिणाम होतो. पिण्याचे प्रमाण वाढल्यास शारीरिक संतुलन बिघडते. मोठ्या प्रमाणात दारू प्यायल्यास विविध शारीरिक क्रियांवर त्याचा परिणाम होऊन माणूस प्राणास मुकतो. दारूच्या

दीर्घकालीन सेवनामुळे यकृत बिघडते, तर नपुंसकत्व येऊन अंडकोशाचा आकार छोटा होतो, वीर्यातील शुक्रजंतूंची संख्या कमी होते. स्त्रियांमध्ये दारूमुळे गर्भाला इजा होते. नियमाचे उल्लंघन, चोरी, मैत्री तुटणे, बेलगाम वर्तणूक, पैशाचा गैरवापर इत्यादी गोष्टी माणूस दारूच्या अमलाखाली असताना करतो. दारूमुळे वागणुकीत स्वैरपणा येतो, म्हणूनच समाजात मोठ्या प्रमाणात दारूचा वापर होताना दिसतो.

पानमसाला : पानमसाल्यामध्ये तंबाखू असल्याने त्यातही निकोटीन असतेच. पानमसाल्याच्या नियमित सेवनामुळे हृदय रक्तवाहिन्या आणि इतर रक्तवाहिन्यांवर परिणाम होतो. बरेच तरुण फारच लवकर पानमसाल्याचे सेवन सुरू करतात आणि मृत्यूला लवकर आमंत्रण देतात. तंबाखू चघळल्यामुळे हिरड्यांना इजा होते व दातांवर परिणाम होतो. त्यामुळे घसा, जीभ, गाल, कंठ यांचा कर्करोग तरुण वयातही होऊ शकतो.

हेरॉईन : हे ओपिअमच्या फुलापासून मिळवितात. ते नारिंगीच्या रंगाच्या खड्यामध्ये मिळते. याच्या सेवनामुळे एकप्रकारचा आनंद मिळून बरे वाटते. त्वचा गरम होते, तोंड शुष्क होते. हातपाय जड होतात.

फुफ्फुसात ओढून घ्यावयाचे पदार्थ : काही रासायनिक पदार्थांची पूड नाकावाटे फुफ्फुसात ओढतात. याचा मेंदूवर परिणाम होतो. रंग, सरस, पेट्रोल इत्यादी पदार्थांचे सूक्ष्म कण अशाप्रकारे शरीरात जाऊन त्यांचे वाईट परिणाम शरीरावर होतात. त्यामुळे शरीराची कार्यक्षमता कमी होते. अतिशय तीव्र प्रमाणात कण शरीरात गेल्यास त्यामुळे प्राण जाण्याची शक्यता असते. ब्युटेन, प्रॉपेन या रासायनिक पदार्थांचे कण मोठ्या प्रमाणात नाकावाटे शरीरात गेल्यास गुदमरून प्राण जातो.

मेंदूला प्रोत्साहिक ठरणारे अँफिटमाईनसारखी प्रेरक औषधे बेकायदा बाजारात विकली जातात.

कोकेन : हा एक व्यसनशील पदार्थ आहे. हा चूर्णाच्या स्वरूपात उपलब्ध असतो. कोक या वनस्पतीपासून तो मिळवतात. याच्या सेवनाने हृदयाचे स्पंदन वाढते आणि चयापचय वाढून रक्तदाबही वाढतो. माणूस जास्त बोलतो त्याला शक्ती आल्यासारखे वाटते आणि जास्त काळजी करू लागतो.

एलएसडी : 'राई' या धान्यावर असणाऱ्या 'एर्गोट' नावाच्या बुरशीमध्ये 'लायसर्जिक ॲसिड' मिळते. त्यापासून एलएसडी मिळवतात. त्याला व्यावहारिक परिभाषेत 'ॲसिड' म्हणून संबोधतात. हे द्रव्य रंगहीन, वासहीन व कडवट चवीचे असते. त्याच्या सेवनामुळे माणूस वेळेचे, तसेच स्वत:चेही भान विसरतो. माणूस संभ्रमावस्थेत जातो. नको ते भ्रम त्याला होतात. भयानक विचार मनात येतात. स्वत:वरील ताबा जाऊन चळ लागतो व त्यातच माणूस दगावतो.

एक्स्टसी : याला 'क्लब ड्रग' असेही म्हणतात. या औषधामुळे सजगता वाढते. वेळ, स्पर्श यांचे भान विसरायला होते. शरीराचे तापमान वाढते. याला 'एमडीएमए' असेही म्हणतात. नियमित सेवन करणाऱ्यांना स्मृतिभ्रंश होतो. मोठ्या प्रमाणात भक्षण केल्यास माणूस दगावतो.

मार्जुआना : सध्या बेकायदा मोठ्या प्रमाणात वापरले जाणारे द्रव्य हे आहे. याच्या सेवनाने हालचालीवरचा ताबा कमी होतो. हृदयस्पंदन वाढते. विचारशक्ती कमी होते व अडचणींवर मात करण्याची शक्ती कमी होते. लक्षात ठेवणे व शिकणे या क्रियांवर परिणाम होतो. नियमित सेवनामुळे श्वसनसंस्थेचा कर्करोग होतो.

आपले मूल मादक द्रव्यांच्या अमलाखाली आहे काय, हे कसे ओळखायचे?

अशी मुले एकांतवास पसंत करतात. म्हणून एकटेच दार लावून खोलीत राहतात. घरातून पैसे व किमती चीजांची चोरी करतात. जरुरीपेक्षा जास्त पैशांची मागणी करतात आणि मित्रांच्या सहवासात रमतात. ज्या औषधाचे सेवन केले जाते, त्यानुसार त्याच्या शरीरावर परिणाम दिसतो. मोठ्या प्रमाणात औषध सेवन केले असल्यास त्याप्रमाणात शरीरावर परिणाम दिसून येतो. या मुलांमध्ये दिसून येणाऱ्या इतर गोष्टी म्हणजे नातेसंबंध बिघडणे, भावनाविशता, नापास होणे, ज्या गोष्टी पूर्वी आनंददायी वाटत होत्या त्यात रस कमी होणे, मित्र बदल, खेळामध्ये लक्ष कमी होणे, या गोष्टींवरून मुलांच्या मादक द्रव्यांच्या सेवनाबद्दल पालक संशय घेऊ शकतात.

आपल्या मुलाने मादक द्रव्यांचे सेवन करणे हे फारच कष्टप्रद व त्रासदायक असते. त्या मुलाचे व पर्यायाने पालकांचे आयुष्य उद्ध्वस्त होते. त्यामुळे त्यावर प्रतिबंधात्मक उपचार, हेच योग्य होय. प्रेमळ व अधिकारवाणीने युक्त पालकत्व स्वीकारावे. मुलांशी प्रेमळ संवाद करून जवळीक साधावी. मुलांच्या जीवनातील तणाव योग्यप्रकारे हाताळण्यास पालकांनी मदत करावी.

त्याच्याशी संवाद साधावा. मित्रांनी मादक द्रव्य सेवनाचा कितीही आग्रह केला तरी 'नकार' देण्याचे कौशल्य मुलांना पालकांनी शिकवावे.

'नकार' देण्याचे कौशल्य अंगी बाणविण्याचे तंत्र :

वेळकाढूपणा करणे : विचार करायला वेळ दिल्याशिवाय कोणत्याही गोष्टीवर निर्णय घेऊ नये. 'खरंच आता नको, मी त्यासाठी योग्य नाही' किंवा 'क्षमस्व माझा मित्र वाट पाहतोय. आपण यासंबंधी नंतर विचार करू' अशासारखी वाक्ये वापरावीत.

बोलणी करण्याचे तंत्र : दोन्ही बाजूंनी निर्णय मान्य होईपर्यंत 'दुसरे काहीतरी करू या' किंवा 'चित्रपट पाहू या' अशासारखी वाक्ये वापरावीत.

नकार वापरणे : 'मला नको, धन्यवाद!' अशासारखी वाक्ये वापरून विषय बदलावा. 'नाही' म्हणण्यासाठी तब्येतीचे कारण द्यावे.

भावना हाताळण्याचे तंत्र

- तणावजन्य परिस्थितीवर मात करण्यासाठी सूचना
- नियमित व्यायाम व योग्य आहार.
- कॅफीनयुक्त पेयांचे अतिसेवन टाळणे. त्यामुळे नैराश्य येऊन आक्रमकता वाढते.
- आरामदायी व्यायाम (प्राणायाम).
- आव्हाने पेलण्यासाठी मोठा मित्र परिवार असावा.
- मोठी कामे छोट्या-छोट्या भागामध्ये करणे.
- न्यूनगंड कमी करणे.
- वेळेचे योग्य व्यवस्थापन.
- योग्य प्रकारे संवाद करण्यास शिकणे.
- करमणुकीची साधने वापरणे, खेळ खेळणे.

मादक द्रव्यापासून दूर राहण्यासाठी मुलांना/तरुणांना मोलाचा सल्ला

- दारू आणि तंबाखूपासूनच मादक पदार्थ सेवनाला सुरुवात होते.
- मादक पदार्थांचे सेवन वर्ज्य करावे व कोणी आग्रह केल्यास 'नाही' म्हणावे.
- मादक पदार्थांच्या सेवनामुळे 'शांती मिळत नाही'.
- नैराश्य आल्यास चांगल्या मित्रांच्या सहवासात राहा. चांगल्या गोष्टीत मन रमवा; पण मादक पदार्थांपासून दूर राहा.
- नैराश्य आल्यास त्यातून बाहेर येण्यासाठी मादक द्रव्यांचा वापर न करता मानसरोगतज्ज्ञाचा सल्ला घ्या.
- तुम्हाला जर मादक पदार्थ सेवनाचे व्यसन असेल, तर व्यसनमुक्त होण्यासाठी मानसरोगतज्ज्ञांचा सल्ला घेऊन व्यसनमुक्त होण्याचा प्रयत्न करा.

www.ingramcontent.com/pod-product-compliance
Lightning Source LLC
LaVergne TN
LVHW051237080426
835513LV00016B/1630